വിരൽസ്പർശം

viralsparsam • novel • c pinto • first edition june 2008 • typesetting and published by chintha publishers, thiruvananthapuram • distributed by deshabhimani book house • printed at akshara offset, thiruvananthapuram.

cover: sudheesh kottembram

വിതരണം : **ദേശാഭിമാനി ബുക്ക് ഹൗസ്**
HO തിരുവനന്തപുരം-695 001

ബ്രാഞ്ചുകൾ : തിരുവനന്തപുരം, കൊല്ലം, ആലപ്പുഴ, കോട്ടയം
എറണാകുളം, തൃശൂർ, കോഴിക്കോട്, കൽപ്പറ്റ, കണ്ണൂർ

CO - 1141 / 1966

വിരൽസ്പർശം

നോവൽ

സി പിന്റോ

ചിന്ത പബ്ലിഷേഴ്സ്
തിരുവനന്തപുരം-695 001

സി പിന്റോ (1968 – 2005)

വർക്കലയ്ക്കടുത്ത് കരുനിലക്കോട് ഗ്രാമത്തിൽ 1968 ഡിസംബർ 7ന് ജനിച്ചു. കരുനിലക്കോട് ഗ്രാമം, തിരുവനന്തപുരം നഗരം എന്നിവിടങ്ങളിലായി സ്കൂൾ, കോളേജ് വിദ്യാഭ്യാസം. തിരുവനന്തപുരം മെഡിക്കൽ കോളേജിൽ നിന്ന് എം ബി ബി എസ് ബിരുദം.

ശൈത്യം, അഗ്നിയെ ചുംബിച്ച ചിത്രശലഭം, ഭഗവന്നൂർ പറയുന്നത് (നോവലുകൾ), *പിന്റോയുടെ കവിതകൾ, മകൾ* (കവിതാ സമാഹാരം), *ആക്രി* (ഒറ്റക്കവിത) എന്നീ കൃതികൾ പ്രസിദ്ധീകരിച്ചു.

1992 ൽ മികച്ച കലാലയ കവിതയ്ക്കുള്ള കക്കാട് അവാർഡ്. തിരുവനന്തപുരം മെഡിക്കൽ കോളേജ് അലുംനി യു എ ഇ ചാപ്റ്റർ അവാർഡ് (2003) *അഗ്നിയെ ചുംബിച്ച ചിത്രശലഭത്തിന്* ലഭിച്ചു. ആരോഗ്യവകുപ്പിൽ അസിസ്റ്റന്റ് സർജനായിരുന്നു.

ഭാര്യ: ബെറ്റ്സി

മക്കൾ: അന്നപൂർണ, അനസൂയ

പിന്റോയുടേതായി പുറത്തിറങ്ങുന്ന നാലാമത്തെ നോവലാണ് വിരൽസ്പർശം. വർഷങ്ങൾക്കുമുമ്പ് എഴുതി പൂർത്തിയാക്കുമ്പോൾ ഈ നോവൽ പിന്റോയുടെ രണ്ടാമത്തെ കൃതിയായിരുന്നു. എന്നാൽ മരണശേഷം മാത്രമാണ് ഈ നോവൽ പുറത്തുവന്നത്. ഒരർത്ഥത്തിൽ ഇത് മലയാളത്തിനു നഷ്ടപ്പെട്ട പിന്റോ എന്ന എഴുത്തുകാരന്റെ അവസാനത്തെ കൃതിയാണ്. ജീവിതാവസ്ഥകൾ മനുഷ്യനിൽ ഏൽപ്പിക്കുന്ന ഏകാന്തതയുടെയും ഏകാകിതയുടെയും ഉറവിടത്തെ അന്വേഷിക്കുകയാണ് പിന്റോ ഈ നോവലിലൂടെ. എഴുത്തുകൊണ്ട് മരണത്തെ അതിജീവിച്ച പിന്റോ എന്ന അതുല്യപ്രതിഭയുടെ വിരൽസ്പർശം അനുഭവിപ്പിക്കുന്ന ഈ നോവൽ വായനക്കാർക്കു മുമ്പിൽ സമർപ്പിക്കുന്നു.

എന്റെ പ്രിയ സഖി

ബെറ്റ്സിക്ക്

വിരാമം

ഒറ്റയ്ക്കു നീന്തേണ്ട സമുദ്രങ്ങളുണ്ട്
കൂടെയാരുമില്ലാതെ ആലംബമില്ലാതെ
ഒറ്റയ്ക്ക്.

ചില വേദനകളും അങ്ങനെയാണ്
പങ്കുവെയ്ക്കാൻ കഴിയില്ല
അനുഭവിച്ചു തീരണം.

ഒറ്റയ്ക്കു പാറേണ്ടുന്ന ആകാശങ്ങളുണ്ട്
കൂടെയാരുമില്ലാതെ, ആശ്വാസമില്ലാതെ
ഒറ്റയ്ക്ക്.

ചില അവഗണനകളും അങ്ങനെയാണ്
പറയുവാൻ കഴിയില്ല
എരിഞ്ഞു തീരണം.

ഒറ്റയ്ക്കു നീങ്ങേണ്ടുന്ന പാതകളുണ്ട്
കൂട്ടിനാരുമില്ലാതെ, സാന്ത്വനമില്ലാതെ
തനിച്ച്.

ചില വേഷങ്ങളും അങ്ങനെയാണ്
അഴിച്ചുവെയ്ക്കാൻ കഴിയില്ല
അഭിനയിച്ചു തീരണം.

ഒറ്റയ്ക്കു വായിക്കേണ്ടുന്ന കവിതകളുണ്ട്
അടുത്താരുമില്ലാതെ, കരയാതെ
തനിച്ച്.

ചില മരണങ്ങളുമങ്ങനെയാണ്
അറിയുവാൻ കഴിയില്ല
ജീവിച്ചിരിക്കെത്തന്നെ

പ്രമോദ് പി സെബാൻ

1

(1990 മാർച്ച് 17, ശനിയാഴ്ച)

ജനാലയിൽ കടലിളകി. തിരശ്ശീലപോലെ. അതിന് മുകളിൽ മേഘാവൃതമായ ആകാശം നിശ്ചലമായി നിന്നു. ഈർപ്പവും ചൂടുമുള്ള കാറ്റിന് ഉപ്പുരസം. ചന്ദനനിറമുള്ള ചായംതേച്ച ചുവരുകൾക്കുള്ളിൽ പ്രകാശം നിറഞ്ഞു.

"പെട്ടെന്നെത്തീ......ല്ലേ്യ..." സുപർണ പറഞ്ഞു.

"ഉം..."

"ക്ഷീണമുണ്ടെനിക്ക്..അജയനോ.."

"ഇല്ല.. കിടന്നോളൂ.."

വെളുപ്പിൽ അങ്ങിങ്ങ് ചെറിയ നീലപ്പൂക്കളുള്ള ബെഡ്ഷീറ്റിൽ വെറുതെ തഴുകിക്കൊണ്ട് അവളിരുന്നു. നിലത്തിരുന്ന ബാഗുകൾ ജനാലയ്ക്കരികിലെ കോൺക്രീറ്റ് തട്ടിന് താഴേക്ക് ഞാൻ നീക്കിവെച്ചു.

"അജയൻ വിശ്രമിക്കുന്നില്ലേ..." അവൾ ചോദിച്ചു.

"ഉച്ചയുറക്കം എനിക്ക് പതിവില്ല. സുപർണ കിടന്നോളൂ.. ഞാനിവിടിരുന്നോളാം..."

"അസ്തമയം കാണണമെനിക്ക്.. ഒരാഗ്രഹാ.. ഉറങ്ങിപ്പോയാലും നീയെന്നെ വിളിച്ചേക്കണം.." അവൾ കിടക്കയിലേക്ക് ചാഞ്ഞു.

ജനാലയ്ക്കഭിമുഖമായുള്ള സോഫയിൽ ഞാനിരുന്നു. അതിന്റെ മൃദുത്വം എന്റെ ശരീരത്തെ മെല്ലെ ഉൾക്കൊണ്ടു.

സുപർണയുടെ ഹാൻഡ്ബാഗിൽ ഒന്നുരണ്ട് ഇംഗ്ലീഷ് വാരികകളുണ്ടാവണം. ഞാൻ ബാഗ് തുറന്നു. ആദ്യത്തെ അറയിൽ ആകെയുള്ളത് റെയിൽവേ ടിക്കറ്റുകളാണ്. തൃശ്ശിവപേരൂരിൽനിന്ന് തിരുവനന്തപുരംവരെ. അൻപത്തിയൊന്ന് രൂപ. ഇരുന്നൂറ്റി തൊണ്ണൂറ്റി ആറ് കിലോമീറ്റർ. ഏഴ് മണിക്കൂർ യാത്ര.

ഇന്നലെവരെ അത്രയും അകലത്തായിരുന്നു സുപർണ. തന്റെ മനസ്സിൽ അതിലുമകലത്ത്. കത്ത് സമയത്ത് കിട്ടിയില്ലായിരുന്നെങ്കിൽ ഒരു പക്ഷേ, ആ അകലം പിന്നെയും കൂടിയേനെ.

എന്തേ പിന്നെയും കണ്ടുമുട്ടി. തന്നെത്തിരഞ്ഞു. താൻ കാത്തുനിന്നു. സുപർണയുടെ കത്ത് വൈകിയിരുന്നെങ്കിലോ വീട്ടിലേക്കുള്ള യാത്രയിലായിരുന്നേനെ താൻ. അവൾ വിഷമിക്കുമായിരുന്നു.

ജനാലയിൽ കടൽ തിളങ്ങി. ചാഞ്ഞ വെയിൽ ജലതരംഗങ്ങളിൽ മുത്തു വിതറി. കാറ്റിന് ചൂട് കുറഞ്ഞിരിക്കുന്നു. സുപർണയുടെ മുടിയിഴകളെ അത് കവിൾത്തടങ്ങളിൽനിന്ന് തഴുകിമാറ്റി.

കത്ത് കൊണ്ടുത്തന്നത് ശിവരാമേട്ടനാണ്. ഇന്നലെ വന്നതാണത്രെ. തന്നെ കാണാഞ്ഞതിനാൽ ശിവരാമേട്ടൻ തന്നെ സൂക്ഷിച്ചു. നന്നായി. ഓഫീസിലെ ബോർഡിലിട്ടാൽ പിന്നവിടെ കാണുമെന്ന് യാതൊരുറപ്പുമില്ല.

കൈപ്പട കണ്ടപ്പോൾത്തന്നെ കൈകളിൽ ഒരു വിറയൽ പടർന്നിരുന്നു. ഒരുവേള കണ്ണ് കുഴഞ്ഞിരുന്നു. എവിടെയോ ഒരു നടുക്കം താനനുഭവിച്ചിരുന്നു. പൊട്ടിച്ചുവായിക്കാൻ ഏറെ സമയമെടുത്തു. സൂപ്രണ്ടിന് ലീവെഴുതിക്കൊടുത്ത് ഓഫീസിന്റെ പടിയിറങ്ങുമ്പോൾ ശിവരാമേട്ടൻ പിന്നാലെ എന്തോ ചോദിച്ചിരുന്നു. ഒന്നു മൂളിയതേയുള്ളൂ താൻ. എന്താണതെന്ന് കേട്ടതുകൂടിയില്ല.

എഴുതിയിരുന്നതുപോലെ ഇൻഫർമേഷൻ സെന്ററിന് മുന്നിൽ സുപർണയെ കാത്തുനിന്നു. ഇരുപത് മിനിട്ടോളം. പരിചയക്കാരാരോ കണ്ടുചിരിച്ചതും പറഞ്ഞതുമൊന്നും താൻ ശ്രദ്ധിച്ചില്ല. ആകെ അക്ഷമനായിരുന്നു.

പുറകിൽനിന്നാണ് വിളി വന്നത്. ഇന്നലെ എന്നപോലെ "അജയാ.." എന്ന് നീട്ടിക്കുറുക്കി. ഒരുനിമിഷം സ്വയം മറന്നു. കണ്ണു നിറഞ്ഞു.

"അജയാ.." ഞാനുണർന്നു.

"സോഫയിലിരുന്ന് മയങ്ങുവാണോ... കിടക്കായിരുന്നില്ലേ..." സുപർണ ചോദിച്ചു.

"ഞാൻ മയങ്ങിയോ.." ചമ്മിപ്പോയി.

"ഞാനുണർന്നുനോക്കുമ്പോ ആള് മയങ്ങുവാ.. സ്വപ്നത്തിലായിരുന്നോ..."

"ഏയ്.."

സുപർണ കിടക്കയിൽ ചടഞ്ഞിരുന്നു. കൈപ്പടങ്ങൾക്കുള്ളിൽ മുഖമമർത്തിത്തിരുമ്മി. മുടിയിഴകൾ മാടിയൊതുക്കി. നഖങ്ങളിൽ നിറം പകർന്നിരിക്കുന്നു. മുമ്പത്തേതിലും ഒന്ന് തടിച്ചിരിക്കുന്നു. നിറവും വച്ചിട്ടുണ്ട്.

"എന്തേ... ഇങ്ങനെ നോക്കുന്നേ..." അവൾ ചോദിച്ചു.

"കാണുകയാണ് ഞാൻ..."

"തടിച്ചു.. അല്ലേ.."

"ങ്ഹും.."

"വെറുതെ നിന്നിട്ടാ.. പഴയ ഹോസ്റ്റൽ ഭക്ഷണം ഒരുമാസം കിട്ടിയിരുന്നെങ്കിൽ ഒന്നു മെലിഞ്ഞേനെ.." അവൾ ചിരിച്ചു.

ഭംഗിയുള്ള ചിരി. എത്രയോ തവണ താനത് കണ്ടുനിന്നിരിക്കുന്നു. കാത്തുനിന്നിരിക്കുന്നു.

ഒരു വരം കിട്ടിയതുപോലെയായിരുന്നു അന്ന് സുപർണയുടെ സൗഹൃദം. ഒരുപാടുപേർ കൊതിച്ച സാമീപ്യം.

ആൾക്കൂട്ടത്തിന് പുറകിലെങ്ങോ ആയിരുന്നു അന്നും താൻ. അറിയുമെന്നു കൂടി കരുതിയിരുന്നില്ല. അറിയപ്പെടാൻ ആഗ്രഹിച്ചുമില്ല. ഒരു മിന്നായംപോലെ ഇടയ്ക്കെപ്പോഴെങ്കിലും ഒരു ദർശനം. ആരാധനയോടെ ആരും കാണാതെ ഒരു നോട്ടം. ആരുടെയെങ്കിലും കണ്ണിൽപ്പെട്ടാൽ അബദ്ധം പിണഞ്ഞതുപോലെ മുഖം തിരിച്ചിരുന്നു. ഒരുപാടുനാൾ.

ഒടുവിൽ സുപർണ വന്നു.

ഒറ്റയ്ക്കൊരുത്സവം പോലെ.

"എന്താലോചിക്യാ നീയ്.." ബാത്ത്റൂമിൽനിന്ന് മുഖം കഴുകിത്തുടച്ച് സുപർണ വന്നു.

"ഒന്നുമില്ല..."

"എണീക്ക്.. എണീറ്റ് മുഖം കഴുക്.. ആകെ ക്ഷീണമുണ്ട് അജയന്." സുപർണ കിടക്കയിലിരുന്നു.

വാഷ്ബെയ്സിനിൽ മുഖം കഴുകി. വാർഡ്റോബിൽ റൂംബോയി ഇട്ടുപോയ മണമുള്ള ടവലിൽ കൈകളും മുഖവും തുടച്ചു. ഉടുപ്പ് മാറണം. ആകെ മുഷിഞ്ഞിരിക്കുന്നു. ബാഗിനുള്ളിൽ ഉച്ചയ്ക്ക് സുപർണ വാങ്ങിത്തന്ന ഉടുപ്പുണ്ട്. അതുതന്നെ ധരിച്ചാലോ.

"നോക്കൂ.. ജനാലയ്ക്കരികിൽ കടൽ.. ഞാനിപ്പൊഴാ ശരിക്കും ശ്രദ്ധിക്കുന്നെ.." സുപർണ ആഹ്ലാദം കൊണ്ടു.

"അല്ല... അതങ്ങ് ദൂരെയാണ്.." ഞാൻ പറഞ്ഞു.

"എത്രത്തോളം.."

"ഒരഞ്ചുമിനിട്ട് നടക്കണം..."

"വരൂ.. നമുക്ക് കടലിനെത്തൊടാം.." സുപർണയ്ക്ക് ഉത്സാഹമായി.

ഞാൻ ഉടുപ്പുമാറി. പുതിയ ഉടുപ്പ് വളരെ പാകമാണ്. ഞാൻ നിലക്കണ്ണാടിയിലേക്ക് തിരിഞ്ഞുനിന്നു. പെട്ടെന്ന് ശ്രദ്ധിച്ചത് മുഖമാണ്. ഒരുപാട് ക്ഷീണിച്ച മുഖം. കണ്ണുകൾക്ക് ചുറ്റും കറുപ്പ് പടർന്നിരിക്കുന്നു. മുമ്പത്തേക്കാളും കവിളുകളൊട്ടിയിരിക്കുന്നു. ചെറിയ താടിയുള്ളതുകൊണ്ട് ആരുമതറിയില്ല. പഴയതിലും മെല്ലിച്ചിരിക്കുന്നു തന്റെ രൂപം. ഒരുനിമിഷം വിലകൂടിയ ഉടുപ്പ് തന്റെ മെല്ലിച്ച ശരീരത്തെ പുച്ഛിക്കും പോലെ തോന്നി. ഏച്ചുകെട്ടിയതുപോലെ. കോടിമുണ്ടിൽ കസവുകരയുണ്ടെന്ന ഭംഗി മാത്രം. ആകെയൊരു കുറച്ചിൽ. നിലക്കണ്ണാടിക്കുമുന്നിൽനിന്ന് ഞാൻ മാറിനിന്നു. വേണ്ടായിരുന്നു. സുപർണയ്ക്കൊപ്പം നടക്കുമ്പോൾ കാണുന്നവർ എന്താവും കരുതുക. സുപർണയുടെ ആരാ

യിട്ടാവും തന്നെയവർക്ക് തോന്നുക. കഷ്ടം.

സുപർണ ഒരുങ്ങുകയാണ്. എത്ര സുന്ദരിയാണിവൾ. നിറമുള്ള വസ്ത്രങ്ങളില്ലെങ്കിൽക്കൂടി സുപർണ ഒരാകർഷണമാണ്. ഈ യാത്ര യിൽക്കൂടി എത്രയെത്ര കണ്ണുകളാണ് അതാസ്വദിച്ചത്. അവൾക്കൊപ്പം നിൽക്കാൻ അപ്പോൾ ഞാൻ മടിച്ചു. ഞാൻ വാതിൽതുറന്ന് പുറത്തി റങ്ങി.

"അജയാ..നിൽക്ക്..ദാ.. ഞാൻ റെഡിയായി..." സുപർണ പറഞ്ഞു.

"വരൂ.."

മുറിക്ക് പുറത്ത് ഞാൻ കാത്തുനിന്നു. സുപർണയെ അഭിമുഖീകരി ക്കാൻ അപ്പോൾ ഞാനൊരു ഭാവം തിരഞ്ഞു. അവൾക്കൊപ്പം നടക്കാൻ ഞാനൊരു രീതി തിരഞ്ഞു. ഒരഭിനയം. ഉള്ളിലെങ്ങോ ഒരു വിങ്ങൽ.

രാവിലെ കണ്ടുമുട്ടലിന്റെ അത്ഭുതവും ഉപചാരവുമൊക്കെക്കഴിഞ്ഞ് കോഫീഹൗസിലിരിക്കുമ്പോഴാണ് സുപർണ പറയുന്നത്.

"എന്റെ പഴയൊരാഗ്രഹം അജയൻ സാധിച്ചുതരുമോ.."

"പറയൂ..."

"കടൽത്തീരത്ത് ഒരു രാത്രി..ഒരു രാത്രി മുഴുവനും."

"നമ്മളൊരുമിച്ചോ..."

"ഉം."

സങ്കല്പത്തിലായിരുന്നില്ലേ അത്. ഞാനോർത്തു. രസമുള്ള സുപർണയുടെ പറച്ചിലുകളിൽ ഒന്ന്. ഒരുപാട് പറയുമായിരുന്നു സുപർണ. കേട്ടിരിക്കാൻ താൻ മാത്രം. ആദ്യമൊരത്ഭുതമെന്നു തോന്നും. പിന്നെ അതു പറയുന്നത് സുപർണയാണെന്ന് വരുമ്പോൾ വെറുതെ ചിരിക്കും. അസാധ്യമെന്ന് കരുതാവുന്ന സ്വപ്നങ്ങളുടെ ഒരു പുസ്തക മായിരുന്നു സുപർണ. അതിലൊരു ഞെട്ടലുള്ള കഥയായിരുന്നില്ലേ സുപർണയ്ക്ക് തന്നോടുള്ള പ്രണയം. അത് മറ്റുള്ളവരെ അറിയിക്കുവാ നുള്ള അവളുടെ തിടുക്കം. ഒന്നു വിസ്മയം കൂറുമ്പോഴേക്കും സുപർണ ഉള്ളാലെ ചിരിക്കുമായിരുന്നു. ഇടയ്ക്കെങ്കിലും ഒരുമിച്ചിരിക്കുമ്പോൾ പക്ഷേ പറഞ്ഞിരുന്നു. നിന്നെയെനിക്ക് പ്രണയിക്കാനായെങ്കിൽ..

"അജയൻ ആദ്യാവിടെ....." സുപർണ ചോദിച്ചു.

"അല്ല. ഇത് മൂന്നാമത്തെ തവണയാവും. സ്കൂളിൽ പഠിക്കുമ്പോ ളൊരിക്കൽ. പിന്നെ ഏട്ടനോടൊത്ത് അമ്മൂമ്മയുടെ അസ്ഥിയൊഴുക്കാൻ.."

"അമ്മൂമ്മ എപ്പൊഴാ മരിക്കണെ..."

"ഡിഗ്രിക്ക് പഠിക്കുമ്പോ.."

"ഞാനോർക്കുന്നു.. നീയ് പറഞ്ഞിട്ടുണ്ട്."

ഞാൻ ചുറ്റും കണ്ണോടിച്ചു. സ്കൂളിൽനിന്ന് വന്നപ്പോൾ താമസിച്ച ലോഡ്ജ് ഓർമ്മയില്ല. ഏട്ടനോടൊത്ത് താമസിച്ച ആ വൃത്തികുറഞ്ഞ ഹോട്ടൽ ഈ തെരുവിന്റെ വടക്കേയറ്റത്താവണം. പാവപ്പെട്ടവരുടെ വിശ്ര മകേന്ദ്രങ്ങൾ. വാടക കുറഞ്ഞ മുറിയന്വേഷിച്ച് ഒരുപാട് നടന്നിരുന്നു. ഭക്ഷണത്തിന്റെ നിരക്കുകൾകൂടി ഏട്ടൻ മുന്നെ തിരക്കുമായിരുന്നു. ഇല്ലാ

യ്മ. ഇവിടെയെത്താൻ കുറവുണ്ടായിരുന്ന തുക ഏട്ടൻ കടംവാങ്ങിച്ചിരുന്നു. അതറിഞ്ഞ് അമ്മ പറഞ്ഞിരുന്നു അടുത്തേതെങ്കിലും കടലിലൊഴുക്കാമെന്ന്. കന്യാകുമാരിയിൽതന്നെ വേണമെന്നത് അമ്മൂമ്മയുടെ ഒരാഗ്രഹമായിരുന്നു. ഒരുപാടാഗ്രഹങ്ങളിൽ ഒന്ന്. അത് സാധിച്ചുകൊടുത്തു ഏട്ടൻ.

"ഞാനാദ്യാ.. ഇവിടെ.." സുപർണ പറഞ്ഞു. "വീട്ടീന്ന് എല്ലാരും വന്നിട്ടുണ്ട്. തിരുവനന്തപുരത്ത് പഠിക്കുമ്പോ ഒരിക്കൽ ചാൻസുണ്ടായതുമാണ്. കഴിഞ്ഞില്ല. അജയനോടൊപ്പം ഇവിടെ വരണമെന്നായിരിക്കും.. അല്ലേ.."

"ഉം..." ഞാൻ ചിരിച്ചു.

"തിരക്ക് കുറവാണോ, ഇപ്പോ..."

"ഉം.. ഇത് സീസണല്ല..."

"നന്നായി.. അധികം പേരുണ്ടാവില്ലല്ലോ കണ്ടു ഞെട്ടാൻ.."

പാറക്കെട്ടുകളിലൊരിടത്ത് ഞങ്ങളിരുന്നു. മുന്നിൽ കടൽ മുൻപ് കണ്ടതിനേക്കാൾ ഇറങ്ങിക്കിടക്കുന്നു. വേലിയിറക്കമാവും.

ദൂരെ പഴുത്തുലഞ്ഞ ഒരുരുക്ക് തട്ടംപോലെ സൂര്യൻ ജലത്തെ ചുംബിക്കുന്നു. എന്തൊരു പ്രഭയാണത്. പ്രപഞ്ചം അതിന് നിശ്ചലം സാക്ഷിയാവുന്നു. നിശ്ശബ്ദത. കാറ്റ് നിലച്ചതുപോലെ. പ്രകൃതിക്ക് പെട്ടെന്നൊരു നിറംമാറ്റം. ദൂരെയെങ്ങോ അപ്പോൾ ശംഖനാദം മുഴങ്ങി. ആൾത്തിരക്കിൽ ആരൊക്കെയോ കൈകൾ കൂപ്പി.

"ഹായ്!.. റിയലി എ സർപ്രൈസ്..ഫന്റാസ്റ്റിക്.." സുപർണ പറഞ്ഞു. കൈക്കുമ്പിളിൽ മുഖംപൊതിഞ്ഞ് അത്ഭുതത്തോടെ അവളിരുന്നു.

ഒരുദിവസം കൂടി ഒടുങ്ങുകയാണ്. ഒരുപക്ഷേ, ഏറെ അപൂർവമായ ഒരു ദിവസം. ഒരു സൗഭാഗ്യം പോലെ. സുപർണ വച്ചുനീട്ടിയ ഔദാര്യം. കാരുണ്യം.

സൂര്യന്റെ ഒടുവിലെ അംശവും താഴ്ന്നു. ജലപ്പരപ്പിൽ മാത്രമപ്പോൾ ഇരുൾ പരന്നു. അങ്ങിങ്ങ് ചുവപ്പ് തേച്ചതുപോലെ ആകാശപ്പരപ്പിൽ സാന്ധ്യമേഘങ്ങൾ തങ്ങി. ഒരു നിശ്വാസത്തിൽ ആൾത്തിരക്കുണർന്നു. ആരൊക്കെയോ മടങ്ങിത്തുടങ്ങി.

സുപർണ പിന്നെയും മിഴിനട്ടിരിപ്പാണ്. ഒരത്ഭുതം ദർശിച്ച അമ്പരപ്പോടെ. ഒരു ധ്യാനത്തിലെന്നപോലെ. ഇരുൾ പരന്ന ചുവപ്പിൽ ഒരു പ്രതിമപോലെ തോന്നിച്ചു ആ ഇരിപ്പ്. ആകാശത്തിലെങ്ങോ തെളിയാനിടയുള്ള ഒരു താരകത്തെ അപ്പോൾ എന്റെ മിഴികൾ തിരഞ്ഞു.

"അജയാ.." സുപർണ വിളിച്ചു. ഒരു സ്പർശംപോലെ പതിഞ്ഞതായിരുന്നു ആ സ്വരം.

"ഉം.."

അവൾ മുഖം തിരിച്ചു. കണ്ണുകളിൽ നനവ്.

"വരൂ.. നടക്കാം.." ഞാനെഴുന്നേറ്റു.

കിഴക്ക് ചന്ദ്രനുദിച്ചിരിക്കുന്നു. ഇന്ന് പൗർണമിയാവണം. താഴ്ന്നു

മറഞ്ഞ സൂര്യബിംബത്തെക്കാൾ വലിപ്പം തോന്നി ചന്ദ്രന്. നേരിയ സ്വർണനിറത്തിൽ അത് തിളങ്ങി.

"കടലിന് നടുക്ക് ആ വലിയ പാറക്കെട്ടിന് മുകളിൽ ക്ഷേത്രമാണോ". സുപർണ ചോദിച്ചു

"അവിടെ ഒരു യോഗി തപസ്സിരുന്നിരുന്നു.."

"ആരാ.."

"വിവേകാനന്ദൻ.. സ്വാമി വിവേകാനന്ദൻ.. അറിയില്ലെ..."

"ചിത്രങ്ങളിൽ കണ്ടിരിക്കുന്നു.. മറന്നു.. ഏതാണ്ട് കഥകളൊക്കെയില്ലേ ജലപ്പരപ്പിലൂടെ അദ്ദേഹം നടന്നുവെന്നും മറ്റും.."

"ഓരോ ഐതീഹ്യങ്ങൾ.."

"എന്തിനാവും അദ്ദേഹം തപസ്സനുഷ്ഠിച്ചത്.."

"അറിയില്ല."

സ്വസ്ഥതയ്ക്കാവും. അറിവുകളുടെ മുറിവുകളിൽനിന്നുള്ള മോചനത്തിന്. കാഴ്ചകളുടെ ഭീതി ദൈന്യങ്ങളിൽനിന്നുള്ള ശാന്തതയ്ക്ക്...

"അജയാ.." സുപർണയ്ക്ക് മറ്റൊരു ഭാവമായി.

"ഉം.."

"കടലിനടുത്ത് കുറെക്കൂടി ഇരുന്നാലോ.." സുപർണ ചോദിച്ചു.

"ഇരിക്കാം."

കാറ്റിന് തണുപ്പായി. നിലാവ് പരന്നുതുടങ്ങി. ചുറ്റും വിളക്കുകൾ തെളിഞ്ഞിരിക്കുന്നു. കാറ്റൊഴിഞ്ഞ നിമിഷങ്ങളിൽ എങ്ങോ നിന്ന് മന്ത്രോച്ചാരണങ്ങളും മണിനാദവും ഒഴുകിവന്നു. പ്രാർത്ഥനപോലെ കടലിരമ്പി.

"അജയാ..."

"ഉം.."

"എന്തേ നമ്മളിവിടെ വന്നു." സുപർണ മെല്ലെ ചോദിച്ചു.

ഞാൻ നിശ്ശബ്ദനായി.

"ഒരനുഭവം.. അല്ലെ.." അവൾ പറഞ്ഞു.

"ഉം.."

"ഞാനോർക്കുന്നു, വർഷങ്ങൾ... നമ്മൾ കണ്ടുമുട്ടിയത്. പരിചയപ്പെട്ടത്. ഒരുമിച്ചുനടന്നത്, പിണങ്ങിയത്, വഴക്കിട്ടത്.. പിന്നെ യാത്ര പറഞ്ഞത്.. ഒക്കെ.."

ഞാൻ ശബ്ദമില്ലാതെ ചിരിച്ചു.

അവൾ തുടർന്നു.

"എല്ലാം ഞാനായിരുന്നു. ഒരു ബഹളക്കാരിയെപ്പോലെ. ഒന്ന് ഉച്ചത്തിൽ ചിരിച്ചുകൂടി ഞാനജയനെ കണ്ടിട്ടില്ല. ഒരിക്കലും. ഇപ്പോഴുമതേ.. എന്നെങ്കിലും എന്നെയിങ്ങനെ പ്രതീക്ഷിച്ചിട്ടുണ്ടോ." സുപർണ ചോദിച്ചു.

"ഇല്ല.." ഞാൻ പറഞ്ഞു. "ഒരുപാട് ചുരുങ്ങിപ്പോയി, പിന്നെന്റെ ലോകം.."

"എന്തേ.."

"പരിമിതികൾ.."

"എനിക്കൊരു വരി എഴുതാൻകൂടി നീ മറന്നതോ..."

പിന്നെയും നിശ്ശബ്ദതയായി.

സുപർണയുള്ള വർഷങ്ങൾ. ഒരുപാട് നാൾ നീണ്ട ഒരു വിനോദയാത്രപോലെയായിരുന്നു അത് തനിക്ക്. അതുവരെ അനുഭവിക്കാത്ത ഒരു ലോകമായിരുന്നു സുപർണ. അതിരുകളില്ലാത്ത അറിവുകൾ. സംശയങ്ങളും സങ്കോചങ്ങളുമില്ലാത്ത വാക്കുകൾ. ശരിയും തെറ്റുമെന്ന് വേർതിരിക്കാനാവാത്ത സുപർണയുടേത് മാത്രമായ പതിവുകൾ. രീതികൾ. എല്ലാമൊരു ദിവസം നിലച്ചുപോയപ്പോഴുള്ള പകപ്പ്, നടുക്കം. ഒക്കെ ഏറെ നാൾതന്നെ അലട്ടിയിരുന്നു. നിരാശപ്പെടുത്തിയിരുന്നു. ഒരുപാട് വരൾച്ചയിൽനിന്ന് ഒരിത്തിരി പച്ചപ്പിലേക്കുള്ള മോചനമായിരുന്നു സുപർണ. പിന്നെയും വരൾച്ചയായി. കൊടിയ വരൾച്ച എല്ലാം മറക്കാനായി പിന്നെ ഏറെ തിടുക്കം.

വർഷങ്ങൾക്കുശേഷം ഇതാ ഒരിത്തിരി ജലസ്പർശം. ഒന്നു വിശ്രമിച്ചുപോകാൻ ഒരു തുരുത്ത് ചോലപോലെ. ഇനിയുമെത്ര മണിക്കൂറുകളാണ് അതവശേഷിക്കുന്നത്.

"എന്തേ ആലോചിക്കുന്നു." അവൾ ചോദിച്ചു.

"ഒന്നുമില്ല.."

"ഒരുപാട് മാറിപ്പോയിരിക്കുന്നു നീയ്.. എന്തേ.."

ഞാൻ മുഖം കുനിച്ചു.

"എനിക്കറിയാം ചിലതൊക്കെ.." അവൾ പറഞ്ഞു. "നിന്റെ ബദ്ധപ്പാടുകളൊക്കെ. എങ്കിലും നിന്റെ ശരീരത്തെ കൂടി ഇങ്ങനെ പീഡിപ്പിക്കുന്നതെന്തിനാണ്.. ഇങ്ങനെ അശ്രദ്ധനായി, അലസനായി, സങ്കടംവന്നു അജയനെ കണ്ടപ്പോൾ" അവളുടെ സ്വരമിടറി.

"സുപർണാ.." ഞാൻ മുഖമുയർത്തി.

"ഉം.."

"വേണ്ട.. മറ്റെന്തെങ്കിലും പറയൂ.."

അവൾ വിതുമ്പി.

ഉള്ളിലെങ്ങോ ഒരു കടലിരമ്പി. ഒരു വിങ്ങൽ തിരയുയർത്തി. ഒന്നുമോർക്കരുത്. ഒന്നും. ഇത് അനർഹമായ സന്ധ്യയാണ്. സാന്നിദ്ധ്യമാണ്. ഒരു ദയാദാക്ഷിണ്യം പോലെ അത് സ്വീകരിക്കുക.

സുപർണ കണ്ണുകൾ തുടച്ചു.

"അടുത്തമാസം കഴിഞ്ഞ് എന്റെ വിവാഹമാണ്..." സുപർണ പറഞ്ഞു. "വരോ നീയ്.."

"വരാം.."

"വന്നിട്ടുണ്ടോ തൃശൂരൊക്കെ."

"ഒരിക്കൽ.."

"പൂരം കാണാനാ.."

"അല്ല. സ്റ്റുഡന്റ്സ് ഫെഡറേഷന്റെ സമ്മേളനത്തിന്.."

"ഒറ്റയ്ക്കാ.."

"ഒരുപാട് പേരോടൊത്ത്. ഡിഗ്രിക്ക് പഠിക്കുമ്പോ നമ്മൾ തമ്മിൽ കാണുന്നതിനുംമുന്നെ. സുപർണയോട് മുൻപൊരിക്കൽ ഞാനത് പറഞ്ഞിരിക്കണം. മറന്നോ.."

"ഒരുപാട് മറന്നു.. നിന്റെ മുഖമൊഴിച്ച്.."

ഞാൻ ചിരിച്ചുപോയി.

"മറക്കാൻ വയ്യ.. അതുമാത്രം.." സുപർണയുടെ വിരലുകൾ എന്റെ ശിരസ്സിനെ സ്പർശിച്ചു. ഞാൻ ശിരസ്സ്കുനിച്ചു.

നേരമിരുട്ടി. മുറിയിലേക്ക് മടങ്ങുമ്പോഴേക്കും നിലാവ് ഏറെ തെളിഞ്ഞുകഴിഞ്ഞു. കാറ്റിന് തണുപ്പ് കൂടി. എങ്ങും തിരക്കൊഴിഞ്ഞിരിക്കുന്നു. വഴികളിൽ സുപർണ എന്നെ ചേർന്നുനടന്നു.

ജനാല തുറന്നു.

ദൂരെ നിലാവിൽ കടൽ മിനുങ്ങി. തണുത്ത കാറ്റിന് ചന്ദനഗന്ധം. കടലിന്റെ ഇരമ്പം ഒരു സംഗീതംപോലെ ഇടയ്ക്കിടെ ഉയർന്നു താഴ്ന്നു.

"ഞാൻ വീട്ടിലേക്ക് വിളിക്കയായിരുന്നു.." റിസീവർ ക്രെഡിലിൽവച്ച് സുപർണ പറഞ്ഞു. "അനുപമയുടെ ഫ്ളാറ്റിൽനിന്നാണെന്നാ പറഞ്ഞത്.. ആരുമറിയാതിരിക്കട്ടെ.."

"വേണ്ടായിരുന്നു..."

"സാരമില്ല.. ഒരുപാട് കഴിഞ്ഞ് ഓർത്തുനോക്കാൻ ഒരുപക്ഷേ ഇതേയുണ്ടാവൂ.. സംഭവിക്കട്ടെ.."

സുപർണ ജനാലയ്ക്കരികിൽ എന്നെ ചേർന്നുനിന്നു. ദൂരെ ലൈറ്റ് ഹൗസിൽ നിന്നുള്ള വെളിച്ചം ഇടയ്ക്കിടെ മുഖത്ത് വന്നുവീണു. കണ്ണ് മഞ്ചിച്ചു.

"അജയാ.."

"ഉം.."

"ഞാൻ ചോദിച്ചോട്ടെ.."

"ഉം.."

"എന്തേ ഒരിക്കലും നീയെന്നെ ക്ഷണിച്ചില്ല."

"എവിടേക്ക്.."

"നിന്റെ ജീവിതത്തിലേക്ക്.."

മറുപടിയില്ലാതായി. മൗനമായി..

സുപർണയെ നേരിടാനാവാതെ ദൂരെയെങ്ങോ ഞാൻ മിഴികൾ പായിച്ചു. മിഴിക്കോണുകളിൽ ഒരു നീറ്റൽ. കണ്ണുകൾ നനയുകയാണോ.

"അജയാ.."

"ഉം.."

"എന്നെ നോക്കൂ.. വേണ്ട, മറുപടി വേണ്ട. വെറുതെ ആവർത്തിക്കുകയായിരുന്നു ആ ചോദ്യം.. ഒരു മറവിയിൽനിന്ന്..നോക്കൂ എന്നെ.." അവളെന്റെ ചുമലുകളിൽ പിടിച്ച് മെല്ലെ തിരിച്ചു. എന്റെ കൺപീലികൾ ചിമ്മി. ഒരു നിമിഷമേ അവൾ നോക്കിയുള്ളൂ. അവളുടെ മിഴികളിലെ ജലസ്പർശം അപ്പോൾ എന്റെ ഉടലിൽ നനവായി.

മറന്നുപോയ വാക്കുകൾ. പൊടിതുടച്ചെടുത്ത ഏതോ പഴയ ചുവർച്ചിത്രം പോലെ. എന്തേ എല്ലാം ആവർത്തിക്കുന്നു.

സുപർണ ക്ഷണിച്ചതെന്നാണ്. ഏതായിരുന്നു ആ സന്ധ്യ. ഒരു കടലിരമ്പം മാത്രം ഓർമ്മയുണ്ട്. ഒരു വിഡ്ഢിയെപ്പോലെ സ്വയം പരിഹസിച്ചു ചിരിച്ചിരുന്നു. ഒരിക്കൽക്കൂടി അങ്ങനെ പറയരുതെന്ന് വിലക്കിയിരുന്നു. ഒരുപാട് വിശദീകരിച്ചില്ല, തന്റെ ദുരഭിമാനം.

എന്തേ സുപർണ പിന്നെയും.

കൂടെപ്പോകാമായിരുന്നില്ലേ അന്ന്. എല്ലാ സുഖങ്ങളും കൊതിതീരെ നുകരാമായിരുന്നില്ലേ. നേട്ടങ്ങളെന്ന് എണ്ണാമായിരുന്നു. കഴിഞ്ഞില്ല. കാത്തിരിക്കാൻ അന്നും നൊമ്പരങ്ങളുടെ ഒരു കൂടുണ്ടായിരുന്നു. ദുഃഖങ്ങളുടെ ധ്യാനം. ഒരു മധുരമായി ഏറെ മുൻപെ അത് മാറിയിരുന്നു. സ്വയംപീഢ.

"അജയാ.."

"ഉം."

"ഒരുപാടിരുട്ടി.."

"സുപർണ കിടന്നോളൂ.."

"നീ വരൂ.. എനിക്ക് നിന്നെ ചേർന്നുകിടക്കണം. വരൂ.."

"അരുത്"

"വരൂ. നീയെന്നെ തഴുകിയുറക്കണം.."

സുപർണ എന്നെ കിടക്കയിലേക്ക് നയിച്ചു. ഉടുപ്പഴിച്ചു. ഇരുട്ടിൽ നഗ്നമായ ചുമലുകൾ ചേർന്നുകിടന്നു. ഞാനവളെ ഇറുകെ പുണർന്നു. നെറുകയിൽ തഴുകി. കവിളിലെ നനവിൽ എന്റെ ചുണ്ടുകൾ സ്പർശിച്ചു. പുറത്തെങ്ങോ കടലിരമ്പി.

തിരയടങ്ങി. കടൽ ശാന്തമായി.

"അജയാ.."

"ഉറങ്ങൂ"

"ഞാൻ പറയട്ടെ.."

"പറയൂ.."

"എന്നോട് ദേഷ്യമുണ്ടോ.."

"ഇല്ല.."

"ഒട്ടും.."

"ഒട്ടുമില്ല.." ഞാൻ പറഞ്ഞു. സുപർണ വിതുമ്പി.

"ആരോടോ പ്രതിഷേധിക്കുംപോലായിരുന്നു കുറച്ച് മുൻപ് ഞാൻ.."

"ആരോട്.."

"അറിയില്ല.."

"ഉറങ്ങൂ.."

ഞാനവളെ ചേർത്തണച്ചു. ചുമലിൽ തഴുകി.

ട്രെയിൻ നിന്നു. പെട്ടെന്ന് ആൾത്തിരക്കായി.

"ഇറങ്ങട്ടെ.."

"ഉം."

ബാഗെടുത്ത് ഞാൻ പുറത്തിറങ്ങി. ആൾത്തിരക്കിൽ തിങ്ങിഞെരുങ്ങി.

ജനാലയ്ക്കരികിൽ സുപർണ മുഖം ചേർത്തു.

"തൃശൂരെത്തുമ്പോ ഏറെ വൈകില്ലല്ലോ." ഞാൻ ചോദിച്ചു.

"ഇല്ല.. സന്ധ്യക്ക് മുൻപെത്തും.. വൈകിയാൽ ആരെങ്കിലും കാത്തു നിൽക്കും"

ട്രെയിൻ ഒന്ന് ചൂളം വിളിച്ചു. ദൂരെ പച്ചക്കൊടിയിളകി. ട്രെയിൻ മെല്ലെ അനങ്ങിത്തുടങ്ങി.

സുപർണയുടെ വിരലുകൾ ഒന്നുകൂടി സ്പർശിച്ചു. ഒന്നുകൂടി കൺനിറയെ ആ മുഖം കണ്ടു. കണ്ണുകൾ നിറഞ്ഞുതുളുമ്പി.

ട്രെയിനകന്നു. ദൂരെ കറുത്തു മങ്ങിയ ഒരു പൊട്ടുപോലെ അത് ലയിച്ചു.

2

എല്ലാം മറക്കാനായെങ്കിൽ..

ഓർമ്മകളുടെ പിൻവിളിയാണ് ഓരോ ചുവടുവെയ്പിലും. ഒരു മുന്നറിയിപ്പുപോലെ. പിന്തിരിയാൻ പക്ഷേ മാർഗ്ഗമില്ല. കാലം പിന്നോട്ടു ചലിക്കുന്നില്ലല്ലോ. സംഭ്രമത്തോടെ ചുവടുന്നണം. മുന്നേറണം. സംഭവിക്കുന്നതെല്ലാം അനുഭവിക്കാനുള്ള തയ്യാറെടുപ്പോടെ. അനിവാര്യമായ തയ്യാറെടുപ്പോടെ.

അകന്നകന്നുപോകുന്ന മരുപ്പച്ചകൾ. സ്നേഹനിലാവുകൾ. നടക്കേണ്ട ദൂരം മാത്രം നിശ്ചയമില്ലാതെ പോകുന്നു. ഓരോ തിരിവിലും ചുമക്കേണ്ട ഭാരം മാത്രം ഒട്ടും കുറയുന്നുമില്ല. പരാതി ബോധിപ്പിക്കാൻ ഏതു ന്യായാസനത്തിന് മുന്നിലാണ് നില്ക്കേണ്ടത്. യാചിക്കേണ്ടത്.

അദൃശ്യമായ ചരടുകൾ കൊണ്ടുള്ള ബന്ധനം. മുറിച്ചെറിയാൻ വയ്യാതെ. പരസ്പരം അനാഥപ്പെട്ട് പുതിയ സങ്കടങ്ങൾക്ക് ഇടംനല്കാൻ സ്ഥലമില്ലാതായിരിക്കുന്നു. ഈ ബന്ധനംതന്നെ അപ്പോൾ ലാഭം.

ഒന്നും മറക്കേണ്ട.. സഹിക്കുക.

കണ്ണുകളടച്ച് പിന്നെയും ചുവടുന്നുക. കാൽക്കീഴിലമരുന്നത് ശൂന്യതയാകുംവരെ മുന്നേറുക. നിന്റെ വഴി നിന്റെ വിധിയാണ്. നിനക്ക് മാത്രം വേണ്ടി അത് കാത്തുനിൽക്കുന്നു.

ബസ്സിറങ്ങി.

ജംഗ്ഷനാണ്. ഇടത്തോട്ടു തിരിഞ്ഞ് അഞ്ചു മിനിട്ടോളം നടക്കണം. പിന്നെ വലത്തോട്ട് കയറ്റമാണ്. കയറിക്കഴിഞ്ഞാൽ സമതലമായി. ഒരേ രൂപത്തിൽ നിരനിരെ വീടുകളുണ്ടാവും അവിടെ. മിനെറൽസ് ഫാക്ടറിയുടെ സ്റ്റാഫ് ക്വാർട്ടേഴ്സ്. ലൈൻ സിയിൽ അഞ്ചാമത്തെ വീട്. കറുത്ത ചായം തേച്ച തടി ഗേററുള്ള ചെറിയ വീട്. ഒരു കൊച്ചു പൂമുഖം. അങ്ങിങ്ങ്

അശ്രദ്ധയോടെ നട്ടുപിടിപ്പിച്ച കാനവാഴകൾ. അതിൽ രക്തനിറമുള്ള നീളൻപൂവുകൾ. മുന്നിലെ കൽത്തൂണിൽ എഴുതിയിട്ടുണ്ടാവും സി അഞ്ചെന്ന്. എന്റെ അനുജത്തി സുജയുടെ വീട്.

വഴിതെറ്റിയില്ല. വാതിലിനരികിൽ പിടിപ്പിച്ച കാളിംഗ് ബെല്ലിൽ വിരലമർത്തി. രണ്ടു തവണ. വാതിൽ തുറക്കപ്പെട്ടു.

"ഏട്ടൻ.." അനുജത്തി.

ഒരുനിമിഷം അവൾ സ്തബ്ധയായി. പിന്നെ മുഖം മങ്ങി. കണ്ണുകൾ ചിമ്മി. നനവാർന്നു.

"ഏട്ടനിരിക്കു.."

ചുവരിനോട് ചേർത്തിട്ട തടിക്കസേരയിൽ ഞാനിരുന്നു.

"മോനെവിടെ.." ഞാൻ തിരക്കി.

"ആ മുറീല് ഉറങ്ങുവാണ്.." അവൾ കൈചൂണ്ടി. "ഞാനും കിടക്കുവാരുന്നു." ഏറെ വിവശമായിരിക്കുന്നു അവളുടെ മുഖം. കണ്ണുകൾക്ക് തിളക്കമറ്റിരിക്കുന്നു. മുഖത്ത് വിളർച്ചയുണ്ട്. ആകെ മെലിഞ്ഞിരിക്കുന്നു അവൾ. ദൂരെനിന്ന് കാണുമ്പോൾ അമ്മയുടെ ഛായയാണവൾക്ക്.

"കത്തു കിട്ടിയിരുന്നോ ഏട്ടന്..."

"ഉം."

"ചന്ദ്രനെപ്പഴാ വരിക."

"രാത്രി.. വൈകും." അവൾ മുഖം കുനിച്ചു.

കത്തിലെ വരികളോർത്തു. "എന്നും വൈകും. കുടിച്ചിട്ട് ലക്കുകെട്ടാവും വരിക.. ഇടയ്ക്ക് നിർത്തിയിരുന്നത് വീണ്ടും തുടങ്ങി. മുച്ചീട്ടുകളീം തുടങ്ങീട്ടുണ്ടിപ്പോ.. സഹിക്കാൻ വയ്യാണ്ടായി.."

"ഒരുപാട് ബുദ്ധിമുട്ടുന്നുണ്ട് നീയ്, അല്ലേ.." ഞാൻ ചോദിച്ചു.

"സാരമില്ല.." അവൾ കണ്ണുകൾ തുടച്ചു.

"നിന്നെ അയാൾ.."

"തല്ലില്ല.. ചീത്ത പറയും. പലപ്പോഴും ഉച്ചത്തിൽ.. ഈയിടെയാ അത് തുടങ്ങിയത്..."

"അയൽക്കാരൊക്കെ..."

"ആരും ഇങ്ങോട്ട് വരില്ല.. ശ്രദ്ധിക്കുകയുമില്ല.. പതിവായിരിക്കുന്നു ഏറെനാളായി.. സഹിക്കാൻ വയ്യാണ്ടായി.". അവൾ വിങ്ങിപ്പൊട്ടി. കാണാനാവാതെ ഞാൻ മുഖം കുനിച്ചു.

എത്രയോ തവണകളായിരിക്കുന്നു ഈ പറച്ചിലും കരച്ചിലുമൊക്കെ. ഓരോ തവണയും അതു കേൾക്കാനായിത്തന്നെ താൻ വരുന്നു. ആദ്യമൊക്കെ സ്നേഹരൂപേണ താനയാളെ വിലക്കിയിരുന്നു. പലപ്പോഴും അനുസരിച്ചിട്ടുമുണ്ട്. ഇടയ്ക്കെപ്പോഴോ തന്നോടിടഞ്ഞ് അയാൾ സംസാരിച്ചിട്ടും താനത് കാര്യമാക്കിയില്ല. പിന്നെയും അയാൾ സ്വയം തിരുത്താൻ ശ്രമിച്ചിരുന്നു. ആറ് മാസംമുൻപൊരിക്കൽ അയാളോട് വഴക്കിട്ട് പിരിഞ്ഞതാണ്. വീട്ടിൽ വച്ചായിരുന്നു വഴക്കുണ്ടായത്. അച്ഛന്റെ മുന്നിൽവച്ച്.

അച്ഛനോട് അയാൾ കയർത്തു സംസാരിച്ചപ്പോൾ സഹിക്കാനായില്ല.

"ഏട്ടൻ കഴിച്ചതാണോ.." സുജ ചോദിച്ചു.

"കഴിച്ചു.. ഇത്തിരി തണുത്ത വെള്ളം തരൂ.."

എന്ത് പറഞ്ഞാണ് ആശ്വസിപ്പിക്കുക. ഏറെ പ്രതീക്ഷകളായിരുന്നു ചന്ദ്രനോടൊപ്പം സുജയെ അയക്കുമ്പോൾ. അച്ഛന്റെ ബന്ധുക്കളാരോ കൊണ്ടുവന്ന ആലോചന. പുറമെ അന്വേഷിക്കാതെ അച്ഛൻ വാക്കുകൊടുത്തു. പരമേട്ടനെയും ബോധിപ്പിച്ചു. എല്ലാം ഉറപ്പിച്ച രൂപത്തിലാണ് അച്ഛനും പരമേട്ടനുംകൂടി തന്നോട് പറയുന്നത്. ഒരന്വേഷണത്തിന് താനും മുതിർന്നില്ല. മുതിർന്നിട്ടെന്താണ്. സ്ത്രീധനമായി ഏറെയൊന്നും ചോദിച്ചില്ലെന്ന ആശ്വാസമായിരുന്നു എല്ലാർക്കും. അന്വേഷിച്ചില്ല ഒന്നും. എല്ലാം ഒത്തുവന്നതുതന്നെ ഭാഗ്യമെന്നുകരുതി. പാവം അനുജത്തി. ഇനി എത്ര നാളുകളാണ് അവൾ കണ്ണീർ കുടിക്കേണ്ടത്.

"ഏട്ടൻ ക്ഷീണിച്ചിരിക്കുന്നു.." അവൾ പറഞ്ഞു.

"നിനക്ക് വെറുതേ തോന്നുന്നതാ.."

"ഇല്ല.. ശരിക്കും.. താടി ഒരുപാട് നീണ്ടിരിക്കുന്നു. മുറിക്കണം.. കേട്ടോ.." അവൾ ചിരിക്കാൻ ശ്രമിച്ചു.

"സാരമില്ല.. മുറിച്ചേക്കാം.."

താടി നീണ്ടുതുടങ്ങുമ്പോഴൊക്കെ പണ്ട് കത്രികയുമായി പിന്നാലെ കൂടുമായിരുന്നു അവൾ. മുറിച്ചിട്ടേ അവൾ പിന്തിരിയുമായിരുന്നുള്ളൂ. അല്ലലുകൾക്കിടയിലും സമാധാനമുള്ള നല്ല നാളുകളായിരുന്നു അവ. ഒരുപാട് കഴിഞ്ഞിരിക്കുന്നു എല്ലാം. അവളെ അയച്ചുകഴിഞ്ഞപ്പോൾ വീട് നിശ്ശബ്ദമായി. തമ്മിൽ മിണ്ടിയിരിക്കാൻ ഒരുപാടൊന്നുമില്ലാതായി അച്ഛനുമമ്മയ്ക്കും. ഇടയ്ക്കൊന്നുവന്നുപോകുന്ന സന്ദർശകനായിരുന്നുവല്ലോ എന്നും താൻ.

"ഏട്ടനിരിക്ക്.. ഞാൻ ചായയെടുക്കാം..."

"വേണ്ട.. ഇറങ്ങുന്നു.."

"ഇത്ര പെട്ടെന്നോ.."

"ഫാക്ടറീലൊന്നു കയറി ചന്ദ്രനെ കണ്ടു സംസാരിക്കാം. ഇനി അതായില്ലെന്ന് വേണ്ട..." ഞാൻ പറഞ്ഞു.

"വേണ്ട... ഏട്ടാ.."

"എന്തേ..."

"അതിന്റെ പേരിലാവും ഇനി വഴക്കും ബഹളവുമൊക്കെ.. വേണ്ട ഏട്ടാ.. എനിക്കിതൊക്കെ ഒരു പതിവായി.. സഹിക്കുന്നു. വേറൊരു നിവൃത്തിയുമില്ലല്ലോ.. ഇപ്പോഴും തീർന്നിട്ടില്ലല്ലോ അതിന്റെ ബാധ്യത ഏട്ടന്.. മതി, ഇതൊക്കെ മതി.. എങ്കിലും ഇടയ്ക്കൊക്കെ ഇതുപോലെ ഏട്ടൻ വരണം.... അതുമതി.." അവൾ വിതുമ്പി.

"ഏയ്.. കരയണ്ട"ഞാനവളുടെ ചുമലിൽ തട്ടി. എന്തോ പറയാനൊരുങ്ങിയത് എവിടെയോ തടഞ്ഞുനിന്നു. കണ്ണുകൾ നിറഞ്ഞുപോയി.

"കണ്ണുതുടയ്ക്ക് നീയ്.."

"വീട്ടില് പോകാറുണ്ടോ ഏട്ടൻ.."

"ഉം.. രണ്ടുമൂന്നാഴ്ചകളായി.."

"അച്ഛന്.."

"നല്ല സുഖമില്ല.. എങ്കിലും വെറുതെ ഇരിക്കുന്നില്ല.. ഇടയ്ക്കൊക്കെ പണിക്ക് പോകുന്നു... അടുത്തൊക്കെ."

"വല്ല്യേട്ടന്റെ വിവരങ്ങളൊന്നുമറിയാനില്ല.."

"ഏട്ടന്റെ കത്തുണ്ടായിരുന്നു.. നിന്നെ അന്വേഷിച്ചിട്ടുണ്ട്.."

"ഒരുപാട് നാളായി കണ്ടിട്ട്.. ഏട്ടൻ കാണുമ്പോ പറയണം എനിക്ക് സുഖാന്ന്.."

"പറയാം.." സ്വരമിടറി.

വയ്യ. ഇനിയും കേട്ടുനിൽക്കാൻ വയ്യ. ഓരോ നിമിഷവും സ്വയം നിസ്സഹായമാവുകയാണ്. കൂർത്ത മുള്ളുകൾപോലെ വാക്കുകൾ വന്നു തറയ്ക്കുന്നു. ഏൽക്കാനിനി ഹൃദയത്തിൽ ഏത് ബിന്ദുവാണ് ബാക്കിയുള്ളത്.

"ഇറങ്ങട്ടെ.. മോനുണർന്നോ.. ഇതാ, ഇതവനുള്ളതാണ്." കൈയിൽ കരുതിയിരുന്ന മിഠായിപ്പൊതി സുജയെ ഏല്പിച്ചു.

"ഇനിയെന്നാ ഏട്ടൻ വരിക.."

"വരാം.. ഇത് കൂടി വച്ചോളൂ.." പ്രത്യേകം സൂക്ഷിച്ച കുറച്ച് പണം ഞാനവളുടെ കൈയിൽ പിടിപ്പിച്ചു. "വരട്ടെ.."

കണ്ണുനീർ പൊടിഞ്ഞത് അവൾ കാണാതിരിക്കാൻ മാത്രം തിരിഞ്ഞു നോക്കാതെ ഞാൻ നടന്നു. മരവിച്ച ചുവടുകളോടെ. ദീനമാർന്ന ആ മുഖം മനസ്സിൽനിന്ന് മായുന്നില്ല.

വരണം ഇനിയുമിടയ്ക്കൊക്കെ. മനസ്സ് തുറക്കാൻ അവൾക്ക് മറ്റാരാണുള്ളത്.

മങ്ങിയ ഇരുളിൽ കാറ്റത്ത് തെളിച്ചുവെച്ച ദീപം പോലെയാണവൾ. കെടാതിരിക്കാൻ ഒരു കൈക്കുമ്പിൾ പോലെ താനുണ്ടാവണം. താങ്ങായി. തണലായി.

ബസ്സിന് കാത്തുനിന്നു.

വേഗതയുള്ള ബസ്സിൽ രണ്ടു മണിക്കൂറെങ്കിലും വേണം തന്റെ നഗരത്തിലെത്താൻ. എല്ലാവേദനകളും വച്ചു പൂജിക്കുന്ന തന്റെ കുടുസ്സുമുറിയിലെത്താൻ. ഒരവകാശംപോലെ ആ വാടകമുറി തന്റെ സ്വന്തമായിട്ട് വർഷങ്ങളായിരിക്കുന്നു. ചെറിയ ചാരുകസേരയും മെല്ലിച്ച തടിക്കട്ടിലും പൊടിപിടിച്ച പുസ്തകങ്ങളും മുഷിഞ്ഞവസ്ത്രങ്ങളും എന്തുമാത്രം തനിക്ക് പ്രിയപ്പെട്ടവരാണ്. ഈയിടെ ഒരു പുതുമണമുണ്ടായിരിക്കുന്നു അവയ്ക്കിടയിൽ. സുപർണ വാങ്ങിത്തന്ന ഉടുപ്പുകളുടെയും പുസ്തകങ്ങളുടെയും മണം. ദിവസങ്ങളേറെയായിരിക്കുന്നു അവൾ വന്നുപോയിട്ട്.

റിസർച്ചിന് കാമ്പസിലെത്തുമ്പോൾ ആകെയുണ്ടായിരുന്ന പരിചയം

പ്രൊഫസർ രാമമൂർത്തി മാത്രം. ഡിഗ്രി മുതലുള്ള ശിഷ്യപ്പെടൽ. സ്നേഹത്തിന്റെയും ത്യാഗത്തിന്റെയും ആൾരൂപമായിരുന്നു പ്രൊഫസർ. കണ്ടെത്താനും പ്രോത്സാഹിപ്പിക്കാനും ഒരു വഴികാട്ടിയായി അദ്ദേഹത്തിനുപരി ആരെയും കണ്ടിട്ടില്ല. രണ്ടു തവണകളായി ഏറെ ദീർഘം തന്റെ പഠനകാലം മുടങ്ങിപ്പോയപ്പോഴൊക്കെ എന്നുമോർമ്മിച്ചിരുന്ന ഒരു പ്രതീക്ഷ അദ്ദേഹമായിരുന്നു. കഷ്ടപ്പാടുകളൊക്കെ അറിയാമായിരുന്നു അദ്ദേഹത്തിന്.

മഴയത്ത് ചോർന്നൊലിക്കുകയും വെയിലത്ത് വിയർത്തുരുകുകയും ചെയ്യുന്ന പഴയ സർക്കാരാഫീസിലെ ഫയൽ കൂമ്പാരങ്ങൾക്കിടയിൽ മാസാവസാനം തുച്ഛമായ ശമ്പളമെണ്ണാൻ മാത്രം ധനതത്വശാസ്ത്രം പിന്നെ ഉപകരിച്ചു. എന്നുമോർത്തുവെയ്ക്കാൻ ഒരു സ്വപ്നംപോലെ സുപർണ മാത്രം ബാക്കിയായി. കണ്ണുനീരിന്റെ ഇരുൾവഴികളിൽ ഒരിത്തിരിപ്രകാശംപോലെ അവൾ വന്നുചിരിച്ചു. കളിപറഞ്ഞു.

റിസർച്ച് പൂർത്തീകരിച്ചില്ല. പ്രൊഫസ്സർ വിരമിക്കുമ്പോൾ താൻ കൊടുത്തിരുന്ന വാക്ക് പാലിക്കാനായില്ല. ഗുമസ്തപ്പണികിട്ടുമെന്നായപ്പോൾ സ്വീകരിക്കാതിരിക്കാൻ രണ്ടാമതൊന്ന് ആലോചിച്ചുമില്ല. ബുദ്ധിമുട്ടുകൾക്കിടയിൽ ഒരത്താണി. കാറുനിറഞ്ഞ മാനം ഒന്നു തെളിഞ്ഞതുപോലെ.

ആയിരത്തിയൊരുന്നൂറ്റിയമ്പതുരൂപ മാസവരവിൽ സ്വപ്നങ്ങൾ വിറ്റു. അനുജത്തിയുടെ വിവാഹത്തിന് ലോണെടുത്ത വകയിൽ അതിൽ പകുതിയോളം ബാങ്കിലടച്ചാൽ ബാക്കികൊണ്ട് മാസം കഴിക്കണം. ശീലിച്ചുപോയി എല്ലാം. മുറതെറ്റാതെ.

ബസ് മോഹനപുരത്തെത്തി. ഇനിയൊരു മണിക്കൂറോളമെടുക്കും തന്റെ നഗരമെത്താൻ. സന്ധ്യ കഴിയുന്നു.

ഇതുവഴി കടന്നുപോവുമ്പോഴൊക്കെ ശ്യാമിനെ ഓർക്കും. ഘനശ്യാമെന്നായിരുന്നു അവന്റെ മുഴുവൻ പേര്. നന്നായി കവിതകളെഴുതുമായിരുന്നു അവൻ. ഡിഗ്രിക്ക് പഠിക്കുമ്പോൾ തന്നെ കാമ്പസിന് പുറത്തുപോലും ഏറെ ആരാധകരെ നേടിയിരുന്നു അവൻ. അവസാനവർഷപ്പരീക്ഷയ്ക്ക് തൊട്ടുമുൻപ് ഒരു ഫെബ്രുവരിയിലായിരുന്നു അവന്റെ ആത്മഹത്യ. തലേന്നാൾ ചിരിച്ചു കൈവീശിക്കടന്നുപോയ അവന്റെ മുഖം ഇന്നും മനസ്സിലുണ്ട്. കാറ്റെടുക്കാത്ത ദീപമാണോർക്കുക, കൊടുങ്കാറ്റടിക്കട്ടെ കെട്ടുപോകില്ല ഞാൻ...... വരികളും മറക്കുന്നില്ല.

മോഹനപുരത്ത് ആദ്യം വരുന്നത് അവന്റെ ശവദാഹത്തിനാണ്. ഉത്തരമില്ലാത്ത ഒരു ചോദ്യമായി തീർന്നു അവന്റെ ആത്മഹത്യ. എന്തേ അവനിതു ചെയ്തു. ചേതനയറ്റ ആ ശരീരം കാണാൻ താൻ നിന്നില്ല. തനിക്കതിനുള്ള ധൈര്യമില്ലായിരുന്നു. ചിരിച്ചു കൈവീശിക്കടന്നുപോയ മുഖം മാത്രം ഏറെനാൾ ഓർത്തുവച്ചു.

അനാഥപ്പെട്ട ഒരുപാട് രാത്രികളിൽ, കണ്ണീരു ചേർത്ത് ഉറങ്ങിയപ്പോ

ഴൊക്കെ അവൻ വന്നു പാടി, കൊടുങ്കാറ്റടിക്കട്ടെ കെട്ടുപോകില്ല ഞാൻ...

എന്റെ നഗരം. ബസ്സ് നിന്നു.

ഒന്നുപോയിവരുമ്പോഴൊക്കെ മനസ്സിൽ പറയും എന്റെ നഗരം. വേപ്പർലാമ്പുകളുടെ സ്വർണനിറമുള്ള മങ്ങിയ പ്രകാശത്തിൽ ചാറ്റൽമഴയിൽ നനഞ്ഞുകുതിർന്ന എന്റെ നഗരം.

അവധിദിവസമായതിനാലാവാം നിരത്തുകളൊക്കെ ഒഴിഞ്ഞിരിക്കുന്നു. സെക്രട്ടറിയേറ്റിനുമുന്നിലെ സമരപ്പന്തലുകളിൽമാത്രം ആളനക്കം.

വളവ് തിരിഞ്ഞ് നടന്നു. വെളിച്ചം കെടുത്തി കടലവണ്ടി ഉന്തിപ്പോകുന്ന പരിചയമുള്ള ബാലൻ കണ്ടു ചിരിച്ചു. ഇരുട്ടുവീണ ചെറിയ മുടുക്കുകളിലെങ്ങോ വളകിലുക്കം. അടക്കിയ ചിരികൾ.

ഇടവഴിയുടെ അങ്ങേയറ്റം തുരുമ്പിച്ച ഗേറ്റ്. ഗേറ്റിനുള്ളിൽ ഇടതുവശത്ത് ആദ്യം കാണുന്ന ഒരൗട്ട് ഹൗസ്. അതിനപ്പുറത്ത് പഴയ ഒരു രണ്ടുനിലക്കെട്ടിടം.

അങ്ങിങ്ങ് ചായമിളകി അടയാളങ്ങൾ വീണ ഔട്ട്ഹൗസിന്റെ ചുവരുകൾ. അടുപ്പിച്ച് രണ്ട് വാതിലുകൾ.രണ്ടാമത്തെ വാതിൽ തുറന്നാൽ തന്റെ ചെറിയ മുറിയായി.

അപ്പുറത്ത് വാടകയ്ക്ക് താമസിക്കുന്ന നാല് ചെറുപ്പക്കാർ. ഒരാൾ പഠിച്ചുകൊണ്ടിരിക്കുന്നു. ഒരാൾക്ക് ബിസ്സിനസ്സാണ്. രണ്ടുപേർ തന്നെപ്പോലെ സർക്കാർ ഗുമസ്തന്മാർ.

മുകളിലത്തെ മുറികളിലൊന്നിൽ പ്രകാശമുണ്ട്. അനിൽ പഠിക്കുകയാവും. മറ്റുള്ളവരെത്തിക്കാണില്ല. അവധിദിവസമായതിനാൽ വീടുകളിൽ പോയിരിക്കുകയാവാം. ഉത്സാഹമുള്ള ചെറുപ്പക്കാർ. ഒരാഘോഷംപോലെയാണ് അവർക്ക് ജീവിതം. തനിക്കോ. ആഘോഷംതന്നെ. സങ്കടങ്ങളുടെ ആഘോഷം.

മുപ്പത്തിരണ്ട് വയസ്സ്. മൂത്തുനരയ്ക്കേണ്ട പ്രായമായിട്ടില്ല. പക്ഷേ, മനസ്സ് നരച്ചതുപോലെ. ഉടയാതെ സൂക്ഷിക്കേണ്ട ലോലമായ ഒരു പളുങ്കുപാത്രം ആരോ കൈകളിലേല്പിച്ചു പോയിരിക്കുന്നു. ഓരോ ചുവടുവയ്പിലും വരവിലും പോക്കിലും രാവും പകലും ഒരുപാടു നാളായി താനത് കാത്തുപോരുന്നു. ഒരുപാട് പ്രതീക്ഷകളുടെയും ആശ്രയങ്ങളുടെയും പളുങ്കുപാത്രം. ജീവിതം. വീണുടയാൻ കാത്തിരിക്കുന്നുവെന്ന തോന്നലായിരുന്നു പണ്ടൊക്കെ. ഉത്കണ്ഠയും ഭീതിയും. ഏറെക്കഴിഞ്ഞ് അതൊരു ചര്യയായി. ഒരാചാരം.

ആഘോഷിക്കാനൊക്കെ മറന്നു. ആൾക്കൂട്ടങ്ങളിൽ എന്നും ഒറ്റയ്ക്കുമായി. ആരും എന്തെന്ന് ചോദിച്ചില്ല. ആശ്വസിപ്പിക്കാൻ വന്നുമില്ല. അറിഞ്ഞുതുടങ്ങുംമുൻപ് സുപർണയും പോയി. നന്നായി. ചിലപ്പോൾ വെറുത്തുപോയേനെ.

സായാഹ്നപത്രം നിവർത്തി.

പതിവുപോലെ വെണ്ടക്കയിൽ ആരോ രാജിവച്ച വാർത്ത. താഴെ ഇരുവശങ്ങളിലും അതിനെ എതിർത്തും അനുകൂലിച്ചുമുള്ള പ്രസ്താവനകൾ. പുറംപേജിൽ അർദ്ധനഗ്നയായ ഏതോ നടിയുടെ ചിത്രം. പരസ്യങ്ങൾ. ഉൾപ്പേജിലേറെയും കൊച്ചുകൊച്ചു വാർത്തകൾ. ചിത്രങ്ങൾ. താഴെ ഭർതൃപീഡനത്തിൽ മനംനൊന്ത് ആത്മഹത്യ ചെയ്ത ഒരു യുവതിയുടെയും കുഞ്ഞിന്റെയും ചിത്രം. മദ്യപാനിയും വിടനുമായിരുന്നത്രേ അയാൾ. സ്ത്രീധനത്തിന്റെ പേരിലും യുവതിയെ ഉപദ്രവിച്ചിരുന്നുവത്രേ. ബന്ധുക്കൾ പോലീസിൽ പരാതി നല്കിയിരിക്കുന്നു. നാട്ടുകാർ സമിതിയുണ്ടാക്കുവാൻ ആലോചിക്കുന്നു.

അനുജത്തിയെ ഓർത്തു. പാവം അനുജത്തി.

കൺകോണുകളിലെങ്ങോ കരടുവീണതുപോലെ ഒരു നീറ്റലായി. നനവായി.

3

ഞെട്ടി ഉണരുകയായിരുന്നു.

എവിടെയോ ഒരു നിലവിളി കേട്ടതുപോലെ. ചുറ്റുവട്ടത്തെങ്ങോ. സ്ത്രീശബ്ദമാണ് അതെന്ന് തോന്നിച്ചു. എഴുന്നേറ്റില്ല. കിടന്നു. സ്വപ്നം കണ്ടതാണോ. ഓർത്തുനോക്കി. സ്വപ്നമല്ല. പിന്നെന്ത്. വെറുതെ തോന്നിയതാവും.

പെട്ടെന്ന് പിന്നെയുമൊരു ഞരക്കംപോലെ. ഒരു തേങ്ങൽ. അടുത്തെങ്ങോ ആണത്. എഴുന്നേറ്റു. വെളിച്ചം തെളിച്ച് മുറിതുറന്നു. പുറത്തിറങ്ങി ചുറ്റും നോക്കി. ഒന്നും ആരെയും കാണുന്നില്ല. അപ്പുറത്ത് രണ്ടാം നിലയിലെ ഒരു മുറിയിൽ വെളിച്ചമുണ്ട്. അനിലിന്റെ മുറിയാണത്. പഠിക്കുകയാവും അവൻ. വിളിച്ചു ചോദിക്കേണ്ട. ശല്യമായാലോ.

മുറിയിലേക്ക് തിരിച്ചകയറുമ്പോൾ വീണ്ടുമൊരു തേങ്ങൽ. ഇപ്പോൾ വ്യക്തമായി കേട്ടു. അപ്പുറത്ത് താഴത്തെ നിലയിൽ നിന്നാണ്. ഒരു പെൺകുട്ടിയുടെ ശബ്ദം. എന്താണവിടെ നടക്കുന്നത്. ഒരുനിമിഷം നടുക്കമായി. സ്തബ്ധനായി. അടക്കിപ്പിടിച്ച സംസാരങ്ങൾ. ഒപ്പം "അരുതെ"ന്ന ശബ്ദവും. നടുക്കത്തിൽ നിന്നുണരുമ്പോൾ ശരീരം പെരുക്കുംപോലെ തോന്നി. തലയിലേക്കെന്തോ ഇരച്ചുകയറുംപോലെ.

ഓടിച്ചെന്നു വാതിലിൽ മുട്ടി.

"വിജയാ.... വാതിൽ തുറക്ക്.. ഇത് ഞാനാണ്.." ഞാൻ പറഞ്ഞു. ഉള്ളിൽ പെട്ടെന്ന് നിശ്ശബ്ദതയായി. ഞാൻ പിന്നെയും വാതിലിൽ മുട്ടി. ശക്തിയായി. "അനിൽ വാതിൽതുറക്ക്... ഇതു ഞാനാണ്, അജയൻ.."

വാതിൽ മെല്ലെ തുറക്കപ്പെട്ടു.

മുന്നിൽ പകച്ചുനില്ക്കുന്ന വിജയൻ. പിന്നിൽ പ്രസാദുമുണ്ട്. വിയർത്തിട്ടുണ്ട് ഇരുവരും. വിജയൻ ഭയംകൊണ്ടു വിറയ്ക്കുന്നതുപോലെ.

"ആരാണവിടെ..." ഞാൻ ചോദിച്ചു. അവർ മിണ്ടിയില്ല. പരസ്പരം നോക്കി. "പറയൂ.. എന്താണിവിടെ നടക്കുന്നത്.. ആരാ നിലവിളിച്ചത്.."

വിജയനെ മാറ്റിനിർത്തി പ്രസാദ് മെല്ലെ പുറത്തിറങ്ങി. രഹസ്യം പറയാനെന്നപോലെ എന്നെ ഒരല്പം മാറ്റിനിർത്തി.

"അജയേട്ടാ ശബ്ദം വെയ്ക്കരുത്.." അവൻ സ്വരംതാഴ്ത്തി പറഞ്ഞു.

"അകത്ത് ഒരു സാധനമുണ്ട്... അജയേട്ടന് താല്പര്യമുണ്ടെങ്കിൽ.."

"മിണ്ടിപ്പോകരുത്.." ഞാനവനെ തള്ളിമാറ്റി. "ഇതാണോ കാര്യം.. എങ്ങനെ ധൈര്യം വന്നു നിങ്ങൾക്ക്.. ഇറക്കിവിടവളെ.." ഞാൻ കയർത്തു. എന്റെ കൈകൾ തരിച്ചുകയറി.

"അജയേട്ടാ പ്രശ്നമുണ്ടാക്കരുത്.." പ്രസാദ് പറഞ്ഞു. "അവളൊരു പുതിയ പെണ്ണാ.. മെരുങ്ങിത്തുടങ്ങിയിട്ടേ ഉള്ളൂ.. ഇനി ബഹളമുണ്ടാവില്ല.."

"ഇവിടെ പറ്റില്ല പ്രസാദ്.. എന്റെ ഉത്തരവാദിത്വത്തിലാ വിജയൻ പറഞ്ഞപ്പോ ഞാനീ വീട് സംഘടിപ്പിച്ചുതന്നത്. അത് മാന്യമായി താമസിക്കാനാ.. ഇതിനല്ല. ഇറക്കിവിടവളെ.."

"അജയേട്ടൻ ഇതിൽ പ്രശ്നമുണ്ടാക്കരുത്.." പ്രസാദിന്റെ സ്വരം പെട്ടെന്ന് മാറി. "എന്തു ചെയ്യണമെന്ന് ഞങ്ങൾ നോക്കിക്കൊള്ളാം.. അജയേട്ടൻ പോകൂ.."

"പോടാ.." ഞാനവനെ മുഴുമിക്കാൻ സമ്മതിച്ചില്ല. വലതുകരം ഞാനവന്റെ നേർക്കുവീശി. ശക്തിയോടെ അതവന്റെ ചുമലിൽ പതിച്ചു. അവൻ ദൂരേക്ക് തെറിച്ചുവീണു. അവനെഴുന്നേല്ക്കുംമുൻപ് വിജയൻ അവനെ വിലക്കി.

"പ്രസാദ് എന്താണിത്.. വേണ്ട, ബഹളമാക്കരുത്.. മോശമാണ്."

ഞാൻ മുറിക്കകത്ത് കയറി. വെളിച്ചം തെളിച്ചു. ഇടനാഴിക്കപ്പുറത്തെ വാതിലിനുപിന്നിൽ അർദ്ധനഗ്നയായി ഒളിച്ചുനിൽക്കുന്ന ഒരു പെൺകുട്ടി. മുറിയുടെ ഒരു മൂലയ്ക്ക് തല കുനിച്ചുനിൽക്കുന്ന അനിൽ.. ഞാനവനെ നോക്കിനിന്നു. അവൻ മുഖമുയർത്തിയില്ല.

"വസ്ത്രങ്ങളുടുത്തോളൂ.."ഞാനവളോട് പറഞ്ഞു. അവൾ തേങ്ങി. "പറഞ്ഞതു കേട്ടില്ലേ.. പൊയ്ക്കൊള്ളണം പെട്ടെന്ന്.."ഞാൻ ശബ്ദമുയർത്തി.

പുറത്തിറങ്ങുമ്പോൾ വിജയനും പ്രസാദും തലകുനിച്ച് ചുവർചാരി നില്ക്കുന്നു. ഒന്നും പറയാൻ തോന്നിയില്ല അവരോട്. വാതിലിന് മുന്നിൽതന്നെ ഞാൻ ആ പെൺകുട്ടിയെ കാത്തുനിന്നു.

വാതിലിന് പിന്നിൽ അവളുടെ കാല്പെരുമാറ്റം. തേങ്ങൽ അടങ്ങിയിട്ടില്ല.

"കരയരുത്.. വരൂ.." അവളുടെ മുഖത്തേക്ക് എങ്ങോ നിന്ന് പാറിവീണ വെളിച്ചത്തിൽ ഞാൻ നോക്കി. എവിടെയോ കണ്ടു മറന്നതുപോലെ തോന്നി അപ്പോൾ. ഒരുനിമിഷം ഓർമ്മയിൽ പരതി. തിരിച്ചറിയുവാൻ

കഴിയുന്നില്ല.

എന്റെ പിന്നിൽ അവൾ നടന്നു.

"നിന്റെ വീടെവിടെ.. പേരെന്താണ്.." ഞാൻ മെല്ലെ ചോദിച്ചു. അവൾ മറുപടി പറഞ്ഞില്ല. തേങ്ങുകമാത്രം ചെയ്തു. "പറയൂ.." ഞാൻ നിർബ ന്ധിച്ചു.

"ഞാൻ ചീത്തയല്ല... എന്നെ.." അവൾ മുഴുമിച്ചില്ല. പെട്ടെന്ന് കരച്ചി ലായി.

"കരയരുത്.. നീ പൊയ്ക്കൊള്ളൂ..."

ഒരുനിമിഷം എന്റെ നേർക്ക് മുഖമുയർത്തി നോക്കിയിട്ട് ഗേറ്റിനടു ത്തേക്ക് അവൾ മെല്ലെ ചുവടുവച്ചു. പെട്ടെന്ന് നിന്നു. തിരിഞ്ഞുനോക്കി... പിന്നെയും ചുവടുകൾ വച്ചു.

ഔട്ട് ഹൗസിലെ എന്റെ മുറിയിൽനിന്ന് വീണ വെളിച്ചത്തിന്റെ നിഴ ലിനപ്പുറത്ത് ഇരുട്ടിൽ അവൾ പരുങ്ങി നിന്നു. തിരിഞ്ഞുനോക്കി. പിന്നെയും ഗേറ്റിനരികിലേക്ക് നടന്നു.

പെട്ടെന്നോർത്തു. അവൾ പറഞ്ഞത് ശരിയാണെങ്കിൽ ഈ പാതി രായ്ക്കവൾ എങ്ങോട്ടാണ് പോവുക. വാക്കുകൾ അവൾ മുഴുവനാക്കി യിട്ടില്ല. പക്ഷേ, മനസ്സിലാക്കാനാവും, ആരോ വഞ്ചിച്ചതാണ്.

"നിൽക്കൂ.." ഞാൻ വിളിച്ചുപറഞ്ഞു.

ഗേറ്റിന് പുറത്ത് അവൾ നിന്നു.

ഞാനവളുടെ അടുത്തേക്ക് ചെന്നു. അവൾ തല കുമ്പിട്ടു.

"നീ എങ്ങോട്ടാണ് പോകുന്നത്.."ഞാൻ ചോദിച്ചു.

അവൾ മറുപടി പറഞ്ഞില്ല.

"പറയൂ"

അവൾ തേങ്ങി. ഒരിക്കൽകൂടി എന്റെ നേർക്ക് മുഖമുയർത്തി. പരി ചയമുള്ള മുഖഭാവം.

"നീ പറഞ്ഞതു ശരിയാണെങ്കിൽ ഈ സമയത്ത് നീയിങ്ങനെ പോകുന്നത് പന്തിയാവില്ല..." ഞാൻ പറഞ്ഞു.

ആലോചിച്ചു. എന്താണ് ചെയ്യുക. വിജയനെ തന്നെ കൂട്ടിവിട്ടാലോ. വേണ്ട. ഈ നേരത്ത് അതപകടമാണ്. താനുമൊപ്പം പോകുന്നത് ശരി യാവില്ല.

"വരൂ.. നേരം പുലർന്നുവരുമ്പോൾ പോകാം." ഞാൻ പറഞ്ഞു. "ഞാൻ നിന്നെ ഉപദ്രവിക്കില്ല.. വരൂ.."

ഞാൻ അവളുടെ മറുപടിക്ക് കാത്തു. അവൾ ഒന്നും പറയുന്നില്ല.

"വയ്യെങ്കിൽ പൊയ്ക്കൊള്ളൂ.. നിന്റെ വാക്കുകേട്ടിട്ട് സത്യമാണെന്ന് തോന്നിപ്പോയതുകൊണ്ട് പറഞ്ഞതാണ്.."

ഞാൻ തിരിഞ്ഞുനടന്നു. എന്റെ മുറിക്കുമുന്നിലെത്തുമ്പോൾ പുറ കിൽ അവളുടെ കാല്പെരുമാറ്റം. മുറിക്ക് മുന്നിൽ വന്ന് അവൾ നിന്നു.

"ഈ മുറിക്കകത്തിരുന്നോളൂ.. ഞാൻ പുറത്തിരിക്കാം..." അവൾ മടി

ച്ചുനിന്നു. ഞാൻ പിന്നെയും പറഞ്ഞു. "അകത്തിരുന്നോളൂ, പേടിക്കണ്ട..."

വിറയ്ക്കുന്ന കാലടികളോടെ അവൾ മുറിക്കകത്തേക്ക് കയറി. വെളിച്ചത്തിൽ അപ്പോൾ ഞാനവളുടെ മുഖം വ്യക്തമായി കണ്ടു. വെളുത്ത് മെലിഞ്ഞ ഒരു പെൺകുട്ടി. കരഞ്ഞുകലങ്ങിയ മുഖത്ത് ഭയം തുടിച്ചു നിൽക്കുന്നു.

സുപർണയുടെ ഒരു വിദൂരഛായയുണ്ടിവൾക്ക്.

"ഇരുന്നോളൂ.." ഞാൻ പറഞ്ഞു.

മുറിക്ക് പുറത്ത് ഞാനവൾക്ക് കാവലിരുന്നു.

അപ്പുറത്ത് വിജയനും പ്രസാദും അകത്ത് കയറി വാതിലടച്ചിരിക്കുന്നു. മുകളിലും വെളിച്ചമില്ല. അവർ ഉറങ്ങിയിരിക്കുമോ. പോയി നോക്കിയാലോ. വേണ്ട ഇന്നിനി കൂടുതൽ സംസാരിക്കണ്ട.

സമയം രണ്ടരമണി കഴിയുന്നു. രണ്ടുമൂന്ന് മണിക്കൂറുകൾ കഴിഞ്ഞാൽ നേരം ഏതാണ്ട് പുലരും. അതുവരെ ഇങ്ങനെ ഇരിക്കുക തന്നെ. നല്ല തണുപ്പുണ്ട് പുറത്ത്.

മുറിയിൽ നിന്നുള്ള വെളിച്ചം ഒരു നേർരേഖപോലെ ഏറെദൂരം ഇരുളിൽ തെളിഞ്ഞുകിടന്നു. കറുത്ത വാവാവണം. ഇനിയും നിലാവുദിച്ചിട്ടില്ല. ആകാശത്ത് ഒരുപാട് നക്ഷത്രങ്ങൾ. പുറപ്പാടിന് ഒരുങ്ങിനിൽക്കുന്ന സൈന്യനിര പോലെ. അതോ കാവൽസേനയോ.

കണ്ണുകളിൽ മയക്കം പടർന്നു.

വെളുപ്പാൻകാലം.

"വരൂ.. ബസ് സ്റ്റോപ്പുവരെ ഞാൻ കൂട്ടുവരാം.."

എനിക്കു പിന്നിൽ അവൾ ഏറെ അകലത്തല്ലാതെ നടന്നു.

ഉണർന്നത് പതിവുപോലെ അഞ്ചരയ്ക്കുതന്നെ. പതിവിലും ഉച്ചത്തിൽ അപ്പുറത്തെ അമ്പലത്തിൽനിന്നും ദേവീസ്തവം ഉയർന്നിരുന്നു.

പുറത്തെ തണുപ്പിൽ ശരീരം മരവിച്ചു.

മുറിക്കുള്ളിൽ കട്ടിലിന് ചുവട്ടിൽ ചുവർ ചാരിയിരുന്ന് അവൾ നല്ല മയക്കത്തിലായിരുന്നു. ഉണർത്തുമ്പോൾ അവൾ ഞെട്ടി.

"എങ്ങോട്ടാണ് നിനക്ക് പോകേണ്ടത്..." ഞാൻ ചോദിച്ചു.

അവൾ മിണ്ടിയില്ല.

"എവിടെയാണ് നിന്റെ വീട്..."

മറുപടിയില്ല. പിന്നെയും നടന്നു.

ദൂരെ കോൺക്രീറ്റ് നിരകൾക്കുമപ്പുറത്തെ നേർത്ത പച്ചപ്പിന് മുകളിൽ ഒരുതരി വെട്ടം. ഒരു കീറ് പ്രകാശം.നിരത്തുകൾ ഉണർന്നുതുടങ്ങിയിരിക്കുന്നു.

ബസ് സ്റ്റാൻഡ് അടുക്കുമ്പോഴേക്കും ആൾപ്പെരുമാറ്റം കൂടിവന്നു. ഞാൻ തിരിഞ്ഞുനോക്കി. ഒട്ടൊരു സംഭ്രമത്തോടെ അവൾ ചുറ്റും നോക്കുന്നുണ്ടായിരുന്നു.

"പൊയ്ക്കൊള്ളൂ..." ഞാൻ നിന്നു.

എന്റെ മുന്നിൽവന്ന് അവൾ കൈകൂപ്പി. കണ്ണുകളിൽ നനവ് തിളങ്ങി.

"നടന്നോളൂ.." ഞാൻ പറഞ്ഞു.

ആൾരൂപങ്ങൾക്കിടയിലേക്കെങ്ങോ അവൾ നടന്നുപോയി. ഒരുനിമിഷം കൂടി നോക്കിനിന്ന് ഞാൻ തിരികെ നടന്നു.

മനസ്സിൽനിന്ന് ഒരു ഭാരം ഒഴിഞ്ഞതുപോലെ. വല്ലാത്തൊരാശ്വാസം. എന്തൊരു സമ്മർദ്ദമായിരുന്നു ഇക്കഴിഞ്ഞ മണിക്കൂറുകളൊക്കെ തനിക്ക്. തനിക്ക് തന്നെ അപരിചിതമായിത്തോന്നി ആ പെൺകുട്ടിയെ മോചിപ്പിക്കുമ്പോഴുള്ള തന്റെ പെരുമാറ്റം. പെട്ടെന്നാണ് താൻ രോഷം കൊണ്ടത്. പ്രസാദിനെ തല്ലുകവരെ ചെയ്തു. അത്രയ്ക്ക് വേണമായിരുന്നോ.. ശാന്തമായി അവരെ പറഞ്ഞു മനസ്സിലാക്കിയാൽ പോരായിരുന്നോ.. എന്താവും ഇനി അവരുടെയൊക്കെ പ്രതികരണം.. എന്തുമാവട്ടെ.. സാരമില്ല. ആ പെൺകുട്ടിയെ രക്ഷിക്കാനായല്ലോ. അതുമതി.

നേരം വെളുത്തു.

വഴിയോരത്തുകൂടി കനമുള്ള ബാഗുകൾ ചുമലിലേറ്റിപ്പോകുന്ന കുട്ടികൾ. ട്യൂഷന് വേണ്ടിയാവും ഇത്രയും നേരത്തെ. ഒരുപാട് പുസ്തകക്കെട്ടുകൾ. കളിച്ചുനടക്കേണ്ട പ്രായമാണ്, ഓരോരുത്തർക്കും.

കോളേജിൽ പഠിക്കുന്ന കാലത്ത് ആഴ്ചക്കൊടുവിൽ വീട്ടിൽപോയി മടങ്ങുമ്പോഴൊക്കെ വെളുപ്പാൻകാലത്താവും തന്റെ യാത്ര. ബസ് റൂട്ടിലെത്താൻ ഒരുപാട് നടക്കണമായിരുന്നു വീട്ടിൽനിന്ന്. ആദ്യമൊക്കെ ചൂട്ടു കത്തിച്ചു വീശി മുന്നിൽ പരമേട്ടൻ നടക്കുമായിരുന്നു. വാതോരാതെ സംസാരിച്ചുകൊണ്ടാവും ഏട്ടന്റെ നടപ്പ്. ഒരുപാട് പ്രായമുള്ള ഒരാളെപ്പോലെയായിരുന്നു അന്നുമേട്ടൻ. കോളേജിലെ വിശേഷങ്ങളൊക്കെ ഏട്ടൻ ചോദിച്ചറിയും. ഒത്തിരി കൗതുകത്തോടെ. ഏട്ടന് കിട്ടാതെ പോയ ഒരു ഭാഗ്യമായിരുന്നല്ലോ അത്.

ഓഫീസ്. നട്ടുച്ച.

"അജയനെക്കാത്തൊരാൾ പുറത്തുനിൽക്കുന്നു.." പത്മജ പറഞ്ഞു.

"ഉം.."

"എവിടാരുന്ന് കുറച്ച് മുൻപ്.... ഇവിടെങ്ങും കണ്ടില്ലല്ലോ...?"

"എ ഒയുടെ മുറീലായിരുന്നു ഞാൻ.. പഴയ സ്റ്റാറ്റിറ്റിക്സ് ഒന്നു പരീക്ഷിക്കയായിരുന്നു..." ഞാൻ പറഞ്ഞു.

ഞാൻ പടികളിറങ്ങി വരാന്തയിലേക്ക് നടന്നു. പുറത്തേക്കുള്ള വാതിലിനടുത്ത് ചുവർചാരി വിജയൻ നിൽക്കുന്നു. എന്നെക്കണ്ട് അവൻ മുഖം കുനിച്ചു.

"വരൂ.." ഞാനവന്റെ ചുമലിൽ തട്ടി.

ഗേറ്റിനരികിൽ പൂത്തുലഞ്ഞ് ചാഞ്ഞുനില്ക്കുന്ന വാകയുടെ തണലിലേക്ക് ഞാനവനെ നയിച്ചു.

"എന്തുപറ്റി നിനക്ക്.." ഞാൻ ചോദിച്ചു.

"അജയേട്ടൻ ക്ഷമിക്കണം.." അവൻ അപേക്ഷിച്ചു. "ഇന്നലത്തെ

കാര്യങ്ങൾ.. അറിയാതെ പറ്റിപ്പോയതാണ്.. ഞാൻ അത്തരക്കാരനല്ലെന്ന് അജയേട്ടന് അറിയാമല്ലോ.."

"സാരമില്ല." ഞാൻ പറഞ്ഞു. "പക്ഷേ, മോശമായിപ്പോയി.. നിങ്ങളെക്കുറിച്ചൊക്കെ മറ്റൊരു തരത്തിലും ഞാൻ കരുതിയിരുന്നില്ല.."

"അജയേട്ടാ.. ഒരു പ്രത്യേക സാഹചര്യത്തിലാണ് അതൊക്കെ സംഭവിച്ചത്.. ഒന്നും മനഃപൂർവ്വമല്ല.."

"അതിരിക്കട്ടെ.. ആരാണാ കുട്ടി.."

"പ്രസാദിന്റെ പരിചയത്തിൽപ്പെട്ട ഒരാളുടെ കാമുകിയായിരുന്നെന്നാണ് അവൻ പറഞ്ഞത്.. അയാളോടൊപ്പം ഒരിക്കൽ കാണിച്ചുതരികയും ചെയ്തിരുന്നു... അയാൾ ആ കുട്ടിയെ നശിപ്പിച്ചു.. പിന്നെ പ്രസാദ് വഴി അവളെ ഞങ്ങൾക്ക് കാഴ്ചവയ്ക്കുകയായിരുന്നു. പറഞ്ഞ് തെറ്റിദ്ധരിപ്പിച്ച് ആ കുട്ടിയെ അവിടെത്തിച്ചതും അയാളാണ്... ആ കുട്ടി നിലവിളിച്ചപ്പോഴാണ് കാര്യത്തിന്റെ ഗൗരവമൊക്കെ പിടികിട്ടുന്നത്... അപ്പോഴേക്കും അജയേട്ടൻ ഇടപെട്ടുകഴിഞ്ഞിരുന്നു.."

"എവിടെയുള്ള കുട്ടിയാണവൾ.." ഞാൻ ചോദിച്ചു.

"അതൊന്നുമറിയില്ല.. അജയേട്ടൻ ക്ഷമിക്കണം. അനിലും പ്രസാദുമൊക്കെ ആകെ വിഷമത്തിലാണ്.." അവന്റെ കണ്ണുകൾ ക്ഷമയാചിച്ചു.

"നീ പൊയ്ക്കൊള്ളൂ.. ഞാനെല്ലാം മറന്നു. വൈകിട്ട് കാണാം നമുക്ക്.." ഞാൻ പറഞ്ഞു.

അവൻ ഗേറ്റിനരികിലേക്ക് നടന്നു.

"നില്ക്കൂ." ഞാൻ അവന്റെയടുത്തേക്ക് ചെന്നു.

"എന്താ അജയേട്ടാ.."

"എന്റെ ഭാഗത്തുനിന്ന് എന്തെങ്കിലും മനഃപ്രയാസം ഉണ്ടായെങ്കിൽ ക്ഷമിച്ചേക്കണം. അന്നേരം അങ്ങനെ ചെയ്യാനാണ് എനിക്ക് തോന്നിയത്. മറ്റു കാര്യങ്ങളിലൊന്നും ഞാനിടപെടാറില്ലെന്ന് അറിയാമല്ലോ. പൊയ്ക്കൊള്ളൂ.." ഞാൻ പറഞ്ഞു.

അവൻ നടന്നു.

നന്നായി. നല്ലവനാണ് വിജയൻ. ഇങ്ങനെയൊക്കെ വന്നുപറഞ്ഞില്ലായിരുന്നുവെങ്കിൽ വല്ലാത്തൊരു അകൽച്ചയായേനെ പിന്നീട്. പതിവിൽക്കവിഞ്ഞ ഒരടുപ്പം തനിക്കവരുമായി ഇല്ലെങ്കിൽകൂടി ഒരു മതിലിനുള്ളിൽ കഴിയുന്നവരെന്ന നിലയിലുള്ള ഒരു പ്രത്യേകബന്ധം താനെന്നും സൂക്ഷിച്ചിരുന്നു. അവരുടെ ബഹളങ്ങൾക്കൊന്നും താൻ കൂട്ടുനിൽക്കാറില്ലെങ്കിലും ഒരു ശല്യമാകാറില്ല. ഒരുപാട് കടന്നുപോയി, പക്ഷേ ഇത്. പ്രായത്തിന്റെ പ്രേരണകളാവാം. ക്ഷമിക്കപ്പെടേണ്ടവ. ഒന്നുവിശകലനം ചെയ്യുമ്പോൾ കൊടും ക്രൂരതയാണെന്നു കാണാം. കിട്ടുന്ന അവസരങ്ങൾ പാഴാക്കാത്തവർ. താനെന്തേ ഇങ്ങനെയായി.

"അജയനിന്ന് ബിസിയാണല്ലോ.." പത്മജ പറഞ്ഞു.

"എന്തേ.."

"എ ഒയെ സ്റ്റാറ്റിറ്റിക്സ് പഠിപ്പിക്കൽ.. പിന്നെ സന്ദർശകർ.." പത്മജ കളിയാക്കിചിരിച്ചു.

"ഏയ് ഒന്നുമില്ല.. എങ്കിലും ഫയൽക്കൂമ്പാരങ്ങളൊന്നും എന്റെ ടേബിളിലില്ല.." ഞാൻ പറഞ്ഞു.

"ങ്ഹും.. കളിയാക്കണ്ട. വന്നോളും..." പത്മജ പരിഭവപ്പെട്ടു. പിന്നെ ചിരിച്ചു.

എന്തേ ഈയിടെയായി തന്നോടവർ കൂടുതൽ സംസാരിക്കുന്നു. ചിലപ്പോഴൊക്കെ വെറുതെ അതിനവസരങ്ങൾ ഉണ്ടാക്കുന്നുവെന്ന് തോന്നും. താൻ വരുന്നതും പോകുന്നതുമൊക്കെ സസൂക്ഷ്മം നിരീക്ഷിക്കുന്നതുപോലെ. വെറും തോന്നലാവാം. എന്തുമാവട്ടെ.. തന്റെയടുത്ത ടേബിളിലേക്ക് അവർ മാറിയിട്ട് ദിവസങ്ങൾ കുറച്ചേ ആയിട്ടുള്ളൂ.. അവരുടെ ശീലമാവാം. അവർ ഈയിടെ നന്നായി ഒരുങ്ങുന്നുമുണ്ട്.

അഞ്ചുമണി ആകുന്നതേയുള്ളൂ. ഫയൽക്കൂമ്പാരങ്ങൾക്കിടയിൽ കസേരകൾ ഒഴിഞ്ഞുകഴിഞ്ഞു. അകത്തെവിടെയോ വാതിലുകളടയ്ക്കുന്ന ശബ്ദം. ശിവരാമേട്ടനാവും. ഇനി താനേ ബാക്കിയുണ്ടാവുള്ളൂ. എല്ലാവർക്കും തിടുക്കമാണ്. പഴമണമുള്ള ഈ കസേരകളുടെയും മേശകളുടെയും ഫയലുകളുടെയും ഇടയിൽനിന്ന് രക്ഷപ്പെടാൻ. അവസാനം പോകുന്നത് എന്നും താൻതന്നെയാണ്. ആദ്യമെത്തുന്നയാളും മറ്റാരുമല്ലല്ലോ.

ശ്രമിച്ചാലും മാറാനാവാത്ത പതിവുകൾ. അത്ഭുതത്തോടെ പലരും ചോദിക്കും എങ്ങനെ കഴിയുന്നുവെന്ന്. തെറ്റാത്ത സമയനിഷ്ഠയും കൃത്യതയും. ഒരു വ്രതംപോലെ. ഒരുനിമിഷം പോലും താമസിക്കരുതെന്ന നിശ്ചയം ഒരു ഭീതിയാണ് തനിക്ക്. അല്ലെങ്കിൽ എന്തോ സംഭവിക്കുമെന്ന ഉൾപ്പേടി. മനസ്സിന്റെ വേവലാതി.

.............മാറത്തടക്കിപ്പിടിച്ച പുസ്തകക്കെട്ടുമായി വയലിന് കുറുകെ ഓട്ടം. കരപറ്റുമ്പോഴേക്കും ദൂരെ മണിയടി കേൾക്കാം. പിന്നെയുമോടണം അരനാഴികയോളം. ഗേറ്റിനരികിൽ മീശ വിറപ്പിച്ച് ഹെഡ്മാസ്റ്റർ നിൽപ്പുണ്ടാവും. കൈനീട്ടിക്കൊണ്ടാവും ചെല്ലുക. കണ്ണുകളടച്ചുപിടിക്കും. തീക്കമ്പുകൊണ്ട് തല്ലുന്നതുപോലെ തോന്നും. ക്ലാസ് മുറിക്ക് പുറത്തുള്ള ബെഞ്ചിൽ ഒന്നാം പീരിയഡ് തീരുവോളം പുസ്തകക്കെട്ട് തലയിൽ ചുമന്നുള്ള നില്പ്. കരഞ്ഞിട്ടില്ല, ഒരിക്കലും...

കണ്ണുനിറയുന്നു. ഓർക്കരുത്. ഒന്നും. ആരുടെയോ പരിഹാസച്ചിരി ഉള്ളിലെങ്ങോ ഉച്ചത്തിൽ മുഴങ്ങുന്നു. പിന്നെയും പിന്നെയും.

ഒറ്റപ്പെട്ട വഴികളിൽ പിന്നെ സമയം തെറ്റിക്കേണ്ടിവന്നില്ല. അതൊരു ശീലമായിപ്പോയി. കൈനീട്ടാനുള്ള മടി. ക്ഷമ ചോദിക്കുവാനുള്ള വൈമനസ്യം. താമസിച്ചപ്പോഴൊക്കെ ലീവെടുത്ത് തിരികെ പോയിട്ടുണ്ട്. സന്തോഷത്തോടെ.

സായാഹ്നം. സന്ധ്യ.

ഇരുട്ട് പരക്കുന്നു.

"അജയേട്ടൻ ക്ഷമിക്കണം.." പ്രസാദ്. മദ്യത്തിന്റെ ഗന്ധം.

"നീ കുടിച്ചിട്ടുണ്ടോ..."

"ക്ഷമിക്കണം.. അജയേട്ടൻ നല്ലവനാണ്... ക്ഷമിക്കണം.. ഞാനിനി... തെറ്റ് ചെയ്യുകയില്ല.. ക്ഷമിക്കണം.."

"ക്ഷമിക്കാം.. നീ പൊയ്ക്കൊള്ളൂ.."

അയാൾ കെട്ടിപ്പിടിച്ച് വിതുമ്പി.

"ക്ഷമിക്കണം.."

"ക്ഷമിക്കാം.."

......കണ്ണീർ ചാലൊഴുകിയ കവിളുകൾ. വിതുമ്പുന്ന ചുണ്ടുകൾ. കൈകൂപ്പി പിരിയുന്ന ആ മുഖം ഒരു ദീപം പോലെ മനസ്സിൽനിന്നു കത്തുന്നു.

4

പുറത്ത് ചുമകേട്ടു. അച്ഛനാവും. ഞാൻ പുറത്തേക്കിറങ്ങിനിന്നു.

"നീ എപ്പഴാ വന്നത്." അച്ഛൻ ചോദിച്ചു.

"സന്ധ്യയായി.. അച്ഛനെന്താ താമസിച്ചെ.."

"വടക്കേതില് തടിക്കണക്കിന്റെ ഒരു കുറിപ്പ് ഏൽപ്പിക്കാനുണ്ടായിരുന്നു..അവിടിരുന്നു കുറച്ചുനേരം..."

അച്ഛൻ കൈയിലിരുന്ന പണിസഞ്ചി തിണ്ണയിൽവച്ചു. തോളിൽകിടന്ന തോർത്തെടുത്ത് തിണ്ണ തുടച്ച് അവിടിരുന്നു. പിന്നെയും ചുമച്ചു.

"ഇങ്ങനെ വയ്യാഞ്ഞിട്ട് പണിക്ക് പോണ്ടായിരുന്നു..." ഞാൻ പറഞ്ഞു. അച്ഛൻ അത് കേട്ട് ചിരിച്ചു. പതിവ് ചിരി.

"ഈ ചുമയോ.. അത് പണ്ടേ ഉള്ളതാ.. സാരോള്ളതല്ല... പോകാതിരുന്നാലോ... ആരോഗ്യം അനുവദിക്കുവോളം പണിക്ക് പോവാം.. വെറുതെ ഇരിക്കാൻ ഇവിടെ എന്താ ഉള്ളത്.. നിന്റെ കൈയില് ബാക്കി വരുന്നത് നിനക്കുകൂടി തികയ്ണുണ്ടാവുമോ..പോവാം, കിടപ്പാവും വരെ..."

ഞാനൊന്നും മിണ്ടിയില്ല. ചോദ്യവും മറുപടിയും ഏറെ നാളായി ആവർത്തിക്കുന്നു. ഒരേ ചോദ്യം. ഒരേ ഉത്തരം. കൂടുതൽ വാക്കുകൾക്കുവേണ്ടി എന്തേ ഒന്നും സംഭവിക്കുന്നില്ല.

"സുജേടടുത്ത് നീ പോവാറുണ്ടോ..." അച്ഛൻ ചോദിച്ചു.

"ഈയടുത്ത് പോയിരുന്നു.."

"ചന്ദ്രനെ കണ്ടോ.."

"ഇല്ല.."

അല്പനേരം അച്ഛനൊന്നും സംസാരിച്ചില്ല. ഒരു നെടുവീർപ്പിന്റെ

നേർത്തശബ്ദം ഞാനറിഞ്ഞു. എന്തോ ആലോചിക്കുമ്പോലെ അച്ഛൻ തലകുമ്പിട്ടു.

"ഒരുപാട് ഉപദ്രവിക്കുന്നുണ്ടോ അവനവളെ..കഷ്ടം...നല്ല സമാധാനമുള്ള കുട്ടിയായിരുന്നു.. മറ്റു പെമ്പിള്ളാരെപ്പോലെ ഒന്നിനും ആഗ്രഹിച്ചിട്ടും വാശിപിടിച്ചിട്ടും കൂടിയില്ല. വിധി..."

കേട്ടുനിൽക്കാൻ അപ്പോഴെനിക്ക് മടിയായി. വയ്യ. വീട്ടുപടിക്കൽനിന്ന് റോഡിലേക്കെത്തുന്ന ഊടുവഴിയിലേക്ക് ഞാൻ മെല്ലെ നടന്നു.

"എങ്ങോട്ടാ പോകുന്നേ നീ..." അമ്മ പുറകെ ചോദിച്ചു. "അച്ഛൻ കുളിച്ച് കേറുമ്പോഴേക്ക് ഇങ്ങുപോരണം..."

റോഡ് വിജനമാണ്. അങ്ങിങ്ങ് മുനിഞ്ഞുകത്തുന്ന വഴിവിളക്കുകൾ. വളവുതിരിയുന്നിടത്ത് സുലൈമാനിക്കയുടെ ചായക്കട. അങ്ങോട്ടുനടന്നു.

"നീ എപ്പെഴെടാ വന്നേത്...." ഇക്ക ചോദിച്ചു.

"സന്ധ്യയായി..."

"എന്തേ ഇങ്ങോട്ടിറങ്ങാത്തേ.." ഇക്ക പരിഭവപ്പെട്ടു.

"ദാ, എത്തിയല്ലോ.. അച്ഛൻ വന്നിട്ട് ഇങ്ങോട്ടിറങ്ങാന്ന് വിചാരിച്ചു... അതാ.."

"മൂപ്പര് ഇപ്പോ പോണ കണ്ടല്ലോ..."

"വന്നു... അപ്പൊഴാ ഞാനിറങ്ങിയത്..."

"ഇതാരാ.. ന്റെ മകനോ..." കൗസുമ്മ. "ഇരിക്കെടാ മോനെ..." അവർ ബെഞ്ച് തുടച്ചു.

"എന്തുണ്ട് നഗരത്തില് വിശേഷങ്ങള്..." ഉമ്മ ചോദിച്ചു.

"ഒന്നൂല്ലാ.. ഒരുപാട് ആളും തിരക്കും വണ്ടികളും... വേറെ ഒന്നൂല്ലുമ്മാ.." ഞാൻ പറഞ്ഞു.

"ന്റെ കുട്ട്യേ.. എന്നും ഇതൊക്കെ തന്നാ നീ പറയണ്ത്.." ഉമ്മ ചിരിച്ചു. കൂടെ സുലൈമാനിക്കയും.

ഇക്ക കടയ്ക്ക് മുന്നിലെ വിളക്കണച്ചു. ചുരുട്ടിവച്ചിരുന്ന തുണിമറ ഇളക്കിയിട്ടു. അങ്ങിങ്ങു പിഞ്ഞിയ തുണിമറയിലൂടെ തെരുവിന്റെ അങ്ങേയറ്റം വരെ കാണാം.

"ന്റെ അബു ഉണ്ടായിരുന്നേല്.. ന്റെ മോന്റത്രേം വന്നേനെ" കൗസുമ്മ പറഞ്ഞു. "നെനക്ക് പറഞ്ഞിരിക്കാൻ ഒരാളായേനെ..." ഉമ്മ വിതുമ്പി. തലമൂടിയ തട്ടത്തിൽ കണ്ണുതുടച്ചു.

"എന്താ പറയ്ണ്ത് കൗസൂ.. ഇച്ചെറുക്കൻ വരുമ്പോഴൊക്കെ ഇതേള്ളോ നെനക്ക്.. വർഷം എത്രയായീന്നു വിചാരിച്ചിട്ടാ.." ഇക്ക കയർത്തു.

"പറയട്ടെ ഇക്ക.." ഞാൻ വിലക്കി. "ഉമ്മേടെ വിഷമം കൊണ്ടല്ലേ..."

ഞാനെഴുന്നേറ്റ് കൗസുമ്മയുടെ അടുത്തുചെന്ന് ചുമലിൽ തട്ടി. അവർ എന്റെ കൈത്തണ്ട പിടിച്ച് ചുംബിച്ചു.

"കരയ്ണ് ല്ലെടാ മോനേ.. നെന്നെ കാണുമ്പോഴൊക്കെ ഓനെ ഓർക്കാണ്ടിരിക്കാൻ പറ്റൂല..അതാ.." അവർ പിന്നെയും വിതുമ്പി.

"സാരമില്ല."

കൗസുമ്മ അകത്തേക്ക് പോയി. സുലൈമാനിക്ക അന്നത്തെ വരവുചെലവുകൾ കുറിക്കാനിരുന്നു.

"എങ്ങിനുണ്ടിക്കാ കച്ചോടം.." ഞാൻ തിരക്കി.

"ങ്ഹാ അങ്ങനെ പോണു.. ഇതങ്ങ് അവസാനിപ്പിച്ചിട്ട് വേറെ പണീല്ലല്ലോ.." ഇക്ക പറഞ്ഞുചിരിച്ചു.

"എന്നാ ഞാനിറങ്ങുന്നു... വരാം..."

"ഓ...കൈയില് വെട്ടോന്നുമില്ലെ.. ഇഴജന്തുക്കളൊണ്ട്.. ഒരുപാട്.." ഇക്ക പറഞ്ഞു.

"സാരമില്ല.. പൊയ്ക്കൊള്ളാം."

ഞാൻ വീട്ടിലേക്ക് നടന്നു.

അബുവിനെ ഓർത്തു. കുട്ടിക്കാലത്തെ തന്റെ ഒറ്റച്ചങ്ങാതി. എട്ടാന്തരം വരെ ഒരേ ബെഞ്ചിലിരുന്ന് പഠിച്ചവൻ. ഓണാവധി കഴിഞ്ഞ് പള്ളിക്കൂടം തുറന്ന ഏതോ ഒരുദിവസം അവൻ നാടുവിട്ടു. നാടുവിടുന്ന കാര്യം തന്നോട് പറഞ്ഞിരുന്നില്ല. ഒരുദിവസം പള്ളിക്കൂടം വിട്ടുപോരുന്ന വഴിക്ക് തന്റെ കണ്ണുതെറ്റിച്ച് അവൻ കടന്നു. പിന്നെ വന്നിട്ടില്ല ഇതേവരെ. ഒരു വിവരവും കിട്ടിയിട്ടുമില്ല. ഒരുപാട് അന്വേഷണങ്ങൾ നടന്നു പലവഴിക്ക്. പല നാട്ടില്. എങ്ങും കണ്ടെത്തിയില്ല. നാട്ടുകാർ ഓരോ കഥകൾ പറഞ്ഞുനടന്നിരുന്നു. ഇപ്പോഴതുമില്ലാതായി. അബുവിനെ ആരും ഓർക്കാതായി. കൗസുമ്മയൊഴികെ, സുലൈമാനിക്കയൊഴികെ, പിന്നെ താനൊഴികെ. വർഷം പത്തിരുപതാവുന്നു. എങ്കിലും ഇന്നലെയെങ്ങോ എന്നപോലെ.

"എന്തേ നീ താമസിച്ചത്.. അച്ഛനിരുന്നു.." അമ്മ പറഞ്ഞു. "കൈകഴുകിവരൂ.. എടുത്തുവെച്ചത് തണുത്തിട്ടുണ്ടാവും..."

"സുലൈമാനിക്കയുടെ അടുത്തുപോയി.. അതാ താമസിച്ചത്.." ഞാൻ കൈകഴുകി അത്താഴത്തിനിരുന്നു. "നീ മെലിഞ്ഞിരിക്കുന്നു.. എന്താ നീയവിടെ കഴിക്കുന്നെ..." അമ്മ പറഞ്ഞു. "കഷ്ടാ ചേല്..."

"വെറുതെ തോന്നുന്നതാ അമ്മയ്ക്ക്. എനിക്ക് കുഴപ്പോന്നുമില്ല..."

"വല്ലാതായി. ആഴ്ചയിലൊരിക്കലെങ്കിലും ഇങ്ങു പോന്നൂടെ നിനക്ക്... അധികം ദൂരോന്നുമില്ലല്ലോ.. എന്താ എടുക്കുന്നതവിടെ..." അമ്മ ചോദിച്ചു.

"വരാം.." ഞാനെഴുന്നേറ്റു.

അമ്മ പുറകെ വന്നു.

"പരമേശ്വരന്റെ കത്തുണ്ടായിരുന്നു അച്ഛന്." അമ്മ പറഞ്ഞു. "അവന്റെ മോൻ പത്താംതരം പരീക്ഷ കഴിഞ്ഞ് നിൽക്കുന്നത്രേ... കോളേജിലൊക്കെ അയക്കാൻ നിന്റേം കൂടി സഹായം പ്രതീക്ഷിക്കണുണ്ടാവും.. എന്തെഴുതണം."

"വരട്ടെ അവനും.."

വരട്ടെ. മാസബാക്കീല് ഒരാള്കൂടെ പങ്കുപറ്റട്ടെ. പിന്നെയും മെലിയാം.

കണക്കുകളൊക്കെ കൃത്യമാണ്. പശമുണ്ട് കുറച്ചുകൂടെ മുറുക്കണം. കണ്ടുപഴിപറയാൻ അധികമാരുമില്ലല്ലോ. സഹിക്കാം. പരമേട്ടന്റെ ഒരാശയാവും അത്.

"രാവിലെ തന്നെ പോണുണ്ടോ നീയ്..." അച്ഛൻ ചോദിച്ചു.

"പോണു.."

"സുജേടടുത്ത് എടക്ക് പോണം..അവളെ ശ്രദ്ധിക്കുന്നില്ലാന്നാ പരിഭവം.. നമ്മള് ചെല്ലുന്നതൊന്നും അവനിഷ്ടമല്ലല്ലോ.. സാരമില്ല.. സഹിക്കുക."

"ഞാൻ പോവാം..."

തിണ്ണയ്ക്ക് മുകളിലെ കൈവരിയിൽ ചുവർചാരിയിരുന്നു. കൂരിരുട്ട്. മാനംനിറയെ നക്ഷത്രങ്ങൾ. ഊടുവഴിയുടെ അങ്ങേയറ്റത്ത് റോഡരികിൽ മുനിഞ്ഞുകത്തുന്ന വഴിവിളക്ക്. അതിനപ്പുറം ആളനക്കമില്ലാത്ത തെരുവ്.

റോഡ് മുറിച്ചുകടന്നാൽ കുളത്തിലേക്കുള്ള പടവുകളായി. അൻപത്തിയേഴ് പടവുകൾ. ശ്രദ്ധിച്ചിറങ്ങിയില്ലെങ്കിൽ തെന്നിവീഴും. താഴെ കാവും കുളവും. കാൽക്കുഴയോളം മാത്രം തെളിനീർ നിറഞ്ഞ കുളം. ഒഴുക്കിനനുസരിച്ച് ചതുരത്തിൽ അത് കെട്ടിയൊരുക്കിയിരിക്കുന്നു. അതിനപ്പുറം ഒരു അമ്പതുവാര അകലെ ചെറിയ കുളം. അലക്കുകാരുടേത്. വയൽപ്പണിക്കാരും അവിടാവും കുളിയും നനയും. അപ്പുറം നീണ്ടുകിടക്കുന്ന വയലേലകളാണ്. വയലിനുകുറുകെ നടന്നുചെന്നാൽ ചെറിയൊരു കുന്നായി. കുന്നിനപ്പുറം കായലാണ്. കായലിലേക്ക് കുന്നിനെ ചുറ്റിപ്പോകുന്ന വലിയ കനാൽ. പഴയ ജലപാത. ഇപ്പോൾ ഇടയ്ക്കിടെ പോകുന്നതൊക്കെ തൊണ്ടുവള്ളങ്ങളാവും. അതുവഴി തോണീല് ആദ്യം യാത്ര ചെയ്യുന്നത് അബുവുമൊത്താണ്. മരയ്ക്കാരുടെ കെട്ടുവള്ളത്തില്. പായ് വളച്ചുകെട്ടിയ ആ വള്ളത്തിൽ തന്നെയായിരുന്നു മരയ്ക്കാരുടെ താമസവും കച്ചവടവും. ഇന്ന് തോണിയുമില്ല, മരയ്ക്കാരുമില്ല. അബുവും. എങ്ങോട്ടോ കച്ചവടത്തിന് തുഴഞ്ഞുപോയതാണ് മരയ്ക്കാർ. തിരികെ വന്നില്ല. ആലപ്പുഴയിലോ കൊല്ലത്തോ കണ്ടവരുണ്ട്.

"എടാ.." അമ്മ

"എന്തേ.."

"നിന്റെ വല്യച്ഛന് സുഖമില്ലാതെ കിടക്കുവാന്ന് ഇന്നലെ അവിടെ നിൽക്കണ ചെറുക്കൻ വന്നുപറഞ്ഞു. അച്ഛൻ പോയിരുന്നു.. നിനക്കൊന്ന് അവിടംവരെ പൊയ്ക്കൂടെ.."

"വയ്യ.. പോണില്ല.. കിടക്കട്ടെ, നമുക്കെന്താ..." ഞാൻ പറഞ്ഞു.

"എന്നാലും..."

"വേണ്ടമ്മേ.. ഒക്കെ ഭേദമായിക്കൊള്ളും... ചികിത്സിക്കാനുള്ള വകയൊക്കെ ഒരുപാടുണ്ടല്ലോ..." ഞാൻ പറഞ്ഞു. "അച്ഛനെന്തിനാ തൊട്ടതിനും പിടിച്ചതിനുമൊക്കെ ഓടിച്ചെല്ലുന്നത്..."

"വേണ്ടങ്കിൽ വേണ്ട... അച്ഛനെ നീ മുടക്കണ്ട.. അവരുടെ സ്വന്തം ഏട്ടനാ.." അമ്മ ശുണ്ഠിയെടുത്ത് അകത്തേക്കുപോയി.

വല്യച്ഛൻ പോലും. ആട്ടും തുപ്പും എത്രകാലം സഹിച്ചതാണ് ഇവിടുള്ളവരൊക്കെ. എന്നാലും കയറിച്ചെല്ലും ആജ്ഞകളനുസരിക്കും. കാരണവരുടെ സ്ഥാനമാണത്രേ. എന്നിട്ടെന്താണ്. എന്തവകാശമാണച്ഛന്. വയ്യാഞ്ഞിട്ടും അച്ഛനിന്നും പണിക്കുപോകുന്നില്ലേ. സഹായിക്കുന്നുണ്ടോ. സുജേടെ കല്യാണത്തിനുപോലും ഒന്നു കൈനീട്ടാത്തവരാ.

ഒന്നും ഓർക്കാതിരിക്കുകയാവും നല്ലത്. ഓർമ്മ ഒരു കനലാണ്. പൊള്ളുന്നതും മറ്റാർക്കുമല്ലല്ലോ. മതി. ഒക്കെയും മതി. ഓടിയൊളിക്കാൻ തനിക്കൊരു താവളമുണ്ട്. ഒരുപാടുപേരുടെ താവളം. തന്റെ നഗരം. ഒരു മുഖംമൂടി കൂടി സ്വയമണിഞ്ഞാൽ എല്ലാമായി.

"നീ കിടക്കുന്നില്ലേ.." അച്ഛൻ

"ങ്ഹാ.. അച്ഛൻ കിടന്നോളു.. വാതില് ഞാനടച്ചോളാം..."

"വൈകി.."

ഇരുട്ട് കനത്തുനിന്നു. മങ്ങിയ വെളിച്ചം ഇറയത്തുനിന്ന് മുറ്റത്തേക്ക് പരന്നുകിടന്നു. മാനത്ത് ഒരായിരം നക്ഷത്രങ്ങൾ. ഒരാഘോഷംപോലെ. ഒരു നക്ഷത്രമെങ്കിലും വന്ന് ഈ മുറ്റത്തുദിച്ചെങ്കിൽ.

വാതിലടച്ചു കിടന്നു.

മയങ്ങി.

മയക്കത്തിൽ അബു വന്നു നിറഞ്ഞു.

"തീവണ്ടി കണ്ടിട്ടുണ്ടോ നീയ്യ്.." അവൻ ചോദിച്ചു.

"ഇല്ലെടാ.. നീ കണ്ടിട്ടുണ്ടോ.."

"ഇല്ല.. എന്താ വഴി.."

"നമുക്ക് മരയ്ക്കാരോട് ചോദിച്ചാലോ.."

"ചോദിക്കാം.."

കനാലിൽ മരയ്ക്കാരുടെ കെട്ടുവള്ളം കരയ്ക്കുചേർന്നുകിടന്നു. വാതിലിന് പകരമുള്ള പരമ്പുതട്ടി കമ്പുകൊണ്ട് ഉയർത്തിവച്ചിരുന്നു. താടി തടവി ബീഡിപുകച്ച് മരയ്ക്കാരിരുന്നു.

"മരയ്ക്കാരെ..മരയ്ക്കാരെ.."

"എന്താ കുട്ടികളെ.. കണ്ടില്ലല്ലോ കൊറേ ദിവസം.."

"മരയ്ക്കാരെ, എവിടെപ്പോയാ തീവണ്ടി കാണാം.." അബു ചോദിച്ചു.

"അതോ.. പടിഞ്ഞാറ് പോകണം.. നിങ്ങടെ തെര്വ് തിരിഞ്ഞ് പടിഞ്ഞാറേക്കുള്ള വഴിയേ നടന്നാ ഒന്നര മണിക്കൂറെടുക്കും.. അതിനടുത്തൊരു ചെറിയ സ്റ്റേഷനൊണ്ട്.. പാസ്സഞ്ചറെ നിറുത്തൊള്ളൂ...ന്താ പരിപാടിയൊണ്ടോ.." മരയ്ക്കാർ ചോദിച്ചു.

അബുവൊന്നും മിണ്ടിയില്ല.

"വാടാ.. അവനെന്നെ കൈക്കു പിടിച്ചു.

പിറ്റേന്ന് ക്ലാസ്സിൽ കയറിയില്ല. പുസ്തകക്കെട്ട് തെരുവിനപ്പുറത്തെ കലുങ്കിനു കീഴിൽ ഒളിച്ചുവച്ചു. ആരും കാണാതെ പടിഞ്ഞാറോട്ടുള്ള മൺപാതയിലൂടെ നടന്നു. ഇടയ്ക്കൊരു കാളവണ്ടിക്കാരൻ ദയ കാണിച്ചു. എങ്കിലും മണിക്കൂറൊന്നെടുത്തു.

നീണ്ടുനീണ്ടുകിടക്കുന്ന റെയിൽപ്പാത. ഒരത്ഭുതം കണക്കെ ഏറെ നേരം നോക്കിനിന്നു. തീവണ്ടി കാണാതെ മടങ്ങാൻ അബു കൂട്ടാക്കിയില്ല. ഒരുപാട് കാത്തുനിന്നു. ഒടുവിൽ വണ്ടി വന്നു. ശബ്ദം കേട്ട് രണ്ടു പേരും പിന്തിരിഞ്ഞോടി. അകലെനിന്ന് കണ്ടു. നിരെനിരെ കിളിവാതിലുകളുള്ള വലിയ പെട്ടികൾ കോർത്തിട്ടതുപോലെ. ചൂളംവിളിച്ച്. കിതച്ചു കിതച്ച്..

കനാൽക്കരയിലെ മരയ്ക്കാരുടെ കെട്ടുവള്ളം.

"മരയ്ക്കാരെ.."

"എന്തോ.."

"ഈ റെയിലുകൾ എവിടാ തീരുക.." അബു ചോദിച്ചു.

"ആ.. അങ്ങ് മംഗലാപുരം കഴിഞ്ഞുണ്ടെന്നാ കേട്ടത്.."

"മരയ്ക്കാർ കേറീട്ടുണ്ടോ..."

"ഇല്ല.. ഞമ്മളീ വള്ളോംവിട്ട് എങ്ങും പോയിട്ടില്ല.. പക്ഷേങ്കില് തീവണ്ടി കണ്ടിട്ടുണ്ട്.. കൊല്ലത്ത് വെച്ച് "

അബു പോയി. പിന്നൊരിക്കലും തിരിച്ചുവരാതെ. തീവണ്ടിയിലായിരിക്കുമോ അവൻ പോയത്. എന്തേ അവൻ തിരിച്ചുവന്നില്ല.. ഒരു കത്തുപോലുമയച്ചില്ല.. ഏറെക്കഴിയാതെ മരയ്ക്കാരും പോയി, യാത്ര പറയാതെ.

എങ്ങും പോകാതെ താൻ മാത്രം..

എന്തേ താൻ മാത്രം എങ്ങും പോയില്ല.....

"നീയിനി എന്നാടാ വരിക.." അമ്മ ചോദിച്ചു.

"വരാം..."

"ഒന്നുരണ്ടു കൂട്ടര് ഇന്നാള് അച്ഛനോട് തിരക്കി..."

"എന്താ.."

"ആലോചന വല്ലതുമാവും.." അമ്മ പറഞ്ഞു.

"വേണ്ട.." മറുപടിക്ക് ആലോചിച്ചില്ല..

"വയസ്സ് മുപ്പതു കഴിഞ്ഞു നിനക്ക്..."

"ആവട്ടെ.. എന്താലോചിച്ചിട്ടാ കല്യാണോക്കെ.. കുറച്ചൂടെ കഴിയട്ടെ.."

"നീ വിഷമിക്കണ്ട.. ഞാൻ പറഞ്ഞുവെന്നേയുള്ളൂ.." അമ്മ പറഞ്ഞു നിർത്തി.

പറയാനെളുപ്പമാണൊക്കെ. അമ്മയ്ക്കും അറിവില്ലാതെ വരുമോ ബാധ്യതകളൊക്കെ. മാസം തികയ്ക്കുന്നതിന്റെ പാടൊക്കെ.

"അജയാ...." അച്ഛൻ മുറ്റത്തുനിന്ന് വിളിക്കുന്നു.

ഞാൻ മുറ്റത്തേക്ക് ചെന്നു. അച്ഛന്റെ അടുത്തുനിൽക്കുന്ന ആളെ പെട്ടെന്ന് തിരിച്ചറിഞ്ഞു. ഒരു ചെറിയ നടുക്കത്തോടെ. മേലേതിലെ വല്യങ്ങുന്ന്. ഒരുപാട് ക്ഷീണിച്ചിരിക്കുന്നു വല്യങ്ങുന്ന്. ആകെ നരച്ച് വൃദ്ധനായിരിക്കുന്നു. താനൊടുവിൽ കാണുമ്പൊഴും രൂപം ഇതായിരുന്നില്ല.

"അറിയില്ലേ നീയെന്നെ.." വല്യങ്ങുന്ന് ചോദിച്ചു.

"ഇവനെങ്ങനെ മറക്കാനാ.." അച്ഛനാണ് മറുപടി പറഞ്ഞത്. "ചെറു

തിലെ അവനവിടെ സ്ഥിരമല്ലായിരുന്നോ.."

ഞാൻ ചിരിച്ചെന്നു വരുത്തി.

"ങ്ഹാ.. നീ വന്നുവെന്നറിഞ്ഞാ ഞാനിങ്ങോട്ട് കയറിയത്.. എനിക്കൊരു കാര്യമുണ്ടായിരുന്നു തിരുവനന്തപുരത്ത് സാധിക്കാൻ.. നീ സഹായിക്കണം.. എന്തേ.."

"സഹായിക്കാം.. എന്താണാവോ..."

"പുറപ്പെടുമ്പോ അതുവഴി വരൂ. ഒരഞ്ചുമിനിട്ട് കൂടുതല് നടക്കണം. വരാവോ.. അല്ലേല്..."

"വേണ്ട.. ഞാൻ വന്നോളാം.."

"എന്നാല്.. ഞാൻ നടക്കട്ടെ രാഘവാ.."

"ഓ.. ഇവൻ വന്നോളും.." അച്ഛൻ പറഞ്ഞു.

വല്യങ്ങുന്ന് വഴിയിലേക്കിറങ്ങി. ഒരുനിമിഷം ആ പോക്ക് ഞാൻ നോക്കിനിന്നു. ഓർമ്മ വച്ചതുമുതലെ കാണുന്നതാണ്. എന്തൊരു ആകാരവും തേജസ്സുമായിരുന്നു. മറവിയിൽ നിന്നെങ്ങോ ഒരുപാടോർമ്മകൾ അപ്പോൾ ഇരമ്പിക്കിതച്ചു.

ഞാനിറങ്ങി. പതിവുപോലെ അമ്മ കണ്ണുകൾ തുടച്ചു.

"വടക്കുവശത്തെ വരമ്പിലൂടെ നടന്നോളു.." അച്ഛൻ പറഞ്ഞു. "മേലേതില് പെട്ടെന്നെത്താം.."

"എന്നാ ഞാൻ നടക്കുന്നു."

"ങ്ഹാ.. രണ്ടാഴ്ചയിലൊരിക്കലെങ്കിലും ഒന്ന് വന്നേക്കണം. നീ..... ഒരുപാട് ദൂരോന്നുമില്ലല്ലോ.." അച്ഛൻ പറഞ്ഞു.

ഞാൻ വരമ്പിലേക്കിറങ്ങി.

ഓടിച്ചാടി നടന്ന പറമ്പുകൾ. തെങ്ങിൻതോപ്പുകൾ. തനിക്ക് പത്തു വയസ്സുള്ളപ്പോൾ ഇടിത്തീ വീണുനശിച്ച വലിയ കാറ്റാടിമരം പാതി കരിഞ്ഞുനിൽക്കുന്നു. അതിനിയും വീണിട്ടില്ല. ഒളിച്ചും പതുങ്ങിയും മാങ്ങയെറിഞ്ഞുവീഴ്ത്തി രസിച്ച പഴയ മാവുകൾ. അല്ലലറിയാത്ത നാളുകൾ.

വല്യങ്ങുന്ന് പൂമുഖത്തുതന്നെ ഉണ്ടായിരുന്നു.

"വരിക.. കയറിവരിക..." അദ്ദേഹം പറഞ്ഞു.

ഞാൻ കയറിച്ചെന്നു. പഴയ പൂമുഖത്തെ തടിത്തൂണുകളില്ല. ആകെ ഒന്നു പുതുക്കിയിരിക്കുന്നു.

"ഇരിക്കൂ..."

ഞാനിരുന്നു.

"അറിഞ്ഞിരിക്കുമല്ലോ കാര്യങ്ങളൊക്കെ.. മാലിനീടെ..."

"അറിഞ്ഞു... പത്രത്തിൽ വായിച്ചു.."

"ആറ് മാസമായി.. അടക്കമൊക്കെ അങ്ങവരുടെ നാട്ടിലായിരുന്നു. അവളേം കുട്ടിയേം ഞാനിങ്ങ് കൂട്ടിക്കൊണ്ടുപോന്നു... അവള് രണ്ടാമതും ഗർഭിണിയായിരിക്കുമ്പോഴാ.. കഷ്ടം.." വല്യങ്ങുന്നിന്റെ സ്വരമിടറി. കുറച്ചുനേരം പിന്നൊന്നും മിണ്ടിയില്ല.

"ഞാനെന്താണ് വേണ്ടത്..." ഞാൻ ചോദിച്ചു. തിടുക്കമായി തനിക്ക്.

കേൾക്കാൻ വയ്യ... ഓരോ ദുരന്തങ്ങൾ.. ഇനി ആ മുഖംകൂടി കാണേണ്ടി വരുമോ..."

"ങ്ഹാ... അവന്റെ മരണവുമായി ബന്ധപ്പെട്ട് ഒരു കേസ് നടക്കുന്നുണ്ട്.. നമുക്കനുകൂലാ.. അതിന്റെ ഒന്ന്രണ്ട് രേഖകള് തിരുവനന്തപുരത്തെത്തിക്കണം.. അതിനാ തന്നെ ബുദ്ധമുട്ടിച്ചത്.. ഇതാ.."

"ബുദ്ധിമുട്ടോ.. അങ്ങനെ പറയരുത്.." ഞാൻ തിരുത്തി.

"ദാ, ഇത് ആർ ടി ഒയ്ക്കാണ്.." അദ്ദേഹം ചില പേപ്പറുകൾ കാണിച്ചു. "ഇത് വക്കീലിന്... വിലാസം എഴുതീട്ടുണ്ട്.. അറിയ്യോ നിനക്ക്..."

"സ്ഥലമറിയാം.."

"വൈകരുത്.."

"ഇല്ല.. എത്തിയാലുടൻ ഞാൻ കൊണ്ടേല്പിക്കാം.. എന്നാ ഞാനിറങ്ങുന്നു."

"ഇരിക്ക്.. മോള് ചായ എടുക്കുവാ.. മോളേ മാലിനീ......" വല്യങ്ങുന്ന് അകത്തേക്ക് നോക്കി വിളിച്ചു.

വിളിച്ചുതീരുംമുൻപ് ചായക്കപ്പുകളുമായി മാലിനി വന്നു. അപരിചിതമായിത്തോന്നി തനിക്കാ രൂപവും ഭാവവും. നിറവയർമാത്രം തെളിഞ്ഞു നിന്നു. ആകെ മെല്ലിച്ചിരിക്കുന്നു. തിരിച്ചുപോകുംമുൻപ് തന്റെ മുഖത്തേക്ക് ആ നോട്ടം വന്നു.. അരുതെന്ന് താനാഗ്രഹിച്ച ആ ദർശനം.. എന്താണ് ആ മുഖത്ത് എഴുതിവെച്ചിരിക്കുന്നത്.

മനസ്സ് ഒന്നു വിങ്ങിയതുപോലെ. എവിടെയോ ഒരു നീറ്റൽ പടർന്നു. ഒരു വിമ്മിഷ്ടം. ഒരുതരി വേദന.

"ഞാനിറങ്ങുന്നു."

"പെട്ടെന്ന് നടന്നാ എട്ടരയ്ക്കുള്ള ബസ്സുകിട്ടും.. ഒറ്റ ബസ്സാ, ഇതുവഴി... അല്ലേല് അങ്ങ് കവലവരെ പോണം.."

"ങ്ഹാ....."

തിരശ്ശീല നീക്കി ആ മുഖം പിന്നെയും പ്രത്യക്ഷപ്പെട്ടുവോ. തിരിഞ്ഞുനോക്കാതെ ഞാൻ നടന്നു.

5

ഓർമ്മ.

ഒരു പതിനേഴ് വയസ്സിന്റെ താളം. ഇളക്കം.

ഓരോ പൂവിനും ഒരു സുന്ദരിയുടെ മുഖം കരുതിവെച്ചു. ഓരോ ഭാവവും അവൾക്കുവേണ്ടി ഒരുക്കിവച്ചു. ഒരുപാട് മിഥ്യാബോധങ്ങളുടെയും സ്വപ്നങ്ങളുടെയും കാലം. തിരിച്ചറിവിന്റെ വ്യർത്ഥദിനങ്ങളിലേക്ക് എല്ലാമൊടുങ്ങുമ്പോൾ അന്തിച്ചുപോയിരുന്നു.

ഒരു സായാഹ്നം.

"കുട്ടീടെ വര നന്നായിട്ടുണ്ട്.. ഇത്ര പ്രതീക്ഷിച്ചില്ല. വരച്ച് വരച്ച് വല്യ ആളാവോ.." നുണക്കുഴി തെളിഞ്ഞുവന്നു.

"ആവോ.."

"കുട്ടി ഡിഗ്രിക്ക് ചേർണില്ലെ..."

"ചേരണം.."

"നഗരത്തിലാവും പോവുക, അല്ലെ.. ഡിഗ്രിയില്ലല്ലോ ഇവിടെ.."

"അറിയില്ല... കുട്ടിയോ.."

"അറിയില്ല.. അച്ഛനൊന്നും തീരുമാനിച്ചിട്ടില്ല.."

പിന്നിൽ നടന്നു. ഒപ്പം നടക്കാൻ ഒരു രസം. ഒരുന്മാദം. വരമ്പത്ത് ഒരുപാട് തൊട്ടാവാടികൾ നാണിച്ച് മുഖം കുനിച്ചു.

"കുട്ടി പൊയ്ക്കൊള്ളൂ.." അവൾ പറഞ്ഞു. "ഞാനിനി ഒറ്റയ്ക്ക് പോവാം.."

"ങ്ഹും.."

അവൾ നടന്നു. പച്ചനിറമുള്ള പാവാടയിലെ കസവുകരയ്ക്കും കണങ്കാലുകൾക്കും ഒരേ നിറം. പാദസരങ്ങളുടെ കിലുക്കം ഒരു സംഗീതം പോലെ.

രാത്രിമയക്കത്തിൽ രാജകുമാരനായി. പല്ലക്കിലെത്തിയ രാജകുമാരിയുടെ മുഖം ഒരുനോക്ക് കാണുംമുമ്പ് ഞെട്ടിയുണർന്നു. പുറത്ത് മച്ചിൽനിന്ന് പല്ലി വീണിരിക്കുന്നു. ആരാവും ആ രാജകുമാരി. ചിരി വന്നു.

മറ്റൊരു സായാഹ്നം.

"കാത്തുനില്പാണോ ആരെയെങ്കിലും.." അവൾ ചോദിച്ചു.

"കുട്ടി ഈ വഴി വരുമെന്നറിയാമായിരുന്നു." സങ്കോചത്തോടെ പറഞ്ഞു.

"കുട്ടി ഇവിടെ നിൽക്കുമെന്ന് ഞാനും വിചാരിച്ചു.." നുണക്കുഴി പിന്നെയും തെളിഞ്ഞു. കണ്ണുകളിൽ നാണം വിടർന്നു. ഇമചിമ്മി പരസ്പരം.

"ഇന്നുമുണ്ടോ, വര.."

"ഇല്ല.." ഞാനത് മറച്ചുപിടിച്ചു.

"എന്തേ പുറകിൽ മറയ്ക്ക്ണെ.... കാണിക്ക്..."

ഞാൻ ഒഴിഞ്ഞുമാറി.

"കാണിക്ക്.." അവൾ പിന്നാലെ വന്ന് കൈത്തണ്ടയിൽ പിടിച്ചു. ആദ്യത്തെ സ്പർശനം.

"ഇതാര്ടെ പടാ.."

"സൂക്ഷിച്ച് നോക്ക്.."

ആ മുഖം പെട്ടെന്ന് വിവർണമായി. വിവശമായി. കവിളുകളിൽ കുങ്കുമം പടർന്നു. കണ്ണുകളിൽ ഒരു പുതിയ തിളക്കം പൊടിഞ്ഞു.

വരമ്പത്തുടെ അവൾ ഓടിപ്പോയി. കസവുകരയുടെ തിളക്കം പോക്കുവെയിലേറ്റുവാങ്ങി.

പിന്നെയും സായാഹ്നം.

"കുട്ടീ.."

"ഉം..."

"ആരെങ്കിലും കണ്ടാലോ.." അവൾ പറഞ്ഞു. കണ്ണുകളിൽ ഭയമോ ആകാംക്ഷയോ..

"ഈ വഴി ഈ സമയത്ത് ആരും വരില്ല.." ഞാൻ പറഞ്ഞു.

തെറ്റിക്കാടുകൾക്ക് മറവിൽ അവൾ എന്നെ ചേർന്നുനിന്നു.

"പേടിയാവ്ണു.."

"പേടിക്കണ്ട....

ചുണ്ടുകൾ വിറയോടെ പരസ്പരം സ്പർശിച്ചു. വിരലുകളിൽ പുതിയ കണ്ടെത്തലുകളുടെ മൃദുത്വം. കൈകൾകൊണ്ട് മുഖം പൊത്തി അവൾ നെഞ്ചോട് ചേർന്നു. മുടിയിഴകളിൽ ചൂടിയ തുളസിക്കതിരിന്റെ പരിശുദ്ധഗന്ധം.

"ആരെങ്കിലും അറിയ്യോ..."

"അറിയില്ല.."

ആരുമറിഞ്ഞില്ല.

അറിയാത്ത സ്പർശനങ്ങളുടെ സ്പർശനം. ഗന്ധങ്ങളുടെ ഗന്ധം.

പരസ്പരം മറന്നു ലയിക്കുന്ന അറിയാത്ത ലോകം. മനോഹരമായ ദിനങ്ങൾ.

ഒടുവിലെ സായാഹ്നം.

"കുട്ടി നാളെ പോവുകയല്ലേ.." അവൾ ചോദിച്ചു.

"ഉം.."

"എന്നാ വരിക.."

"അവധിക്ക്.."

മൗനം. ഒത്തിരിനിമിഷത്തെ മൗനം.

"ഇനി നമ്മൾ ഇങ്ങനെ കാണുമോ.." അവൾ ചോദിച്ചു.

"കാണാം.."

"വേണ്ട കുട്ടീ.."

"എന്തേ.." ഒരു നടുക്കം.

"വേണ്ട.. വേണ്ട..." അവൾ വിതുമ്പി. നെഞ്ചിൽ മുഖം ചേർത്ത് ഇറുകെപ്പുണർന്ന് അവൾ കരഞ്ഞു.

"എനിക്ക് കുട്ടിയെ ഇഷ്ടമാണ്.. സ്നേഹമാണ്.."

"വേണ്ട കുട്ടീ.. വേണ്ട.."

"എനിക്ക് കുട്ടിയെ പിരിയാൻ വയ്യ.." ശബ്ദമിടറി.

"അരുത്.. വേണ്ട കുട്ടീ... ശരിയാവില്ല. ഒന്നും ശരിയാവില്ല.." അവൾ കരച്ചിലടക്കി.

"എനിക്ക്..."

"വേണ്ട.. പറയണ്ട.. ഒന്നും നടക്കില്ല.. ഞാൻ പോകുവാണ്.. ഇനി കുട്ടിയെ കാണാൻ വരില്ല.. കുട്ടി പൊയ്ക്കൊള്ളൂ.. പൊയ്ക്കൊള്ളൂ.."

"കുട്ടീ.."

"ഞാൻ പോകുവാണ്"

"കുട്ടീ.."

വരമ്പത്തൂടെ ഒരു തേങ്ങൽ അകന്നകന്നുപോയി.

മനസ്സിന്റെ ചുവരിൽ കോറിവരച്ച ഒരു ചിത്രം അഴിഞ്ഞഴിഞ്ഞുപോയി. കരയുവാൻപോലും അപ്പോൾ മറന്നുനിന്നു.

തിരിച്ചറിവിന്റെ വഴികളിലെപ്പോഴോ ഒരു തിരസ്കാരം പോലെ അത് തോന്നിച്ചു. വെറുപ്പ് തോന്നി തന്നോട് തന്നെ. ആരോടൊക്കെയോ അതൊരു പകയായി. മനസ്സിന്റെ ആഴങ്ങളിൽ അതൊരു ഉണങ്ങാത്ത മുറിവായി.

...അരുതെന്ന് ആഗ്രഹിച്ച ആ ദർശനം. എന്താണ് ആ മുഖത്ത് എഴുതിവെച്ചിരിക്കുന്നത്.

6

"ഇന്നലെയൊക്കെ എവിടാരുന്നു..." പത്മജ ചോദിച്ചു.

"ങ്ഹാ... വീട്ടിൽ നിന്ന് വന്നപ്പോ വൈകി. പിന്നെ ഒന്നുരണ്ടു കാര്യങ്ങൾ സാധിക്കാനുണ്ടായിരുന്നു. അതും വൈകി... ലീവെടുത്തു.."

"സൂപ്രണ്ട് അന്വേഷിച്ചിരുന്നു.."

"കണ്ടു.."

മേശമേൽ ഫയൽ ബോർഡിന് പുറത്ത് ഒരു കവർ. പേപ്പർ വെയിറ്റ് അതിന് മുകളിൽ വെച്ച് പറന്നുപോകാതെ സൂക്ഷിച്ചിരിക്കുന്നു. ഞാനതെടുത്തു. പരിചയമുള്ള കൈപ്പട.

കവർ പൊട്ടിച്ചു. സുപർണയുടെ കല്യാണക്കുറി. കാർഡിനുതാഴെ ചിതറിയ അക്ഷരങ്ങളിൽ രണ്ടുവരികൾ.. ഞാനൊരു നീണ്ട യാത്രയ്ക്കെന്നപോലെ സൂക്ഷ്മമായ ഒരു തയ്യാറെടുപ്പിലാണ്. നീ വരുമോ എന്നെ യാത്രയാക്കാൻ...

"ആരുടെ കുറിയാ.." പത്മജ ചോദിച്ചു.

"പരിചയമുള്ള ഒരാള്ടെ.."

"അടുത്തുള്ളതാ.."

"അല്ല."

ഒരു നിമിഷം ഓർത്തിരുന്നുപോയി. ഓർമ്മകൾക്ക് ആഘോഷിക്കാൻമാത്രം ഒരുപാട് നിറങ്ങളുള്ള ഒരു സാന്നിദ്ധ്യമാണ് സുപർണ. ഒരു ജന്മത്തിലെങ്ങോ ഒരേയൊരു പ്രാവശ്യമെന്നപോലെ. ആഘോഷത്തോടെ ഓർത്തിരിക്കാൻ മറ്റെന്താണുള്ളത്.

"അജയന്റെ താമസം ഇപ്പോഴും അവിടെത്തന്നാ.." പത്മജ ചോദിച്ചു.

"ഉം..മാറീട്ടില്ല."

"സൗകര്യങ്ങളൊക്കെ കഷ്ടിയാണല്ലെ..."

"ഉം..സാരമില്ല.."

"സൗകര്യപ്പെടുമ്പോ ഇടയ്ക്കൊക്കെ എന്റെ വീട്ടിലേക്ക് പോരൂ.." അവർ ക്ഷണിച്ചു.. "ഞാനെന്തെങ്കിലും ഉണ്ടാക്കിത്തരാം.. എന്താ.."

"നന്ദി..." ഞാൻ ചിരിച്ചു.

"എന്തേ..."

"ക്ഷണിച്ചതിന്.."

"വരണം..."

"വരാം.. സൗകര്യപ്പെടട്ടെ.." ഞാൻ പിന്നെയും ചിരിച്ചു. അവരും. ആ ചിരിക്കെന്തോ ഒരു ഭാവമാറ്റം.

ഫയലുകളുടെ ഒരു കെട്ട് ശിവരാമേട്ടൻ മേശപ്പുറത്ത് കൊണ്ടുവച്ചു. ഓരോന്നായി അഴിച്ച് സൗകര്യത്തിന് മടക്കിവെച്ചു. തന്നോടുള്ള സൗജന്യം.

"എന്താ ശിവരാമേട്ടാ.. ഒരുപാടുണ്ടല്ലോ.."

"എന്തെങ്കിലും നടക്കണെ സ്ഥലായതുകൊണ്ട് സൂപ്രണ്ട് കെട്ടോടെ തന്നുവിടുകാ.." ശിവരാമേട്ടൻ ഒരു രഹസ്യംപോലെ പറഞ്ഞു.

"ഒരുപാടായി..."

"ഇനിയില്ല.. ഞാൻ പറഞ്ഞോളാം." ശിവരാമേട്ടൻ പറഞ്ഞു. "കാർഡു കിട്ടിയോ.. ഇവിടെ വെച്ചിരുന്നു..."

"കിട്ടി.."

"ആരുടെ കുറിയാ.."

"പരിചയത്തിലുള്ള ഒരാള്ടെ.."

"ഞാൻ പിന്നെ വരാം." ഫയൽക്കെട്ടുകളുമായി ശിവരാമേട്ടൻ നടന്നു.

ഫയലുകൾ. കുറിപ്പെഴുത്തുകൾ. കണക്കുകൂട്ടലുകൾ. ഒക്കെയും ഒത്തിരി മടുത്തുപോയിരിക്കുന്നു. ഇട്ടെറിഞ്ഞ് പോകാൻ തോന്നും എവിടേക്കെങ്കിലും. പലപ്പോഴും. പിന്നെ ഓർക്കും. എങ്ങോട്ടാണ് പോവുക. രക്ഷപ്പെടുക. എല്ലാം കൊട്ടിയടയ്ക്കപ്പെട്ടിരിക്കുന്നു. ചരടുകളുടെ നിയന്ത്രണത്തിൽ കൂത്താടുന്ന ഒരു പാവയെപ്പോലെ താൻ.

ഉച്ചയാവുന്നു. മാസപ്പറ്റുള്ള സ്വാമീടെ ഹോട്ടലിലേക്ക് അഞ്ചുമിനിട്ട് നടക്കണം. പ്രകടനങ്ങൾ വല്ലതും കടന്നുപോകുന്ന സമയമാണെങ്കിൽ റോഡിനു മറുവശത്ത് കാത്തുനിൽക്കണം. ഏറെ നേരം. എന്നാലും മറ്റെങ്ങും പോകാൻ വയ്യ. തന്റെ കീശ ഭദ്രമായി സംരക്ഷിക്കുന്നത് സ്വാമി മാത്രമാണ്.

ഉച്ചവെയിൽ ചാഞ്ഞുതുടങ്ങിയിരിക്കുന്നു.

പത്മജ ഉച്ചയ്ക്കുശേഷം ലീവെടുത്തുപോയി. എന്തോ അത്യാവശ്യമെന്ന് പറഞ്ഞു. ഓർക്കുന്നില്ല. അതിനടുത്ത സീറ്റുകളിലും ആളില്ല. സൂപ്രണ്ടിന്റെ മുറിക്കടുത്തുള്ള കോണിലെ സീറ്റിൽ സുഖമായുറങ്ങുന്ന ബാലചന്ദ്രൻ. അതിനപ്പുറത്തു പലരും മയക്കത്തിലാണെന്ന് തോന്നുന്നു. അനക്കമില്ല.

"എന്താ നോക്കിയിരിക്കുന്നെ.." ശിവരാമേട്ടൻ

"പതിവുറക്കം തുടങ്ങീട്ടുണ്ട് പലരും.. രാത്രി ഇവർക്കൊന്നും ഉറക്കമില്ലാണ്ടിരിക്കോ ശിവരാമേട്ടാ.."

"നല്ല തമാശ.. ഉറങ്ങട്ടെ.. ഭാഗ്യവാന്മാർ.." ശിവരാമേട്ടൻ കസേര നീക്കിയിട്ട് അടുത്തിരുന്നു. പോക്കറ്റിൽ നിന്ന് ഗുളികകളെടുത്ത് വിഴുങ്ങി. താഴെയിരുന്ന കുപ്പിവെള്ളവും ഗ്ലാസ്സും ഞാനെടുത്തുകൊടുത്തു.

"ചെക്കപ്പൊക്കെ നടക്കുന്നുണ്ടോ ശിവരാമേട്ടാ.." ഞാൻ ചോദിച്ചു.

"ഉണ്ടെടോ.. കഷ്ടാ എന്റെ കാര്യം.."

"ട്രാൻസ്ഫറ് ശരിയാവൂലേ.."

"ഇല്ലെടോ.. യൂണിയൻകാര് എല്ലാമേറ്റിരുന്നതാ. ഇപ്പോ കേൾക്കണത് വകുപ്പ് മന്ത്രീടെ പാർട്ടിക്കാരന് അവിടെകൊടുത്തെന്നാ.." ശിവരാമേട്ടൻ നെടുവീർപ്പിട്ടു. "വീട്ടിനടുത്തുതന്നെ വേണമെന്നില്ല.. സമീപത്തെ എവിടെയെങ്കിലുമായാൽ മതിയായിരുന്നു.. ഈയൊരു ചെറിയ പോസ്റ്റിനും കൂടി സ്വന്തക്കാരും ബന്ധുക്കളുമൊക്കെ ശുപാർശയാ.. കാലം പോയ കാലം!..."

"ഇനിയും ശ്രമിക്കണം...യൂണിയൻകാര് വിടൂല.."

"ഓ..ഞാനിനി ഒന്നിനും പോണില്ല... വയ്യാണ്ടായി.. പെൻഷനാവാൻ ഇനി മൂന്നുവർഷം.. എന്റെ കുട്ടികള് വഴിതെറ്റാണ്ടിരുന്നാൽ മതിയായിരുന്നു..മാസത്തിലൊരിക്കലാ അവരെ കാണുന്നത്."

"സാരമില്ല.. ഒക്കെ നടക്കും ശിവരാമേട്ടാ.." ഞാൻ പറഞ്ഞു. "വിഷമിക്കണ്ട..."

"നല്ല പ്രായത്തില് കുട്ടികളുണ്ടായിരുന്നെങ്കില് ഇന്ന് തന്റെ അത്രേം വരുമായിരുന്നു.." ശിവരാമേട്ടൻ എന്റെ ചുമലിൽ തട്ടി. ഞാൻ ചിരിച്ചു. ആ കണ്ണുകളിൽ പതിവുള്ള വാത്സല്യം.

ഫയൽ കെട്ടുകളുമെടുത്ത് ശിവരാമേട്ടൻ നടന്നു. തലശ്ശേരിയിലാണ് ശിവരാമേട്ടന്റെ വീട്. അവിടെയൊഴിച്ച് മറ്റെല്ലായിടത്തും ഈ കാലത്തിനിടയിൽ ശിവരാമേട്ടൻ ജോലിചെയ്തിരിക്കുന്നു. ഇവിടെ വന്നിട്ട് ഇത് മൂന്നാമത്തെ വർഷം. വന്നതുതൊട്ടേയുള്ള ശ്രമമാണ് ട്രാൻസ്ഫറിന്. നടന്നിട്ടില്ല ഇതുവരെ.

ഓരോ ജീവിതങ്ങൾ.

ബന്ധനങ്ങളുടെ മറ്റൊരു മുഖം. ഒന്നുചുമൽ നിവർക്കാനാവാതെ. ഒരുനിമിഷം സ്വസ്ഥമായി ശ്വസിക്കാൻ കഴിയാതെ. ഒന്ന് മനസ്സുനിറഞ്ഞ് ചിരിക്കാനാവാതെ. ഇതിന്റെ പേരാണോ ജീവിതം.

പിന്നെയും പകലുകൾ. ഉദിക്കുകയും അസ്തമിക്കുകയും. ഒന്നും മാറുന്നില്ല. ഒരു മുഖവും. പഴയ ഫയൽകെട്ടുകളുടെ സ്ഥാനത്ത് പുതിയവ വരുന്നു. ഒരേരൂപം ഒരേനിറം ഒരേപോലുള്ള എഴുത്തുകൾ. ഏതോ ജീവിതങ്ങളുടെ ഭാഗധേയങ്ങൾ. ഓരോന്നിലും പരിചയമുള്ള വേഷങ്ങൾ. ദൈന്യത മാത്രം ഒറ്റയ്ക്കൊരു ഭാവമാകുന്നു. കുറിപ്പെഴുതുമ്പോളോർക്കും

ഒരുജീവിതമാണ് തന്റെ പേനത്തുമ്പിൽ. അച്ഛന്റെ മുഖം. അമ്മയുടെ മുഖം. അനുജത്തിയുടെ മുഖം. പിന്നെയുമനേകം മുഖങ്ങൾ.

മാസത്തിലെ അവസാന വെള്ളിയാഴ്ച. നാളെ ശമ്പളദിവസം. മറ്റെന്നാൾ വീട്ടിൽ പോകണം.

ഓഫീസ് വിട്ടിറങ്ങിയത് പത്മജയോടൊപ്പമാണ്. ഞാൻ മുന്നിൽനടന്നു. എന്റെ ഒപ്പമെത്താൻ അവർ വേഗത്തിൽ നടക്കുന്നുണ്ടോ.

"അജയാ.." അവർ വിളിച്ചു.

"എന്തേ.." നടത്തത്തിന് വേഗത കുറച്ചു.

"വീട്ടിലേക്ക് വരാന്ന് പറഞ്ഞിട്ട് എന്തേ വരാത്തെ.." അവർ ചോദിച്ചു.

"ങ്ഹാ.. ഒരവസരമുണ്ടായില്ലല്ലോ അതിന്.."

"നാളെ വരൂ.."

"എന്താ വിശേഷിച്ച്.."

"ഒന്നൂല്ല.. വരൂ.."

"ആ ബുക്സ്റ്റാളിനടുത്തുള്ള ലെയ്നല്ലേ.." ഞാൻ തിരക്കി.

"ങ്ഹാ.. മറന്നോ. ഒരിക്കൽ അതിന് മുന്നിൽവച്ച് നമ്മൾ കണ്ടിരുന്നല്ലോ.."

"ഓർക്കുന്നു.." ഞാൻ പറഞ്ഞു. "ബുക്സ്റ്റാളിൽ ഇടയ്ക്കൊക്കെ ഞാൻ വരും.. പുതിയതൊക്കെ ഒന്നു മറിച്ചുനോക്കാനാ.. പരിചയക്കാരനാ അതിന്റെ മാനേജര്. വരാം..നാളെ അവിടേം ഒന്നു കയറാമല്ലോ.."

പത്മജ യാത്ര പറഞ്ഞു. ഞാൻ വളവ് തിരിഞ്ഞു നടന്നു. എന്തേ അവരിപ്പോൾ ക്ഷണിക്കാൻ. അതും തന്നെമാത്രം. എന്തുമാകട്ടെ. ബുക്സ്റ്റാളിൽ കയറാമല്ലോ. ഒരുപാട് നാളായി ഒന്നുപോയിട്ട്.

ഒരു രാത്രി. ഒരു പകൽ.

ശമ്പളദിവസമായതിനാൽ ഏറെ തിരക്കായിരുന്നു. ഉച്ചയ്ക്ക്ശേഷം പത്മജയെ കണ്ടിരുന്നില്ല. കണ്ടിരുന്നെങ്കിൽ ഇന്ന് വരില്ലെന്ന് പറയാമായിരുന്നു. ആകെ ക്ഷീണം. ശരീരത്തിന് നല്ല ചൂടുണ്ട്. തലയ്ക്കൊരു ഭാരംപോലെ.

വഴിക്ക് കണ്ട മെഡിക്കൽ സ്റ്റോറിൽനിന്നും പനിക്കുള്ള ഗുളികകൾ വാങ്ങി. നടക്കാൻ വയ്യ. ഒരല്പംനിന്നാൽ താമസസ്ഥലത്തിനടുത്തിറങ്ങാവുന്ന ബസ് വരും. ഞാൻ നിന്നു.

നഗരം തിരക്കിൽ മുറുകുന്നു. വാഹനങ്ങളുടെ നിലയ്ക്കാത്ത ഒഴുക്ക്. അങ്ങോട്ടുമിങ്ങോട്ടും. റോഡിനിരുവശത്തും പരസ്പരം കൂട്ടിമുട്ടി തിങ്ങിഞെരുങ്ങി കടന്നുപോകുന്ന പുരുഷാരം. തമ്മിലറിയാത്ത സ്പർശനങ്ങൾ. എത്തിച്ചേരാൻ ചെറുതും വലുതുമായ ലക്ഷ്യങ്ങൾ. എല്ലാവർക്കും തിടുക്കമാണ്. ഒടുങ്ങാത്ത വ്യഗ്രത.

താൻമാത്രം മന്ദിച്ചുനീങ്ങുന്നു. ഒരു ഭാരം ചുമക്കുംപോലെ. തിടുക്കപ്പെടുന്നവർക്കുമുന്നിൽ എപ്പോഴും ഒഴിഞ്ഞുമാറുന്നു. എത്ര അകലെയാണ് തന്റെ എത്തിച്ചേരൽ.

കിടക്കയിലേക്ക് വീഴുമ്പോൾ ശരീരം വിറച്ചു. ഒന്ന് നിവർന്നിരുന്ന് ഗുളികകൾ കഴിച്ചു. കിടക്കയ്ക്കരികിലെ കൂജയിൽ അവശേഷിച്ച ജലം മുഴുവനും കുടിച്ചു. മഞ്ഞുകട്ടപോലെ അത് തണുത്തിരിക്കുന്നു. പുതപ്പ് വലിച്ചുമൂടി. കണ്ണുകളടച്ചു.

മഴപെയ്ത ഒരു പഴയ സായാഹ്നം. പനിപിടിച്ചുവിറച്ചുതുടങ്ങിയ തന്നെ വാരിയെടുക്കുന്ന അമ്മ. അവർ കരയുന്നുണ്ട്. തുണി പുതപ്പിച്ച് തന്നെ അവർ നെഞ്ചിലെടുത്തു. പിഞ്ഞിയ കുട ചൂടി വൈദ്യന്റെ അടുത്തേക്ക് അമ്മ ഓടി. ചാറ്റൽ മഴ ഒരുനിമിഷം മാറിനിന്നു. പിന്നെ അമ്മയുടെ കണ്ണുകളിൽ പെയ്തുനിറഞ്ഞു.

"എന്തേ മൂടിപ്പുതച്ച് കിടക്കുന്നെ, ഇരുട്ടത്ത്..." പാതിയടഞ്ഞിരുന്ന വാതിൽ തുറന്ന് ആരോ..

കണ്ണുതുറന്നു. ഇരുട്ടിൽ ആ രൂപം വ്യക്തമായില്ല. വെളിച്ചം തെളിച്ചു. ആ രൂപം അടുത്തുവന്നു. വായുവിലെങ്ങോ ഒഴുകിനിൽക്കുംപോലെ തോന്നി അപ്പോൾ. നെറ്റിയിൽ സ്പർശിക്കുന്ന കൈപ്പടം. ഒന്നുകൂടി കണ്ണുകളടച്ച് തുറന്നു. ശിവരാമേട്ടൻ.

"എന്തുപറ്റി അജയാ നിനക്ക്.." ശിവരാമേട്ടൻ അടുത്തിരുന്നു.

"പനിയാണെന്ന് തോന്നുന്നു. ഉച്ചമുതലേ തുടങ്ങിയതാ. കാര്യമാക്കിയില്ല.." വാക്കുകൾ വഴങ്ങുന്നില്ല.

"മരുന്നുകഴിച്ചോ താൻ.."

"കഴിച്ചു.."

"കിടക്കൂ.. ചൂടുള്ളതെന്തെങ്കിലും ഞാൻ കുടിക്കാൻ വാങ്ങിവരാം.."

"വേണ്ടായിരുന്നു.." ഞാൻ പറഞ്ഞു. അതുകേട്ടു നിൽക്കാതെ ശിവരാമേട്ടൻ പുറത്തിറങ്ങി.

വിയർത്തു. പനി ഇറങ്ങിത്തുടങ്ങുകയാവും. ഗുളികകൾ പ്രവർത്തിച്ചുതുടങ്ങിയിരിക്കണം. തലയ്ക്കുള്ള ഭാരം മെല്ലെ കുറഞ്ഞുവന്നു. ഞാൻ കണ്ണുകളടച്ചു..

....കണ്ണുകളടഞ്ഞിരിക്കും.. മന്ത്രം ജപിക്കും.. നെറ്റിയിൽ വാരിത്തേച്ച ചന്ദനം. നടുക്ക് ചുവന്ന സിന്ദൂരം. ജടപിടിച്ചുതിങ്ങിയ മുടി ഉച്ചിയിൽ കെട്ടിവച്ചിരിക്കും. കഴുത്തിൽ കട്ടിയുള്ള രുദ്രാക്ഷം. മുഷിഞ്ഞ കാവിവേഷം. ചുണ്ടുകളിൽ മന്ത്രമൊഴിയുന്ന നേരമില്ല. മുൻപിലിരിക്കുന്ന കിണ്ടിയിലെ ജലത്തിൽ തുളസിയിലകൾ ജപിച്ചുനേദിക്കും. മടിയിലിരിക്കുന്ന തന്നെ അമ്മ മുന്നിലേക്ക് നീക്കിയിരുത്തും. കീറ്റിലയിലെ ഭസ്മം തന്റെ നെറ്റിയിൽ തൊടുവിക്കും. ചുളിവുകളുള്ള വലതുകരം തലയിൽ വച്ച് പിന്നെയും മന്ത്രം ജപിക്കും. പുറകിലപ്പോൾ അമ്മയുടെ പ്രാർത്ഥന കേൾക്കാം.

"കണ്ണു തുറക്കൂ.. ദാ ഞാനെത്തി.." ശിവരാമേട്ടൻ.. ഞാൻ കണ്ണുകൾ തുറന്നു. "വിയർത്തല്ലോ.. ഞാൻ വൈകിയോ. ഫ്ളാസ്കെടുക്കാൻ എന്റെ താമസസ്ഥലത്തേക്ക് പോകേണ്ടിവന്നു.. അതാ.."

"വിയർത്തു.. പനി ഇറങ്ങിത്തുടങ്ങി..." ഞാൻ മെല്ലെ നിവർന്ന് ചുവർചാരി ഇരുന്നു.

"കിടന്നോളൂ..ഇരിക്കണ്ട.." ശിവരാമേട്ടൻ കസേര നീക്കിയിട്ട് അടുത്തിരുന്നു..

"സാരമില്ല.. പനി കുറഞ്ഞു.."

ശിവരാമേട്ടൻ ചൂടുചായ പകർന്നുതന്നു.

"വെറുതെ ഇതുവഴി പോയപ്പോൾ കയറിയതാ.." ശിവരാമേട്ടൻ പറഞ്ഞു. "നന്നായി... വയ്യായെങ്കില് ഉച്ചയ്ക്ക് ലീവെടുക്കാമായിരുന്നില്ലേ..."

"കാര്യമാക്കിയില്ല..."

"അല്ലെങ്കിൽതന്നെ തനിക്ക് ആകെ അശ്രദ്ധയാ.. സ്വന്തംകാര്യം കൂടി നോക്കണമെടോ..." ശിവരാമേട്ടൻ ഉപദേശിച്ചു.

പിന്നെയുമേറെനേരം ശിവരാമേട്ടൻ എന്തൊക്കെയോ പറഞ്ഞുകൊണ്ടിരുന്നു. ചിലതൊക്കെ താൻ കേട്ടുവെന്നു വരുത്തി. ചിലതിനൊക്കെ ചെറിയ വാക്കുകളിൽ മറുപടിയും പറഞ്ഞു. സംസാരിച്ചുതുടങ്ങിയാൽ ചുറ്റുപാടുകളൊക്കെ മറക്കും ശിവരാമേട്ടൻ.

"എന്നാ ഞാനിറങ്ങുവാ.. അജയൻ കിടന്നോ.." ശിവരാമേട്ടനെഴുന്നേറ്റു.

ഗേറ്റ് വരെ ഞാൻ വരാം.." ഞാനെഴുന്നേറ്റു. "കിടന്നു മടുത്തു.."

"വേണ്ട.."

എഴുന്നേറ്റപ്പോൾ സന്ധികളിലാകെ വേദന തോന്നി. എങ്കിലും ആശ്വാസമുണ്ട്. ആകെ ക്ഷീണമുണ്ടിപ്പോഴും.

"നാളെ അവധിയല്ലേ.. വിശ്രമിച്ചോളൂ.." ശിവരാമേട്ടൻ പറഞ്ഞു.

"ഇല്ല.. വീട്ടിലൊന്നു പോകണം, നാളെ. ഒന്നുരണ്ടാഴ്ചകളായി ഒന്നു പോയിട്ട്.." ഞാൻ തുടർന്നു. "നമ്മുടെ പത്മജേടടുത്ത് ഇന്നൊന്ന് ചെല്ലാന്ന് പറഞ്ഞിരുന്നു.. വെറുതെ ഒരു സന്ദർശനം.. അവര് ക്ഷണിച്ചിട്ടാ.. നടന്നില്ല."

"പോയിട്ടുണ്ടോ ഇതിനുമുൻപ്.." ശിവരാമേട്ടൻ പെട്ടെന്ന് ചോദിച്ചു.

"ഇല്ല...എന്തേ.." ഞാൻ തിരക്കി.

"നന്നായി.. അവര് മുൻപിരുന്ന ആഫീസിലെ പലരും ഇപ്പോഴും അവിടെ കയറിയിറങ്ങുന്നുണ്ട്.. പോകണ്ട, ഇനി.." ശിവരാമേട്ടൻ ഒരു താക്കീത് പോലെ പറഞ്ഞു.

"എനിക്കൊന്നും മനസ്സിലാകുന്നില്ല, ശിവരാമേട്ടാ.."

"എന്താ.. മലയാളം മനസ്സിലാവില്ലെന്നുണ്ടോ.. അവര് ശരിയല്ല.. ഞാനങ്ങോട്ട് പറയാനിരിക്കുകയായിരുന്നു. തന്റെയടുത്തുള്ള അവരുടെ ഒരു ചിരിയും സംസാരവുമൊക്കെ കണ്ടപ്പോൾ.. നമ്മുടെ ആപ്പീസില് അവര് മാറിവന്നിട്ട് മാസം ആറല്ലേ ആയുള്ളൂ.. സൂക്ഷിക്കണം..." ശിവരാമേട്ടൻ പറഞ്ഞു.

"ശിവരാമേട്ടൻ എങ്ങനറിഞ്ഞു, ഇതൊക്കെ.."

"പഴയ ആപ്പീസിലെ ഒരാള് എന്റെ താമസസ്ഥലത്താ.. നമ്മുടെ ആപ്പീസിലും പലർക്കുമറിയാമത്.. അങ്ങ് പാട്ടായിട്ടില്ലെന്നേയുള്ളു..."

"നന്നായി.." ഞാൻ ആശ്വാസം കൊണ്ടു. "അവരുടെ ഭർത്താവ്..."

"അയാളുമായിട്ട് പിണക്കത്തിലാ അവര്.. ആളൊരു പാവാ.." ശിവരാമേട്ടൻ പറഞ്ഞു. "കുട്ടിഏളെ കാണാദേന അയാള് ആ വീട്ടില് വരാറൊള്ളു.. കഷ്ടം!.."

"അവരെ കാണുമ്പോ.."

"അതൊക്കെ ഒരു സാമർത്ഥ്യാ.. അജയൻ പിടികൊടുക്കണ്ട. മനസ്സിലിരിക്കട്ടെ. എന്നാ, ഞാൻ നടക്കാം.."

ശിവരാമേട്ടൻ നടന്നു.

അമ്പരപ്പോടെ ഞാൻ നിന്നു.

7

വീട്...

അച്ഛൻ.. അമ്മ..

സുലൈമാനിക്ക, കൗസുമ്മ..

എല്ലാം ആവർത്തിക്കുന്ന പതിവുകൾ. പതിവില്ലാത്ത ഒരുമുഖംകൂടി ഈ യാത്രയിൽ പിന്നെയും കടന്നുവന്നിരുന്നു. ദൈന്യതയാർന്ന ആ മിഴികൾക്കുമുന്നിൽ സ്വയം പൊള്ളി. കാഴ്ചയുടെ ദുരന്തമുണർത്തുന്ന ഓർമ്മകളുടെ ഉറവകൾ. പകപോലെ മനസ്സിൽ വളർന്നതൊക്കെ പത്തി മടക്കി താഴുകയാണ്. പിന്നെയും തോൽക്കുകയാണ്. പഴയതിലും വലിയ തോൽവിപോലെ തോന്നി അപ്പോൾ. പാതാളത്തോളം താഴ്ന്നുപോകുന്നതുപോലെ.

എന്തേ എപ്പോഴും താൻ തോറ്റുമടങ്ങുന്നു.

ഓഫീസിനുമുന്നിൽ ബസ്സിറങ്ങി. നടക്കേണ്ടിവന്നില്ല. ശിവരാമേട്ടൻ പുറത്തുണ്ട്. എന്നെകണ്ട് അടുത്ത് വന്നു.

"വീട്ടിൽനിന്ന് നേരെ ഇങ്ങ് പോരുകാണോ.."

"ങ്ഹാ..റൂമിൽ പോയാൽ സമയത്തിനിങ്ങെത്തില്ല.."

"പനിയൊക്കെ പോയോ.." ശിവരാമേട്ടൻ നെറ്റിയിൽ തൊട്ടു.

"അന്നേ പോയി... ഒന്നുറങ്ങിയെണീറ്റപ്പോൾ എല്ലാം തീർന്നു. രാത്രിപ്പട്ടിണികൂടിയായപ്പോൾ പിന്നെ പനി നിന്നില്ല."

"ഇരിക്കൂ.. താരങ്ങളൊക്കെ വന്നു തുടങ്ങുന്നതേയുള്ളൂ.." പാതിതമാശയായി ശിവരാമേട്ടൻ പറഞ്ഞു. പിന്നെ ചിരിച്ചു. ഞാനും അതിൽ പങ്കുചേർന്നു.

"പോട്ടെ ശിവരാമേട്ടാ... പാവങ്ങൾ.. ഒരുപാട് ഉത്തരവാദിത്തങ്ങളാവും ഓരോരുത്തർക്കും. ജീവിതപ്രശ്നങ്ങൾ.."

"എന്നാലും.. ഈ ശമ്പളം കൊണ്ടല്ലെ എല്ലാം.. അതിനോട് ഒന്നു കൂറ് കാണിച്ചുകൂടെ..."

മണി പത്തുകഴിയുന്നു. ഓരോരുത്തരായി വന്നു തുടങ്ങുന്നതേയുള്ളൂ. ആരൊക്കെയോ അഭിവാദ്യം ചെയ്തു. തിരിച്ചു ഞാനും.

"ഗുഡ്മോർണിംഗ്.." പത്മജ.

"മോർണിംഗ്..."

"ശനിയാഴ്ച എന്തുപററീ അജയന്.." അവർ എന്റെ അടുത്തേക്ക് വന്നു. "ഞാൻ കാത്തിരുന്നു. നല്ല ആളാ.. പറ്റിച്ചല്ലോ.."

"ക്ഷമിക്കണം, പത്മജ.. പനി പിടിച്ച് കിടപ്പിലായിപ്പോയി ഞാൻ. അതാ.. ഒട്ടും വയ്യായിരുന്നു.." ഞാൻ പറഞ്ഞു.

"ഓ, അതു ഞാനറിഞ്ഞില്ല.. സാരമില്ല. .. പനി കുറഞ്ഞുവോ.." അവരെന്റെ നെറ്റിയിൽ തൊട്ടു. ഞാൻ പെട്ടെന്ന് ചുറ്റും ശ്രദ്ധിച്ചു. ഇല്ല, ആരും കണ്ടിട്ടില്ല. ശിവരാമേട്ടൻ മറ്റെവിടെയോ ആണ്.

"കുറഞ്ഞു.. പിന്നെ ഇന്നലെ വീട്ടിൽ പോയിരുന്നു.."

"സുഖാ അവിടെയെല്ലാർക്കും.."

"സുഖം.."

സുഖം. പാവം അച്ഛൻ. വയസ്സ് എഴുപതാവുന്നു. മെലിഞ്ഞു കൂനിയ ആ രൂപം കാണുമ്പോൾ കണ്ണു നനയും. ചുമച്ചുതുപ്പി ഊടുവഴിയിലൂടെ വീട്ടിലേക്ക് പണിസഞ്ചിയും തൂക്കി അച്ഛൻ വരുന്നതു കാണുമ്പോൾ പലപ്പോഴും മാറിനിന്നിട്ടുണ്ട്. നോക്കി നിൽക്കാനാവാതെ. ഇനിയെന്നാണ്, ആ ശരീരത്തിനൊരു വിശ്രമം കിട്ടുക. പരിഭവമില്ലാതെ ഒരു യന്ത്രംപോലെ അച്ഛൻ. രാവിലെ ഇറങ്ങുന്നു. സന്ധ്യക്ക് തിരിച്ചുവരുന്നു. വെയിലും മഞ്ഞും മഴയുമൊന്നും ആ പോക്കുവരവിനെ തെറ്റിക്കാറില്ല. അറിവു വച്ചതുമുതൽ താനറിയുന്ന ഭാവം. ഒരു ത്യാഗംപോലെ.

അമ്മ. അങ്ങിങ്ങ് കരിപിടിച്ച അടുക്കളച്ചുവരുകൾക്കുള്ളിൽ നനവുള്ള ഒരു വിറക് പോലെ നീറിപ്പുകയുന്ന ദുഃഖമാണവർ. നിശ്ശബ്ദമായ കണ്ണീർകൊണ്ട് എല്ലാം കഴുകിമായ്ക്കാൻ ഒരു ജന്മം. ഇറയം. വശത്തുള്ള രണ്ടുമുറികൾ. ചായ്പ്.അടുക്കള. പന്ത്രണ്ട് സെന്റിനു മൂന്നുവശത്തെ പാതിതകർന്ന കയ്യാല. തീർന്നു അമ്മയുടെ ലോകം. അമ്പലത്തിലേക്കുള്ള വഴികൾ മാത്രമാവും അവരുടെ പുറംലോകം. പറഞ്ഞുകേൾക്കാൻ ഒരു പരാതിയുമില്ലാത്ത എന്റെ അമ്മ. കണ്ണുനീരാണ് അമ്മയുടെ വാക്ക്. ഒരു കടല് പോലെ അതുമാത്രം വറ്റാതിരിക്കുന്നു.

സുഖം, എന്താണത്.

ഉച്ചയ്ക്ക് ശേഷം അവധിയാണ്. ആറാട്ടായതിനാൽ നഗരപരിധിക്കുള്ളിൽ മാത്രമുള്ള സൗജന്യം. യാത്രാക്ഷീണമുണ്ട്. സ്വാമീടെ ഹോട്ടലിൽ ചെന്ന് ഉച്ചഭക്ഷണം കഴിക്കണം. മുറിയിൽ പോയൊന്നു സുഖമായുറങ്ങണം. പനികഴിഞ്ഞുള്ള ദേഹവേദന പൂർണമായും മാറിയിട്ടില്ല.

ആരോ ചുമലിൽ സ്പർശിച്ചതുപോലെ.

തിരിഞ്ഞുനോക്കി.

"അറിയ്യോ നീയ്.."

"ജോസഫ്.. മറന്നിട്ടില്ല.." ഞാൻ ചിരിച്ചു. അവനും.

"എവിടാ നീയിപ്പോ.." അവൻ ചോദിച്ചു.

"ഇവിടെ ഒരു സർക്കാരാഫീസിൽ ഗുമസ്തനാ.. നീയിപ്പോഴെവിടെയാ, കേൾക്കാനേയില്ലല്ലോ.."

"കൊച്ചീല് പാർട്ടി പത്രത്തിലായിരുന്നു.. ഭരണം മാറിയപ്പോൾ ഇങ്ങു പോന്നു, നിന്റെ നഗരത്തിലേക്ക്.." അവൻ ചിരിച്ചു.

"ഇവിടെ..."

"വ്യവസായമന്ത്രീടെ ഓഫീസിലാ.. അഡീഷണൽ പ്രൈവറ്റ് സെക്രട്ടറി.. പാർട്ടി പറഞ്ഞിട്ടാ.."

"നന്നായി... എങ്ങോട്ടാ നീയിപ്പോ.. വരൂ എന്തെങ്കിലും തണുത്തതാവാം.." ഞാനവനെ ക്ഷണിച്ചു.

"വേണ്ടെടാ.. അല്പം തിടുക്കമുണ്ട്... പിന്നീട് കാണാം. ഓഫീസിലേക്ക് വിളിക്ക്. ഇതാ ഫോൺനമ്പർ. ഒരു ദിവസം ഒന്നു വിശദമായി കാണാം.." അവൻ കാർഡുതന്നു.

ജോസഫ് നടന്നു. ഒരുനിമിഷം ഞാൻ നോക്കിനിന്നു. തലപൊട്ടി രക്തമൊഴുക്കി എന്റെ മടിയിൽ കിടന്ന ആ മുഖം ഞാനോർമ്മിച്ചു. ലാത്തിച്ചാർജ്ജ്. വർഷങ്ങൾ കഴിഞ്ഞിരിക്കുന്നു. ഇന്നലെയെന്നപോലെ തോന്നുന്നു എല്ലാം. ഒന്നു തടിച്ചിട്ടുണ്ടവൻ.

മഹാഗണികളുടെ തണലിലൂടെ ഇടയ്ക്കിടെ പിന്നെയും താൻ നടക്കാറുണ്ട്. നിഴലുകൾക്കപ്പുറത്ത് ഒരുപാട് പ്രായം ചെന്ന ഒരു സാക്ഷിയെപ്പോലെ കൽത്തൂണുകളും നീണ്ട വരാന്തകളുമുള്ള തന്റെ കലാലയം. മുറ്റത്തെ മഞ്ചാടിമരത്തണലിൽ പിന്നെയും ചുവന്ന മുത്തുകൾ വീണുകിടന്നിരുന്നു. എത്ര മുത്തുകളുണ്ടായിരുന്നു തന്റെ ശേഖരത്തിൽ.

വന്നുമുട്ടി വിളിച്ചുതുറക്കുന്ന പോലെ ഓരോ ഓർമ്മകൾ. ഒരു ശാഠ്യംപോലെ. തുറന്നിട്ടുമറയും. അടച്ചിരിക്കുമ്പോൾ പിന്നെയും വന്നു മുട്ടും. പരിഭവമില്ല. ഒരു ശീലമായിപ്പോയിരിക്കുന്നു എല്ലാം.

സൂക്ഷിച്ചുവെയ്ക്കാൻ ഒരുപാട് ബാക്കിയുണ്ടിപ്പോഴും. ഒന്നും മറക്കുന്നില്ല. കനലുപോലെ അടിത്തട്ടിലെങ്ങോ കിടന്ന് ഒക്കെയും മിനുങ്ങുന്നുണ്ടാവണം. നീറുന്നുണ്ടാവണം. ഓരോ കാൽവെയ്പിലും ഒരിത്തിരി നോവു പകർന്ന്.

രാത്രി. പിന്നെയും ജോസഫിനെ ഓർത്തു. തന്നെ സ്റ്റുഡന്റ്സ് ഫെഡറേഷനിൽ ചേർക്കുന്നതവനാണ്. മീറ്റിംഗുകളിലും സമ്മേളനങ്ങളിലും മുടങ്ങാതെ കൂട്ടിക്കൊണ്ടുപോയതുമവനാണ്. അവന്റെ വാക്കുകളോർക്കുന്നു.. ഇതുകൂടിയില്ലെങ്കിൽ ഈ പ്രായം ഒരു നഷ്ടമായിരുന്നേനെയെന്ന് ഒരിക്കൽ നീ ഓർത്തേക്കും.. തീർച്ച. മനസ്സിൽ അന്നു കരുതിയിരുന്നു ഈ വാക്കുകളൊക്കെ ഒരലങ്കാരം മാത്രമാണെന്ന്. പറഞ്ഞിരിക്കാൻ അയവിറക്കാൻ. കൂട്ടത്തിലെവിടെയൊക്കെയോ ആരിലൊക്കെയോ ഞാനെന്റെ മുഖം കണ്ടതുമാത്രമായിരുന്നില്ലെ ഒരാകർഷണം. അഭയം.

ഓഫീസ്. ശിവരാമേട്ടൻ.

“എന്താ ശിവരാമേട്ടാ.. ആകെ വിഷമിച്ചതുപോലെ..”

“ഒന്നും പറയണ്ടെടോ.. ആ ശ്രമവും പൊളിഞ്ഞു.. യൂണിയന്റെ സംസ്ഥാനകമ്മിറ്റി വഴി നേരിട്ടുകൊടുത്തിരുന്നതാ അപേക്ഷ. നടന്നില്ല..” ശിവരാമേട്ടൻ തലകുമ്പിട്ട് തളർന്നിരുന്നു.

ഒരുനിമിഷം ഞാൻ ജോസഫിനെ ഓർത്തു. ഒന്നു ശ്രമിച്ചു നോക്കിയാലോ..

“ശിവരാമേട്ടാ.. ഒരു വഴിയുണ്ട്..” ഞാൻ പറഞ്ഞു.

“എന്തുവഴിയാ ഇനി..”

“എനിക്കൊരു സുഹൃത്തുണ്ട്.. ഒരു മന്ത്രീടെ ഓഫീസിൽ സ്റ്റാഫാ.. പാർട്ടീടെ ആള്. നമുക്കൊന്നു കണ്ടാലോ. ഇന്നലെയാ ഈയൊരാൾ ഇവിടുണ്ടെന്ന് ഞാനറിയുന്നത്. ഒന്നു ശ്രമിച്ചുനോക്കാം.”

“ങ്ഹാ..വരട്ടെ..” ശിവരാമേട്ടൻ വിശ്വാസമില്ലാത്തതുപോലെ മുഖം തിരിച്ചു.

“വൈകിട്ട്, അവനെ പോയി കണ്ടാലോ..”

“ങ്ഹാ..”

ഫയൽകെട്ടുകളുമായി ശിവരാമേട്ടൻ നടന്നു. പതിവിലും തളർന്നതുപോലെ തോന്നി അപ്പോൾ.

ശിവരാമേട്ടനെ കാണുമ്പോഴൊക്കെ അച്ഛന്റെ മുഖമാവും മനസ്സിൽ. അച്ഛനെപ്പോലെ മെലിഞ്ഞിട്ടാണ് ശിവരാമേട്ടൻ. മുഖത്ത് കുറ്റിത്താടിയും. ആ കൂന് ഇല്ലെന്നുമാത്രം.

ഒരുപാട് ദൂരം നടന്നുതളർന്നിരിക്കുന്നു ശിവരാമേട്ടൻ. ചുറ്റുവഴികളിലൂടെ ഒറ്റയ്ക്കൊരു ഭാരം ചുമന്ന്.

വാതിലുകളടച്ച് തഴുതിട്ട് ശിവരാമേട്ടൻ വരുമ്പോൾ വൈകി. ആറ് മണിക്കുമുൻപ് എം എൽ എ ഹോസ്റ്റലിൽ ചെല്ലണമെന്നാണ് ജോസഫ് ഫോണിലൂടെ പറഞ്ഞത്. വൈകരുത്. സമയം തെറ്റിയാൽ അവനെ കിട്ടിയെന്നുവരില്ല. യാത്രയുടെ തിരക്കുകളാണവന്.

ഓട്ടോറിക്ഷ എം എൽ എ ഹോസ്റ്റലിന്റെ പോർട്ടിക്കോയിൽനിന്നു. എൻക്വയറിയിൽ കയറി മുറിയിലേക്കുള്ള വഴി ചോദിച്ചറിഞ്ഞു. വലതുവശത്തുള്ള പടവുകൾ കയറി ഒന്നാംനിലയിലെത്തിയാൽ ഇടത്തുള്ള ഇരുപത്തിമൂന്നാം നമ്പർ മുറി.

മുറിക്ക് മുന്നിലെത്തി. വാതിലിൽ തട്ടി.

“വരൂ..” അകത്തുനിന്ന് ജോസഫിന്റെ ശബ്ദം.

ഞങ്ങൾ അകത്തുകടന്നു. യാത്രയ്ക്കുള്ള പുറപ്പാടിലാണ് ജോസഫ്. ഇരിക്കാൻ ആംഗ്യം കാട്ടി.

“ഞാൻ നിങ്ങളെ കാത്തിരിക്കുകയായിരുന്നു... ആറരയ്ക്ക് മിനിസ്റ്റർ കോഴിക്കോട്ടേക്ക് പോകുന്നു.. ഞാനും പോകുന്നു കൂടെ. വഴിക്ക് കൊച്ചീലിറങ്ങണം..”

“ഇത് ശിവരാമേട്ടൻ..” ഞാൻ പരിചയപ്പെടുത്തി.

“മനസ്സിലായി..” അവൻ പറഞ്ഞു. “തലശ്ശേരിയിലാ വീട് അല്ലെ.. പാർട്ടിയുമായിട്ട് എന്തെങ്കിലും അടുപ്പം..”

“കുടുംബം മുഴുവനും വോട്ടുചെയ്യാറുണ്ട്.. അത്രതന്നെ...” ശിവരാമേട്ടൻ പറഞ്ഞു.

“അപേക്ഷ ഇങ്ങ് തരൂ.. ഘടകകക്ഷിയിലെ മിനിസ്റ്ററാ.. ഞാനൊന്നു ശ്രമിക്കാം..” അവൻ പറഞ്ഞു.

“വല്യ ഉപകാരമായിരിക്കും...” ശിവരാമേട്ടൻ കൈകൂപ്പി. അപേക്ഷ അവനെ ഏല്പിച്ചു.

“എന്നാല് ഞങ്ങളിറങ്ങട്ടെ.. വിളിക്കാം..” ഞാൻ പറഞ്ഞു.

“മറ്റെന്നാൾ തന്നെ വിളിച്ചോളൂ.. തിരിക്കിനിടയിൽ ഞാനങ്ങ് മറന്നാലോ..”

“വിളിക്കാം.. മറക്കില്ല.”

ഞങ്ങളോടൊപ്പം അവനും വാതിൽ പൂട്ടിയിറങ്ങി. വഴിക്ക് താക്കോൽ മറ്റൊരു മുറിയിൽ ഏല്പിച്ചു. പോർട്ടിക്കോയിൽ അവനുള്ള വാഹനം തയ്യാറായിനിന്നു.

“വരട്ടെ..” അവൻ പറഞ്ഞു. ശിവരാമേട്ടൻ പിന്നെയും കൈകൂപ്പി. കാറ് ഞങ്ങളെ കടന്നുപോയി.

“നടക്കുമോടോ..” ശിവരാമേട്ടൻ ചോദിച്ചു.

“അവൻ നല്ലതുപോലെ ശ്രമിക്കാതിരിക്കില്ല..” ഞാൻ പറഞ്ഞു.

ശിവരാമേട്ടൻ മുഖംതിരിച്ചു. കൺപീലികൾ പലതവണ തുറന്നടയുന്നത് ഞാൻ കണ്ടു. നനയുന്നുണ്ടാവും അവിടെ. ഇതെങ്കിലും നടന്നെങ്കിൽ..

“ഞാൻ ഈ വഴിക്കാ..” ആശാൻ സ്ക്വയറിൽനിന്ന് വലത്തേക്ക് താഴോട്ടുള്ള റോഡുചൂണ്ടി ശിവരാമേട്ടൻ പറഞ്ഞു. “നാളെ കാണാം.. നടന്നോളൂ..”

ഞാൻ നടന്നു.

സ്റ്റേഡിയത്തിലെ ഫ്ളഡ്‌ലൈറ്റുകൾ തെളിഞ്ഞിരിക്കുന്നു. എന്താവും വിശേഷം. ഫുട്ബോൾ മത്സരത്തിന്റെ ആരവമില്ല. സിനിമാഷൂട്ടിംഗോ മറ്റോ ആവും. പ്രകാശത്തിന്റെ നേർരേഖകളിലേക്ക് ചുറ്റുമുള്ള ഇരുളിൽനിന്ന് ചെറുശലഭങ്ങൾ പറന്നുയരുന്നു. അവയുടെ ചിറകുകളിൽ തിളങ്ങിയ വെളിച്ചം കൊച്ചുകൊച്ചു നക്ഷത്രങ്ങളായി.

ഫൈൻ ആർട്സ് കോളേജിനു മുന്നിലെ നടപ്പാതയിൽ പഴയ പുസ്തകങ്ങൾ വില്ക്കുന്ന പരിചയമുള്ള ചെറുപ്പക്കാരൻ. റാന്തൽവിളക്കിന്റെ വെളിച്ചത്തിൽ പേജുകൾ പിഞ്ഞുകീറിയ *രമണനും* എഴുത്തച്ഛന്റെ *അദ്ധ്യാത്മരാമായണ*വുമിരുന്നു. നാലുരൂപ അമ്പതുപൈസ കൊടുത്ത് ഞാൻ *രമണൻ* വാങ്ങി. ഒരു കൗതുകം.

ഓരം പറ്റിനടന്നു. വഴികളിൽ തിരക്ക് കുറഞ്ഞിരിക്കുന്നു. സന്ധ്യ കഴിഞ്ഞാൽ നഗരമുറങ്ങിത്തുടങ്ങും. എട്ടുമണിയാവുമ്പോഴേ കടകളടച്ചു പൂട്ടുന്നത് എന്റെ നഗരത്തിൽ മാത്രമാണോ. ഇടയ്ക്ക് ഫസ്റ്റ് ഷോ വിട്ടുള്ള

തിരക്കുകൂടി കഴിഞ്ഞാൽ എല്ലാം സ്വസ്ഥം. റിഡക്ഷൻഷോപ്പുകൾ മാത്രം തുറന്നിരിക്കും. വൈകിയാലും ആരെങ്കിലുമെത്തുമെന്ന് കരുതിയാവാം.

ഒരു രാത്രികൂടി കഴിഞ്ഞുപോവുകയാണ്. ശിവരാമേട്ടൻ ഏല്പിച്ച ഒരു ചെറിയ ഭാരംകൂടി തലയണയ്ക്ക് കൂട്ടായി. നടക്കും. നടക്കണം.

ഒരുമുഖം മനസ്സിൽ വന്നു തങ്ങി. നിറവയറിൽ ഒന്നുമറിയാതെ ഒരു ജീവൻ അനങ്ങിത്തുടങ്ങുകയാണ്. കാണാത്ത അച്ഛനെച്ചൊല്ലി ഇനി എന്നാണവൻ പിണങ്ങുക. വിലപിക്കുക.

രണ്ടുദിവസം കഴിഞ്ഞ് ജോസഫിനെ ഫോണിൽ കിട്ടിയിരിക്കുന്നു. ഇന്നലെ പലതവണ വിളിച്ചതാണ്. അവനെ കിട്ടിയില്ല. മെനിഞ്ഞാന്ന് വിളിക്കണമെന്നാണ് അവൻ പറഞ്ഞേല്പിച്ചിരുന്നത്.

നാളെ രാവിലെ താൻതന്നെ നേരിട്ടുചെല്ലണമെന്ന് അവൻ പറഞ്ഞു. ശിവരാമേട്ടൻ കൂടെ വരാമെന്ന് വൈകുന്നേരം കണ്ടപ്പോൾ പറഞ്ഞു. വേണ്ടെന്ന് താൻ വിലക്കി. ഉച്ചവരെയുള്ള ലീവപേക്ഷ ശിവരാമേട്ടനെ ത്തന്നെ ഏല്പിച്ചു. മനസ്സിനപ്പോൾ ആധിയായി. ഈ ശ്രമംകൂടിപാഴാ യാലോ.

പത്തുമണിക്ക് മുൻപ് സെക്രട്ടറിയേറ്റിലെത്തി. പാസ് കിട്ടാൻ ബുദ്ധി മുട്ടി. മന്ത്രിയുടെ ഓഫീസിൽ ജോസഫിനെ ബന്ധപ്പെട്ടിട്ടാണ് പാസ് തന്നത്.

ഓഫീസിൽ തന്നെയിരുത്തിയിട്ട് അവൻ എവിടെയൊക്കെയോ ഫോൺ ചെയ്തു. കാര്യം ശിവരാമേട്ടൻ തന്നെ. ഇടയ്ക്ക് മന്ത്രിയുടെ കാബിനിൽ പോയിവന്നു. ചില എഴുത്തുകുത്തുകൾ. തിരക്കിട്ട വിളികൾ. ഭരണയന്ത്രത്തിന്റെ കുരുക്കുകൾ കണ്ട് അന്തിച്ചിരുന്നതിനാൽ മുഷി ഞ്ഞില്ല.

ഉച്ചയ്ക്ക് മുൻപ് അവൻ പിന്നെയും പുറത്തെങ്ങോ പോയിവന്നു. ഒന്നുകൂടി ഫോണെടുത്ത് ഡയൽ ചെയ്തു. ചില ഫയലുകൾ മറ്റാരെയോ ഏല്പിച്ചു. ഇടയ്ക്കൊക്കെ എന്നോട് എന്തെങ്കിലും പറഞ്ഞെന്നു വരുത്തി. അവന്റെ വക ചായയുമുണ്ടായിരുന്നു എപ്പോഴോ..

ഒരുതവണകൂടി അവൻ പുറത്തേക്ക് പോയിവന്നു. എന്റെയടുത്തേ ക്കാണ് വന്നത്. ആ മുഖം തെളിഞ്ഞിരിക്കുന്നു. എന്റെ അരികിലത്തെ സീറ്റിൽ അവൻ വന്നിരുന്നു.

"രക്ഷപ്പെട്ടു നിന്റെ ശിവരാമേട്ടൻ.." അവൻ ആഹ്ലാദത്തോടെ പറ ഞ്ഞു. "സ്പെഷ്യൽ ഓർഡറാ.." അവനെന്റെ ചുമൽ കുലുക്കി.

ഒരുനിമിഷം എനിക്ക് ചിന്തിക്കാനായില്ല. എങ്ങോ ഉണർന്നുപൊ ങ്ങുന്ന ആനന്ദം. ആത്മഹർഷം. എന്റെ കണ്ണുകൾ നനയുന്നുണ്ടോ.

"ഏതായാലും സമയം കൊള്ളാം." അവൻ പറഞ്ഞു. "നമ്മളിങ്ങനെ കാണാനും, ഒരാളെയെങ്കിലും ഇങ്ങനെ സഹായിക്കാനും... "

"ഒരുപാട് നന്ദിയുണ്ട് നിന്നോട്..."

"ഏയ് എന്താടാ.. നമ്മൾ തമ്മിൽ നന്ദിയുടെ കണക്കോ.. ഞാനല്ലേ എങ്കിലതാദ്യം പറയേണ്ടത്.. നെറ്റിയിലെ ഈ അടയാളം നീ കണ്ടോ..

എങ്ങനാടാ ഞാനതൊക്കെ മറക്കുക..” അവൻ വികാരാധീനനായി.

നിശ്ശബ്ദതയായി. ഓർമ്മകളിൽ കുരുങ്ങി കുറെ നിമിഷങ്ങൾ. ഹൃദയം ഇപ്പോഴും വല്ലാതെ മിടിക്കുന്നുണ്ടോ.

“എണീക്ക്..” അവൻ പറഞ്ഞു. “നമുക്കൊരുമിച്ച് പോയിത്തന്നെ ഓർഡറിന്റെ കോപ്പി വാങ്ങാം.. ഇപ്പോ ഒപ്പുവച്ചു കഴിഞ്ഞിരിക്കും..” ഞങ്ങളെഴുന്നേറ്റു.

നീണ്ട ഇടനാഴി കടന്ന് പുതിയ ബ്ളോക്കിലെ പടവുകളിറങ്ങി. വലതുവശത്താണ് വകുപ്പുമന്ത്രിയുടെ ഓഫീസ്. സെക്രട്ടറിയുടെ കൈയിൽനിന്ന് ഓർഡറിന്റെ കാർബൺ കോപ്പി അവൻ വാങ്ങി.

“ഇതാടാ.. കൊണ്ടുപൊയ്ക്കൊള്ളൂ..” അവൻ ഓർഡർ കൈമാറി... “പിന്നെ ഇത് പ്രോപ്പർ ചാനലിലൂടെ അങ്ങെത്തുമ്പോൾ രണ്ടുമൂന്നു ദിവസമെടുക്കും.. മടങ്ങാൻ തയ്യാറെടുത്തോളാൻ പറയൂ ആ മനുഷ്യനോട്..”

“ഇറങ്ങട്ടെ..” നന്ദിപറയാൻ എനിക്ക് വാക്കുകളില്ലാതായി.

ഉച്ചവെയിലിലുരുകിയ തിരക്കിലൂടെ ഞാൻ ഓഫീസിലേക്ക് നടന്നു. വേഗത്തിൽ. പാതിവഴിയെത്തുമ്പോഴേ വിയർത്തുകുളിച്ചു. എത്രയും പെട്ടെന്ന് ഓർഡർ ശിവരാമേട്ടനെ കാണിക്കാൻ എനിക്ക് ആവേശമായി. തിരക്കിനിടയിൽ ആരുടെയൊക്കെയോ ദേഹത്തുമുട്ടി. ഏതോ വാഹനങ്ങൾ ബ്രേക്ക് ചവിട്ടി. ശിവരാമേട്ടന്റെയടുത്തേക്ക് ഞാൻ വേഗം നടന്നു.

ഓഫീസിനുമുന്നിൽ ഒരാൾക്കൂട്ടം. അടുത്ത് ചെല്ലുമ്പോൾ അത് കൂടുതൽ വ്യക്തമായി. ഓഫീസിലെ എല്ലാവരുമുണ്ട് പുറത്ത്. ആകാംക്ഷയുറ്റ മുഖങ്ങൾ. മൗനം ഏതോ ദുസ്സൂചനയായി അവർക്കിടയിൽ വളർന്നു നിൽക്കുംപോലെ.

“എന്തേ.. എന്തുപറ്റീ..” മുന്നിൽ നിന്ന ബാലചന്ദ്രനോട് ഞാൻ ചോദിച്ചു.

“ശിവരാമേട്ടൻ ഒന്നു കുഴഞ്ഞുവീണു.. ഒരല്പംമുൻപ്. ബോധമില്ലായിരുന്നു. ആശുപത്രിയിലേക്ക് കൊണ്ടുപോയി. സൂപ്രണ്ടും സദാശിവനും കൂടെ പോയിട്ടുണ്ട്. ഇപ്പോ കൊണ്ടുപോയതേയുള്ളൂ..” ഒറ്റശ്വാസത്തിൽ അവൻ പറഞ്ഞു.

ഒരുനിമിഷം കണ്ണുകളിൽ ഇരുട്ടുപടർന്നു. നാവു തളർന്നു. കൈകാലുകൾ മരവിച്ചു. എന്തുചെയ്യണമെന്നറിയാതെ ഞാൻ നിന്നു.

“അജയൻ വരൂ..നമുക്ക് കൂടി ആശുപത്രിയിലേക്ക്പോകാം..” ബാലചന്ദ്രൻ ഓട്ടോയ്ക്ക് കൈകാണിച്ചു. അവനുപുറകേ ഞാനും കയറി. അവനെന്തൊക്കെയോ പറഞ്ഞുകൊണ്ടിരുന്നു, ശിവരാമേട്ടനെപ്പറ്റി. ഒരക്ഷരം പോലും ഉരിയാടാനാവാതെ ഞാനിരുന്നു.

ആശുപത്രി. കാഷ്വാലിറ്റിയിൽ ഡോക്ടറുടെ റൂമിന് മുന്നിൽ സൂപ്രണ്ടും സദാശിവനും ഉത്കണ്ഠയോടെ നിന്നിരുന്നു. ഞാനും ബാലചന്ദ്രനും അടുത്തേക്ക് ചെന്നു. അകത്തുണ്ടെന്ന് സൂപ്രണ്ട് ആംഗ്യം കാട്ടി. ആരും സംസാരിച്ചില്ല. പച്ച നിറമുള്ള തിരശ്ശീല കാറ്റിലിളകിയപ്പോഴൊക്കെ അകത്ത് ശിവരാമേട്ടനെ കിടത്തിയതിനുചുറ്റും ഡോക്ടർമാർ പരിശോധനകൾ തുടരുന്നത് കണ്ടു.

നിമിഷങ്ങൾ കനംവെച്ച് മിടിച്ചുനീങ്ങി. ബാലചന്ദ്രനും സദാശിവനും അല്പമകലെ മാറിനിന്ന് എന്തോ അടക്കം പറഞ്ഞു. സദാശിവന്റെ വാക്കുകൾ കേട്ട് ബാലചന്ദ്രന്റെ മുഖം പെട്ടെന്ന് മങ്ങിയതുപോലെ.

തിരശ്ശീല നീങ്ങി. ഡോക്ടർ സൂപ്രണ്ടിനെ അകത്തേക്ക് വിളിച്ചു. രണ്ടുനിമിഷം കഴിഞ്ഞ് അദ്ദേഹം ഒറ്റയ്ക്ക് പുറത്തേക്കിറങ്ങി.

“എല്ലാം കഴിഞ്ഞു..” സൂപ്രണ്ട് പറഞ്ഞു.

പിന്നിൽ സദാശിവന്റെ തേങ്ങലുയർന്നു.

തലശ്ശേരിയിൽ ആംബുലൻസെത്തുമ്പോൾ നേരം വെളുത്തു. സദാശിവനും ബാലചന്ദ്രനും ശിവരാമേട്ടൻ താമസിച്ചിരുന്നിടത്തെ ഗോപനും ഒപ്പമുണ്ടായിരുന്നു. സ്ഥലമറിയാവുന്നതുകൊണ്ട് ഗോപൻ മുൻപിലിരുന്നു. ഞങ്ങൾ മൂന്നുപേരും ശിവരാമേട്ടന്റെ മൃതശരീരത്തോടൊപ്പമിരുന്നു. സദാശിവനും ബാലചന്ദ്രനും ഇടയ്ക്കൊക്കെ ഉറക്കം തൂങ്ങി. ഒന്ന് കണ്ണുചിമ്മാൻ കൂടി തനിക്കായില്ല.

തിരുവനന്തപുരത്ത് നിന്ന് പുറപ്പെടുംമുൻപ് ജോസഫിനെ വിളിച്ചിരുന്നു. ഒന്നുരണ്ടു വാക്കുകളേ പറഞ്ഞുള്ളൂ. മറ്റെന്തെങ്കിലും ചോദിക്കാൻ അവനുമായില്ല.

പ്രധാന നിരത്തിൽനിന്ന് ആംബുലൻസ് ഒരിടവഴിയിലേക്കിറങ്ങി. മുന്നോട്ട് പോകുന്തോറും വഴിക്ക് കാത്തുനിന്ന ആളുകളുടെ എണ്ണം കൂടി. പെട്ടെന്നെങ്ങോ ഉച്ചത്തിൽ നിലവിളി ഉയർന്നു. ചില്ലുമറയിലൂടെ ഞാൻ നോക്കി. ഓടിട്ട മച്ചുള്ള ഒരു പഴയവീട്. ചുറ്റും ഒരുപാട് വൃക്ഷങ്ങൾ.

മൃതശരീരം ആംബുലൻസിൽ നിന്നു മാറ്റിയതും മുറ്റത്ത് തയ്യാറാക്കിയ ചെറിയ പന്തലിനുള്ളിൽ കിടത്തിയതുമൊക്കെ പെട്ടെന്നാണ്. ഒരുപാടുപേർ ഞങ്ങളോട് വിവരങ്ങൾ തിരക്കി. എല്ലാം വിശദീകരിച്ച് പറഞ്ഞുകേൾപ്പിച്ചു ബാലചന്ദ്രനും സദാശിവനും. തിരക്കിൽ നിന്നൊഴിഞ്ഞ് ആൾക്കൂട്ടത്തിന് പിന്നിലൊതുങ്ങി ഞാൻ നിന്നു. മുന്നിലെ മാവിന്റെ ശിഖരങ്ങൾ മുറിച്ചിരിക്കുന്നു.

ചടങ്ങുകളൊക്കെ കഴിച്ച് മൃതശരീരം ചിതയിലേക്കെടുക്കുമ്പോൾ പിന്നെയും നിലവിളി ഉച്ചത്തിലായി. ചിതയൊരുക്കാനും മറ്റുമൊക്കെ ഒരുപാടാളുകൾ ഓടിനടന്നു.

ഈറനുടുത്ത് ഇടതുതോളിൽ തുളുമ്പുന്ന മൺകുടവുമേന്തി ചിതയ്ക്ക് ചുറ്റും വലംവെയ്ക്കുന്നത് ശിവരാമേട്ടന്റെ മൂത്തമകനാണെന്ന് ഞാനൂഹിച്ചു. അവൻ അപ്പോഴും വിതുമ്പുന്നുണ്ടായിരുന്നു.

ചിതയ്ക്ക് തീ കൊളുത്തി. മെല്ലെ പുകയുയർന്നു. നേർത്ത ചുരുളുകളായി അവ ആകാശത്തിലേക്കെങ്ങോ ഉയർന്നുപൊങ്ങി.

ഉള്ളിലെങ്ങോ അതുവരെ തങ്ങിനിന്ന വലിയൊരു വിങ്ങൽ പെട്ടെന്ന് ചുണ്ടുകളിൽ വിതുമ്പലായി. ദൂരെ മാറിനിന്ന് ഞാൻ വിങ്ങിപ്പൊട്ടി.

ആരോ ചുമലിൽ തടവി.

8

ഉണരുമ്പോൾ വൈകി.

യാത്രാക്ഷീണവും തലയ്ക്കുള്ള പെരുപ്പുംകൊണ്ട് ബോധമറ്റുറങ്ങി. ശരീരം ആകെ തളർന്നിരിക്കുന്നു. തലവേദന പൂർണമായും മാറിയിട്ടില്ല. തൊണ്ടവരണ്ടിരിക്കുന്നു. കട്ടിലിന് താഴെ കൂജയിലിരുന്ന തണുത്ത വെള്ളം ഞാൻ ആവോളം കുടിച്ചു. അതുകൊണ്ടുതന്നെ മുഖം കഴുകി. പിന്നെയും കിടന്നു.

തലശ്ശേരിയിൽ നിന്ന് മടങ്ങിയെത്തുമ്പോൾ ഏറെയിരുട്ടിയിരുന്നു. ആംബുലൻസിൽതന്നെ മടങ്ങി. വഴിക്ക് ഭക്ഷണം കഴിക്കാൻ ചിലയിടങ്ങളിൽ ഇറങ്ങിയതൊഴിച്ചാൽ ചൂടുള്ള വെയിലത്ത് യാത്ര ദുഷ്കരമായിരുന്നു. ഇങ്ങെത്തുമ്പോഴേക്കും എല്ലാരും ക്ഷീണിച്ചു. ഓഫീസിൽനിന്ന് പിരിച്ചിരുന്ന തുക ആംബുലൻസിന് വാടകയായി നല്കി. കാര്യങ്ങളൊക്കെ നടത്തിയത് ബാലചന്ദ്രനും സദാശിവനുമായിരുന്നു. ഒരു നോക്കുകുത്തിയെപ്പോലെ ഞാൻ സാക്ഷിയായി.

മയക്കത്തിലെപ്പോഴോ ശിവരാമേട്ടന്റെ മുഖംവന്നു നിറഞ്ഞിരുന്നു. കണ്ണുകളടച്ച് ചുണ്ടുകളുടെ കോണിൽ ഒരുതരി മന്ദഹാസം കരുതിയ ആ മുഖം. അകക്കണ്ണിൽനിന്ന് അതൊരിക്കലും മാഞ്ഞതേയില്ല.

നേരം ഉച്ചകഴിഞ്ഞിരിക്കുന്നു.

തൊണ്ട പിന്നെയും വരണ്ടിരിക്കുന്നു. വല്ലാത്ത ദാഹവും വിശപ്പും. ഞാനെഴുന്നേറ്റു. മുഷിഞ്ഞ ഷർട്ടിലെ പോക്കറ്റിൽനിന്ന് പേഴ്സ് വലിച്ചെടുക്കുമ്പോൾ നാലായി മടക്കിയ ഒരു പേപ്പർ താഴെ വീണു. ഞാനതെടുത്തു. ശിവരാമേട്ടന്റെ ട്രാൻസ്ഫർ ഉത്തരവ്.

പുറത്തിറങ്ങി. തണൽപറ്റി നടക്കുമ്പോൾ ഉൾക്കണ്ണിൽ പിന്നെയും ശിവരാമേട്ടനായി. ഏറെ വാത്സല്യത്തോടെ ആ കണ്ണുകൾ തന്നെ ഉറ്റു

നോക്കി. മുരടനക്കി ഏതോ രഹസ്യംപറഞ്ഞ് പൊട്ടിച്ചിരിച്ചു. എവിടെയോ ഒന്നുതോണ്ടി, ചിരിച്ചും പറഞ്ഞും ഇടയ്ക്കിടെ തിരിഞ്ഞുനോക്കിയും ശിവരാമേട്ടൻ നടന്നു. എന്നിലൂടെ. എന്റെ മനസ്സിലൂടെ, എന്റെ ശരീരത്തിലൂടെ.

ശിവരാമേട്ടന്റെ വീട്ടിലെ ചില രംഗങ്ങൾകൂടി മനസ്സിൽ തെളിഞ്ഞു.

ചടങ്ങുകളൊക്കെ കഴിഞ്ഞ് ആളുകൾ പിരിഞ്ഞുതുടങ്ങിയപ്പോൾ നിലവിളി തേങ്ങലായൊതുങ്ങിയിരുന്നു. ആ കൊച്ചുവീടിന്റെ അകത്തളങ്ങളിൽ മാത്രം അത് മുഴങ്ങിനിന്നു.

ശിവരാമേട്ടന്റെ മൂത്തമകൻ തന്നെ തിരിച്ചറിഞ്ഞു. ഏറെ പക്വത തോന്നിച്ചു അവന്റെ പെരുമാറ്റം. ദൂരെ മാറിനിന്ന എന്റെ അടുത്തേക്ക് അവൻ വന്നുപറഞ്ഞു.

"അറിയാമെനിക്ക്.. സ്റ്റാഫ് ഫോട്ടോയിൽ അച്ഛൻ കാണിച്ചുതന്നിട്ടുണ്ട്.." ഒരുനിമിഷം നിർത്തി, എന്തോ ഓർത്തെന്നപോലെ എന്നെ നോക്കി പിന്നെയും അവൻ പറഞ്ഞു. "അച്ഛന് ഏറെ ഇഷ്ടമുള്ള ആളാണെന്നാ പറഞ്ഞിട്ടുള്ളത്.."

അപ്പോൾ കണ്ണുകൾ നിറഞ്ഞു. വിതുമ്പലടർന്നു. അവനറിയാതിരിക്കാൻ മറ്റെങ്ങോ മുഖംതിരിച്ചു. ഏറെനേരം പിന്നെ മൗനമായി.

അവനെ തോളോട് ചേർത്ത് നിർത്തി അടക്കം പറയുമ്പോലെ പറഞ്ഞു. "വഴിതെറ്റുമെന്നായിരുന്നു നിന്റച്ഛന്റെ പേടി.. വഴി തെറ്റരുത്.."

അവൻ വിതുമ്പി. കണ്ണുകൾ നിറഞ്ഞൊഴുകി. ആശ്വസിപ്പിക്കുവാൻ അപ്പോൾ തനിക്ക് വാക്കുകൾ കിട്ടിയില്ല.

ഉച്ചവെയിലിൽ നഗരം ഉരുകിക്കിടന്നു. വഴിയോരങ്ങളിൽ ആൾത്തിരക്ക് ഒത്തിരി കുറഞ്ഞിരിക്കുന്നു. സ്വാമീടെ വെജിറ്റേറിയൻ ഹോട്ടലിലേക്ക് ഇനിയധികം ദൂരമില്ല. രാജവീഥിയിലൂടെ തണൽവൃക്ഷങ്ങളുടെ അരികുപറ്റി നടക്കുമ്പോളോർത്തു, ശിവരാമേട്ടൻ നടന്നുപോയ വഴികൾ. പിന്നെയോർത്തു, ഘനശ്യാം നടന്നുപോയ വഴികൾ. അബു ഇതുവഴി നടന്നിരിക്കുമോ.

രക്തസാക്ഷിമണ്ഡപത്തിനരികെ ഏതോ പ്രകടനത്തിനുള്ള വട്ടംകൂട്ടലുകൾ. ചുവന്ന കൊടികളാണ് ഏറെയും. കൂട്ടത്തിലോരോ രൂപത്തിലും ഞാൻ ജോസഫിന്റെ മുഖം പരതി. ഇഴമുറിയാതെ കടന്നുപോകുന്ന ഈ കാല്പാടുകൾക്കിടയിലെങ്ങോ തന്നെയറിയുന്ന ഒരാൾ. കടപ്പെട്ട ഒരാൾ. ഇന്നലെവരെയും മറ്റൊരാൾ ശിവരാമേട്ടനായിരുന്നില്ലേ. ദൂരെയെങ്ങോ ഒരു നഗരത്തിൽ ഒരാൾകൂടിയുണ്ടാവണം, സുപർണ.

മടങ്ങുന്ന വഴിക്ക് ഓഫീസിലെ സൂപ്രണ്ടിനെ കണ്ടു. ശിവരാമേട്ടന്റെ വേർപാടിന്റെ ആഘാതത്തിൽനിന്ന് ആരും തീർത്തും മുക്തരായിട്ടില്ല.

സൂപ്രണ്ട് പറഞ്ഞു.

"നല്ലവനായിരുന്നു അയാൾ.. പലപ്പോഴും ഞാൻ കയർത്തിട്ടുണ്ടെങ്കിലും സ്നേഹമായിരുന്നു എനിക്ക്.. അതയാൾക്ക് അറിയാമായിരുന്നു.." അദ്ദേഹം നെടുവീർപ്പിട്ടു. "കഷ്ടമായിപ്പോയി."

ഒന്നും മിണ്ടാതെ ഞാനത് കേട്ടുനിന്നു. ഏറെനേരം ഏതോ ഓർമ്മകളിൽ കുരുങ്ങി എങ്ങോട്ടോ മുഖങ്ങൾ തിരിച്ച് ഞങ്ങൾ ആ തിരക്കിനിടയിൽനിന്നു.

പിരിയുമ്പോൾ സൂപ്രണ്ട് പറഞ്ഞു, തന്നെയന്വേഷിച്ച് ആരോ ഓഫീസിൽ വന്നിരുന്നുവെന്ന്. അത്യാവശ്യമായൊന്നുമില്ല. വഴിക്ക് കയറിയതാണത്രെ. രൂപഭാവങ്ങൾ വിശദീകരിച്ചപ്പോൾ ആളെ മനസ്സിലായി. മേലേതിലെ വല്യച്ഛൻ. പാവം വൃദ്ധൻ. തനിക്കൊന്ന് കാണാനായില്ലല്ലോ.

ഒരുപകൽ കൊഴിഞ്ഞുവീണു.

ഒരുരാത്രി പിന്നെയും ഞെട്ടിയുണരുന്ന കിനാക്കളായി. ഇടയ്ക്കിടെ നടുക്കമായി. ഉറങ്ങാതിരിക്കാൻ കഴിഞ്ഞെങ്കിൽ.

ഓഫീസിലേക്ക് പുറപ്പെടുമ്പോളോർത്തു. ഗേറ്റിനരികിൽ മുറുക്കിത്തുപ്പി കുശലംപറഞ്ഞ് പൊട്ടിച്ചിരിച്ച് ഫയൽകെട്ടുകളുടെ ഭാരംതാങ്ങി ഒരാൾമാത്രമുണ്ടാവില്ല. ഫയൽകൂമ്പാരങ്ങൾക്കിടയിൽ പക്ഷേ ഒഴിഞ്ഞൊരു കസേരയുണ്ടാവില്ല. അവിടെയെത്താനായില്ലല്ലോ ശിവരാമേട്ടന്.

ഗേറ്റിനരികിൽ പക്ഷേ, മറ്റൊരാളെ കണ്ട് ഞെട്ടിപ്പോയി. അച്ഛൻ. റോഡ് മുറിച്ച് ഞാൻ വേഗത്തിൽ നടന്നുചെന്നു.

"അച്ഛനെങ്ങനെ.. ഇവിടെ..." ഒരുനിമിഷം ഞാൻ പരിഭ്രമിച്ചു.

"പറയാം.. നീ കോപിക്കരുത്." അച്ഛൻ പറഞ്ഞു. "നിന്റെ വല്യച്ഛനെ ഇവിടെ മെഡിക്കൽകോളേജിൽ കിടത്തി. ഇന്നലെ സന്ധ്യക്കാണ് അസുഖം കൂടുതലായത്... പെട്ടെന്ന് കാലുകളും കൈകളും തളർന്നുപോയി.. സംസാരിക്കാനും വയ്യാണ്ടായി. ബോധമുണ്ട്. ആളെ തിരിച്ചറിയുന്നു.. അത്രതന്നെ. സമയത്ത് അടുത്താരുമുണ്ടായില്ല.. കൂട്ടിന് നിൽക്കണ ചെറുക്കൻ എന്നെ വന്നുവിളിച്ചു. ഞാൻ കൂടി പോന്നു അർദ്ധരാത്രിക്ക്..." അച്ഛൻ പറഞ്ഞുനിർത്തി.

"എങ്ങനെ കണ്ടുപിടിച്ചു ഇവിടം.."

"ആശുപത്രീലെ ഒരാളോട് വിവരം പറഞ്ഞു. കയറിയിറങ്ങാനുള്ള വഴിയും സ്ഥലവുമൊക്കെ അയാള് പറഞ്ഞുതന്നു.. എന്നിട്ടും ഈ വട്ടത്താകെ ഒരുപാട് ചുറ്റി ഞാൻ. അരമണിക്കൂറായി ഇവിടെ നിൽക്കുന്നു. നിന്റെ ഓഫീസ് തുറക്കാൻ വന്നയാള് അകത്തോട്ട് ക്ഷണിച്ചതാ.. വേഷം മുഷിഞ്ഞിരിക്ക്ന്നു.. ഞാൻ അകത്തോട്ട് കേറീല..." അച്ഛൻ പറഞ്ഞു. ആകെ ക്ഷീണിച്ചിരിക്കുന്നു അച്ഛൻ.

"അച്ഛൻ മടങ്ങുന്നില്ലേ.." ഞാൻ ചോദിച്ചു.

"മടങ്ങണം... ആ ചെറുക്കൻ മാത്രമേ നിന്റെ വല്യച്ഛന്റെ അടുത്തുള്ളൂ. ഇത്രേം വലിയ ഒരാശുപത്രീല് ഒന്നു കയറിയിറങ്ങാൻകൂടി അവന് കഴിയൂല.." അച്ഛൻ പറഞ്ഞു. "അതുകൊണ്ട് നീയൊന്ന് അവിടേക്ക് വരണം. മറ്റൊന്നും വിചാരിക്കരുത്.. ആ ചെറുക്കൻ എന്റൊപ്പം മടങ്ങുവാൻ നിൽക്കുകയാണ്. വീട്ടില് പശുക്കളും തൊഴുത്തും.. പിന്നെ.."

"ബന്ധുക്കളൊക്കെയുണ്ടല്ലോ കുറെ, വിളിക്കട്ടെ.." ഞാൻ പരിഭവിച്ചു.

"അച്ഛനേ ഉള്ളോ ഇപ്പോൾ.."

"അവർക്കൊക്കെ തിരക്കല്ലേ.. അറിയിച്ചിട്ടുണ്ട്. എല്ലാരും ദൂരത്തല്ലേ.. വരട്ടെ.. അതുവരെയെങ്കിലും നമ്മളൊന്ന് നോക്കാതിരുന്നാലോ..നീ വരണം.." അച്ഛൻ അപേക്ഷിക്കുംപോലെ പറഞ്ഞു.

ഒരുനിമിഷം ഞാനോർത്തുനിന്നു. ഒരവസരം വരുന്നു. എല്ലാ കണക്കുകളും ഒരുനോക്ക് കൊണ്ടു തീർക്കാൻ ഒരവസരം. ശരണം പ്രാപിക്കാൻ തന്റെ മുന്നിൽ വന്നുവല്ലോ ഒടുവിൽ. പോകാം. പോയി കാണാം, ആ കിടപ്പ്. താണ്ഡവമാടിയ പ്രതാപവും, പുച്ഛിച്ചെറിഞ്ഞ വാക്കുകളും വച്ചൊഴിഞ്ഞ് വീണു തറപറ്റിയ ഒരുവൃക്ഷംപോലെ കിടക്കുന്നത് തനിക്ക് കാണണം. കൺനിറയെ.

"പഴേതൊക്കെ നീ മറക്കണം.." അച്ഛൻ പിന്നെയും പറഞ്ഞു. "ഈയവസരത്തിൽ നീയായിട്ട് മാറിനിൽക്കരുത്.. അവര് നിന്നോട് കാണിച്ചതൊക്കെ അച്ഛനും മറക്കുന്നില്ല.. എന്നാലും മനുഷ്യപ്പറ്റ് കാണിക്കണ്ടേ നമ്മള്.."

"ഞാൻ വരാം.. അച്ഛൻ നിൽക്ക്.. ലീവെഴുതി കൊടുക്കട്ടെ.." ഞാൻ ഓഫീസിനുള്ളിലേക്ക് കയറി. ശിവരാമേട്ടനുണ്ടായിരുന്നെങ്കിൽ പറയുമായിരുന്നു. ഞാനും വരാമെടായെന്ന്. ഗേറ്റിനരികിൽ അച്ഛന് കാത്തു നിൽക്കേണ്ടിയും വരുമായിരുന്നില്ല.

മെഡിക്കൽ കോളേജ് ആശുപത്രി.

ഉള്ളിൽ കയറിപ്പറ്റാൻ ബുദ്ധിമുട്ടി. ഒരുപാട് കേണപേക്ഷിച്ചപ്പോൾ കടത്തിവിട്ടു. അച്ഛന്റെ കൈയിൽ അകത്ത് കടക്കാനുള്ള പാസ് ഉണ്ടായിരുന്നില്ല.

വാർഡുകൾക്കുള്ളിലൂടെ കടന്നുപോയപ്പോൾ പരിചിതമല്ലാത്ത മനം മടുപ്പിക്കുന്ന ഒരുതരം രൂക്ഷഗന്ധം പെരുകിവന്നു. മരുന്നുകളുടെയും അഴുക്കലിന്റെയും ഒരു മിശ്രിതഗന്ധം. വാർഡുകൾക്കുള്ളിലെല്ലാം ഏറെ തിരക്കുണ്ട്. ഓരോ കിടക്കയുടെ ഇരുവശത്തും തറയിൽക്കൂടി രോഗികളെ കിടത്തിയിരിക്കുന്നു. കൂട്ടിരിപ്പുകാരിൽ പലരും ഇടനാഴിയിലെ വെളിച്ചത്തിലേക്ക് മാറിനിൽക്കുന്നു. വരാന്തയിലൂടെ കൂട്ടമായിപ്പോകുന്ന ഡോക്ടർമാരും വിദ്യാർത്ഥികളും. ഉന്തുവണ്ടിയിൽ രോഗികളെ ഇരുത്തി തള്ളിക്കൊണ്ടുപോകുന്ന അറ്റൻഡർമാർ. നഴ്സുമാർ. തിയേറ്ററുകൾക്ക് മുന്നിൽ മറ്റെങ്ങുമില്ലാത്ത ആകാംക്ഷയോടെ കാത്തുനിൽക്കുന്ന ബന്ധുക്കൾ. കിടക്കകളിലെ രോഗികൾക്കുമാത്രം ഒരേ രൂപഭാവങ്ങൾ തോന്നിച്ചു.

പതിനാറാംവാർഡിലെ മുപ്പത്തിരണ്ടാം ബെഡ്ഡിൽ വല്യച്ഛൻ കിടന്നു. ആജാനുബാഹുവായ ആ രൂപം കിടക്കയിൽ നിറഞ്ഞുകിടക്കുന്നു. പേടിച്ചരണ്ട മുഖവുമായി കൂട്ടിനുള്ള ചെറുക്കനുണ്ട്. ഒരുവശത്തുനിന്ന് പരിശോധന തുടരുന്ന ഏതോ ജൂനിയർ ഡോക്ടർ.

ഡോക്ടർ പരിശോധിച്ചുതീരുംവരെ മാറിനിന്നു. വല്യച്ഛന്റെ കണ്ണുകളിൽപ്പെട്ടിട്ടില്ല അപ്പോഴും. ഒന്ന് അനങ്ങാൻകൂടി കഴിയുന്നില്ലെന്ന് പെട്ടെന്ന് മനസ്സിലാക്കി. മച്ചിലുറപ്പിച്ച കണ്ണുകൾ തുറന്നിരുന്നു. നീളമുള്ള

കൈകൾ രണ്ടു വശങ്ങളിലായി വീണുകിടന്നു. ഒരുവേള ആ കാഴ്ചയുടെ ദൈന്യത എന്റെ മനസ്സിനെ അമ്പരപ്പിച്ചു.

ഡോക്ടർ പോയപ്പോൾ അച്ഛൻ മെല്ലെ വല്യച്ഛന്റെ തലയ്ക്കരികിലേക്ക് നീങ്ങിനിന്നു. വല്യച്ഛന്റെ കണ്ണുകൾ അച്ഛന്റെ നേർക്കു തിരിഞ്ഞു. ചോദ്യഭാവം.

"അജയൻ വന്നിട്ടുണ്ട്... ഞങ്ങള് മടങ്ങുവാണ്.. ബാക്കിയുള്ളവരെക്കൂടി വിവരമറിയിക്കാം.. ഒരാഴ്ച കിടക്കേണ്ടിവരുമെന്നാ ഡോക്ടർ പറഞ്ഞത്." അച്ഛൻ ഉറക്കെ പറഞ്ഞു.

ആ കണ്ണുകളിൽ നടുക്കം പടരുന്നത് ഞാൻ കണ്ടു. പിന്നെയവ ചുറ്റും തിരയുമ്പോലെ. ഞാൻ മുന്നിലേക്ക് നീങ്ങിനിന്നു.ഒരുനിമിഷം ആ കണ്ണുകൾ എന്റെ മുഖത്തുതങ്ങി. അവ പെട്ടെന്ന് ഈറനായി. ചുണ്ടുകൾ എന്തോ പറയുവാൻ വിറച്ചു. കഴിയുന്നില്ല. വലതുകരം ഒന്നനങ്ങി. ഒരിഞ്ചുകൂടി ഉയരുന്നില്ല. നിശ്ചലം കിടന്നു.

ആ കണ്ണുകളിലെ നടുക്കവും നനവും ഒരുനിമിഷം എന്റെ കണ്ണുകളിൽ വന്നു നിറഞ്ഞു. ഒന്നും മിണ്ടാനാവാതെ ഞാൻ നിന്നുപോയി. ചുവടു മാറ്റാനാവാതെ ഏറെ നിമിഷം ആ നില്പ് തുടർന്നു.

"എന്നാ ഞങ്ങളിറങ്ങുവാ.." അച്ഛൻ പറഞ്ഞു. "ഇതാ കുറച്ച് പണം. ഈ ചെറുക്കൻ സൂക്ഷിച്ചിരുന്നതാ.." അച്ഛൻ നീട്ടി. ഞാനത് ഏറ്റുവാങ്ങി.

"ചെറുക്കനെക്കൂട്ടി അച്ഛൻ നടന്നു. വാർഡു കഴിയുംവരെ ഞാനനുഗമിച്ചു. വരാന്തയിലേക്ക് തിരിയുംമുമ്പ് അച്ഛൻ പറഞ്ഞു, "നീ മുഷിയണ്ട. ആരെങ്കിലും വരും. അതുവരെ നീ വേണം എല്ലാം നോക്കാൻ.." വരാന്തയുടെ തിരിവിൽ അച്ഛന്റെ രൂപവും മറഞ്ഞു.

വല്യച്ഛന്റെ അരികിലെത്തുമ്പോൾ വശത്ത് മറ്റൊരു ഡോക്ടർ സ്ഥാനം പിടിച്ചിരിക്കുന്നത് കണ്ടു. പരിശോധനകൾ. വല്യച്ഛന്റെ കണ്ണുകൾ എന്നെ തിരയുന്നുണ്ട്. ഞാനരികിൽ ചെന്നുനിന്നു. കണ്ണുകളിൽനിന്ന് വശങ്ങളിലൂടെ കണ്ണുനീർ ഒഴുകിനിൽക്കുന്നു. തോർത്തെടുത്ത് ഞാനാ കണ്ണുനീരൊപ്പി. ചുണ്ടുകളുടെ കോണിലൂടെ ഒലിച്ചിറങ്ങിയ ഉമിനീരും ഞാൻ തുടച്ചു. ഒരുവേള ആ കണ്ണുകളിൽ ഒരു തിളക്കം വീണു. നന്ദിയാവാം.

ഡോക്ടർ പറഞ്ഞു.

"ഇടയ്ക്കിടെ ശരീരം തിരിച്ചും മറിച്ചും കിടത്തണം. അല്ലെങ്കില് പുറം പൊള്ളി അടരും.. ഇതാ ഇതൊക്കെ ലാബുകളിൽ കൊടുക്കണം. താമസിക്കരുത്.." രക്തം നിറച്ച ചെറിയ കുപ്പികളും ഓരോന്നിനോടൊപ്പം ഓരോ കുറിപ്പും എഴുതി ഏല്പിച്ചു. "ഒന്നും തെറ്റാതെ കൊണ്ടുകൊടുക്കണം.." ഡോക്ടർ അടുത്ത കിടക്കയിലേക്ക് പോയി.

"ഞാനിപ്പോൾ വരാം.. ഇതൊക്കെ കൊടുത്തിട്ട്.." വല്യച്ഛനെ നോക്കി പറഞ്ഞു. കൂടുതൽ വിശദീകരിക്കണ്ട. എല്ലാം കേട്ടു കിടപ്പാണ് വല്യച്ഛൻ. അടുത്ത ബെഡ്ഡിൽ കൂട്ടിരുന്ന ആളിനോട് പറഞ്ഞു, "ഒന്ന് നോക്കിക്കൊള്ളണേ, ഞാനിതൊക്കെയൊന്ന് കൊടുത്തിട്ടുവരാം.." അയാൾ തല

കുലുക്കി. ഞാൻ നടന്നു.

ലാബുകൾ പലതും പലയിടങ്ങളിലാണ്. ചോദിച്ചു മനസ്സിലാക്കുവാൻ ഏറെ ബുദ്ധിമുട്ടി. ഒന്നു വ്യക്തമായി പറഞ്ഞുതരാൻ പലരും മടിച്ചു. എല്ലാവർക്കും തിടുക്കമാണ്. അതോ തിടുക്കം നടിക്കുന്നതോ.

അരമണിക്കൂറെടുത്തു തിരികെയെത്താൻ. വല്യച്ഛന്റെ കണ്ണുകൾ ഞാൻ വരുന്ന ദിക്കിലേക്ക് തന്നെ ചരിഞ്ഞിരിക്കുന്നു. അവ പിന്നെയും നിറഞ്ഞിരുന്നു. തോർത്തെടുത്ത് ആ കണ്ണുനീർ ഞാൻ തുടച്ചു.

വിധിവൈപരീത്യങ്ങളാവാം ഒക്കെയും. അല്ലെങ്കിലെന്തേ പരസ്പരം കാണാനറച്ചവർ, വാശിയോടെ പിരിഞ്ഞകന്നവർ ജീവിതത്തിന്റെ ഒരു തിരിവിലിങ്ങനെ കണ്ടുമുട്ടുന്നു. ഒരാൾ മറ്റൊരാളെ ഏറ്റവും നിസ്സഹായമായി ആശ്രയിക്കുന്നു.

അറിവുവെച്ച പ്രായം മുതൽ തന്റെ ഉള്ളിന്റെയുള്ളിൽ എത്തിച്ചേരാൻ കൊതിച്ച ഒരു സ്ഥാനമുണ്ട്. ഈ കിടക്കുന്ന മനുഷ്യനായിരുന്നില്ലെ അതിനൊരു കാരണം. ഒരുപക്ഷേ, ഒരു വിദൂരമാതൃക. പ്രതാപങ്ങൾ പ്രകടിപ്പിക്കാനും ആജ്ഞാപിക്കുവാനും അനുസരിപ്പിക്കാനും കഴിയുന്ന ആ രൂപത്തെ എന്തുമാത്രം ഭയഭക്തിബഹുമാനങ്ങളോടെ എത്രയോനാൾ താൻ നോക്കിനിന്നിരിക്കുന്നു. അനുസരിച്ചിരിക്കുന്നു. അവഹേളനങ്ങളിലും പരിഹാസങ്ങളിലും തളരാതെ മുഖംതിരിച്ച് കണ്ണുകൾ തുടച്ച് എല്ലാമനുസരിക്കുന്ന ആ മെല്ലിച്ച ബാലന്റെ രൂപം എത്ര വർഷങ്ങൾ അകലെയാണ്. കടുത്ത ശിക്ഷകൾ നേടിത്തന്ന ചെറിയ ചെറിയ പിഴവുകളിൽപോലും പിടിച്ചുനിന്ന ആ ചെറിയ ഹൃദയം സ്വപ്നംകണ്ടത് ആ ഒരു സ്ഥാനമായിരുന്നില്ലെ. ഈ മനുഷ്യൻ നില്ക്കുന്ന പടവുകൾക്കും മുകളിലൊരു സ്ഥാനം. എന്തും സഹിക്കാനാവില്ലെന്ന് തിരിച്ചറിയുമ്പോൾ വൈകി. തെറ്റിപ്പിരിഞ്ഞു പടികടന്നകലുമ്പോഴും ഒന്നു സൂക്ഷിച്ചുവച്ചു മനസ്സിൽ, ഒടുങ്ങാത്ത പക. ഈ മനുഷ്യനെ തകർക്കാൻ പോന്ന പക. കഴിഞ്ഞില്ല. എല്ലാം വ്യർത്ഥമെന്നറിഞ്ഞപ്പോൾ ഏറെ കാലവും കടന്നുപോയി. തിരിച്ചുചെല്ലാൻ മാത്രം ആരും മാറിയില്ല. മാറിപ്പോയത് താൻമാത്രം. എങ്കിലും, ഈ കിടക്കുന്ന രൂപം ഒരിക്കലെങ്കിലും ഒരു നിമിഷത്തേക്കെങ്കിലും ഒന്നു തോറ്റുകാണാൻ എത്ര നാളുകളാണ് താനാഗ്രഹിച്ചത്. കാത്തിരുന്നത്. തകർന്നുവീണ ഒരുന്നതഗോപുരംപോലെ ഒന്നു ചലിക്കാനാവാതെ, ഒരു വാക്കുച്ചരിക്കാനാവാതെ, കണ്ണുനീർ പൊഴിച്ച് ചുണ്ടുകൾ വിറച്ച് ഈ മനുഷ്യൻ തന്റെ സ്വന്തം നഗ്നനേത്രങ്ങൾക്കു മുന്നിൽ നിശ്ചലം കിടക്കുമ്പോൾ ഇവിടെ ആരാണ് പിന്നെയും തോൽക്കുന്നത്.

വല്യച്ഛനെ പലതവണ തിരിച്ചും മറിച്ചും കിടത്തി. മരുന്നുകൾ കൃത്യസമയത്ത് നല്കി. ദ്രവരൂപത്തിലുള്ള ആഹാരം മാത്രം നല്കിയാൽ മതിയെന്ന് ഡോക്ടർ പറഞ്ഞിരുന്നു. മലമൂത്രവിസർജനങ്ങളൊക്കെ കിടക്കയിൽവച്ചു തന്നെയായി. അടുത്ത ബെഡ്ഡുകളിലെ അപരിചിതരായ ആരൊക്കെയോ ഒരു കൈ സഹായിച്ചു. ഒരു പുണ്യം.

പലപ്പോഴും തന്റെ കണ്ണുകൾ നിറഞ്ഞു. ഹൃദയം വിങ്ങിപ്പൊട്ടി. മനസ്സ്

മരവിച്ചു. കുഴഞ്ഞു. തളർന്നു. എത്രമാത്രം ദൈന്യമാണ് ഈ കിടപ്പ്.

രാത്രി. കിടക്കയ്ക്ക് താഴെ തണുത്ത നിലത്ത് ഷീറ്റുവിരിച്ച് ഞാൻ കിടന്നു. വാർഡിനുള്ളിലെ വെളിച്ചം ആരോ കെടുത്തിയിരിക്കുന്നു. ഒരല്പമകലെയുള്ള സിസ്റ്റേഴ്സ് റൂമിൽനിന്നും പുറത്തുനിന്നുമുള്ള വെളിച്ചം വാർഡിൽ പരന്നുനിന്നു. ഉറക്കം വന്നില്ല. തണുപ്പ് നിലത്തുനിന്ന് ശരീരത്തിലേക്ക് മെല്ലെ നുഴ്ന്ന് കയറി. ചുറ്റും ഞരക്കങ്ങൾ. എവിടെയോ ഒറ്റപ്പെട്ട ഒരു നിലവിളി.

എന്നാണ് അത് നാമ്പെടുത്തത്. വെറുപ്പിന്റെയും പകയുടെയും ചെറിയ ചെറിയ നാമ്പുകൾ. ഒരുപാടോർമ്മകൾ. തനിക്കന്ന് നാലു വയസ്സാവണം. അമ്മയാണ് കുടുംബവീട്ടിലേക്ക് എന്തോ ഏല്പിച്ച് തന്റെ കൈയിൽ തന്നുവിട്ടത്. അന്ന് വിജയദശമിയായിരുന്നിരിക്കണം. തറവാട്ടുവക ക്ഷേത്രത്തിന് മുന്നിൽ തന്റെ പ്രായത്തിലുള്ള കുട്ടികൾ നിരന്നുനിന്നിരുന്നു. കസവുകരയുള്ള ചെറിയ തോർത്ത് ഓരോരുത്തരും ചുറ്റിയിരുന്നു. തന്റെ കളിക്കൂട്ടുകാരിൽ ചിലരൊക്കെ അക്കൂട്ടത്തിലുണ്ടായിരുന്നു. ആരൊക്കെയോ തിരിഞ്ഞ് നിന്ന് തന്നെ നോക്കി ചിരിക്കുകയും കൊഞ്ഞനംകുത്തുകയും ചെയ്തു. കളിതമാശകൾ.

കുടുംബവീട്ടിലെത്തുമ്പോൾ അച്ഛമ്മ ചോദിച്ചു.

"കുട്ടീ.. നീയിരിക്കിണില്ലേ..."

"എന്തേ അച്ഛമ്മാ..."

"ഇന്ന് എഴുത്തിനിര്ത്താണ്. നീയിരിക്കിണ്ല്ലേ.. നിന്റെ അച്ഛനെന്താ പറഞ്ഞില്ലെ.. അമ്മയില്ലേ അവിടെ..."

താൻ വീട്ടിലേക്കോടി. ക്ഷേത്രത്തിനരികിലൂടെ കടന്നുപോയപ്പോൾ ഒരു കുട്ടിയെ എഴുതിച്ചുകൊണ്ടിരുന്ന വല്യച്ഛൻ ഒന്നു തിരിഞ്ഞുനോക്കി. താൻ നിന്നു. ഭയപ്പാടോടെ. വിളിക്കുമെന്ന് കരുതി ഏറെനേരം നിന്നു. വിളിച്ചില്ല. ഒരിക്കൽക്കൂടി വല്യച്ഛൻ തിരിഞ്ഞുനോക്കിയുമില്ല. എഴുതിക്കഴിഞ്ഞ കുട്ടികൾ ആഹ്ലാദത്തോടെ ചുറ്റും നിൽക്കുമ്പോൾ തനിക്ക് സങ്കടം വന്നു. കരച്ചിൽ വന്നു. കരഞ്ഞുകൊണ്ടാണ് വീട്ടിലേക്കോടിയത്. ചെന്നപാടെ അമ്മയുടെ കാൽക്കൽ ചുറ്റിപ്പിടിച്ച് കരച്ചിലായി. കരഞ്ഞുകൊണ്ടുതന്നെ നടന്നതൊക്കെ പറയുകയും ചെയ്തു. കുറച്ച് കഴിഞ്ഞ് അമ്മയും കരഞ്ഞു. അപ്പോൾ താൻ കരച്ചിൽ നിർത്തി.

സന്ധ്യക്ക് അച്ഛൻ വന്നപ്പോൾ അമ്മ എല്ലാം പറഞ്ഞുകേൾപ്പിക്കുന്നതു കേട്ടു. അച്ഛനൊന്നും മിണ്ടിയില്ല. രാത്രി പിന്നെയും അമ്മയുടെ കരച്ചിൽകേട്ടു. കസവുതോർത്തും അരിനിറച്ച തട്ടവും ഹരിശ്രീ എന്ന ഉച്ചാരണങ്ങളും അന്ന് സ്വപ്നം കണ്ടു.

പിറ്റേന്ന് സന്ധ്യക്ക് അച്ഛൻ വരുമ്പോൾ ഒരു സ്ലേറ്റ് കൊണ്ടുവന്നു. ചിമ്മിനിവെട്ടത്തിൽ പുകയും ചൂടും നിറഞ്ഞ അടുക്കളയിലെ ചാണകം മെഴുകിയ നിലത്തിരുന്ന് നനഞ്ഞ കണ്ണുകളോടെ അമ്മയെഴുതിത്തന്നു. അ.. സ്ലേറ്റുവാങ്ങി അതിനു പുറത്തൂടെ ഞാനെഴുതി. അ... ഒരായിരം പ്രാവശ്യം ഉറങ്ങുംവരെ വാശിയോടെ സ്ലേറ്റിൽ താൻ കോറി വരച്ചു

അ... ആദ്യത്തെ അക്ഷരം.

മുകളിലൊരു ഞരക്കം കേട്ടു. എഴുന്നേറ്റു.

വല്യച്ഛൻ കണ്ണുകൾ തുറന്ന് കിടക്കുന്നു. അവ പെട്ടെന്ന് തന്റെ നേർക്കായി. എന്താവും പറയുന്നത്. തൊണ്ട വരണ്ട് ദാഹിക്കുന്നുണ്ടാവുമോ. അതോ മൂത്രവിസർജനത്തിനോ. ഞാൻ പാത്രത്തിൽ വാങ്ങിവച്ചിരുന്ന ചെറിയ ചൂടുള്ള വെള്ളമെടുത്തു. അപ്പോൾ വായ ഒരല്പം തുറന്നു. നാവ് അനങ്ങി. നേർത്ത ധാരയായി ഞാൻ വെള്ളം ഒഴിച്ചുകൊടുത്തു.

ഏറെനേരമെടുത്തു വല്യച്ഛൻ ഒന്നു മയങ്ങിക്കിട്ടാൻ. വാർഡിലൂടെ ഒരു ചുറ്റ് നടന്നുവന്ന് ഞാൻ വീണ്ടും കിടന്നു. ചുറ്റും പിന്നെയും ഞരക്കങ്ങൾ. ഞാൻ മയങ്ങി.

ഏത് പ്രഭാതമാണ്. ഓർമ്മ വരുന്നില്ല.

താനന്ന് ഹൈസ്കൂളിൽ പഠിക്കുകയാണ്. സ്കൂളിൽ പോകാൻ എളുപ്പമുണ്ടെന്ന് പറഞ്ഞ് അച്ഛനാണ് വല്യച്ഛന്റെ വീട്ടിൽ തന്നെ കൊണ്ടു നിർത്തിയത്. അതോ വീട്ടിലെ ദാരിദ്ര്യമോ. ഒരു പത്തുമിനിട്ട് അധികനടത്തം വല്യദൂരമാണോ. താനന്ന് സംശയം പറഞ്ഞിരുന്നു. അച്ഛൻ സമ്മതിച്ചില്ല. അമ്മ ഒന്നും പറഞ്ഞുമില്ല.

“ടാ..” വല്യച്ഛന്റെ കോപിച്ചുള്ള ശബ്ദം. അല്ല എപ്പോഴും തന്നെ വിളിക്കാറുള്ള വാക്ക്. “ടാ...” ഞാൻ വിളികേട്ടു. “തൊഴുത്തീന്ന് പശുക്കളെയൊക്കെ മാറ്റിക്കെട്ടിയോ നീയ്..”

“കെട്ടാം..” ഞാൻ ഭയത്തോടെ പറഞ്ഞു.

“എന്തേ വൈകിയേ.. മരത്തലയാ..”

“കടയിൽ പോയിരുന്നു.. സാധനങ്ങൾ വാങ്ങിവരാൻ..”

“ങ്ഹും..മാറ്റിക്കെട്ടി അവയ്ക്ക് വയ്ക്കോലും വലിച്ചിട്ടിട്ട് നീയിന്ന് സ്കൂളിൽ പോയാൽ മതി.. നീ ചെന്നില്ലേലും സ്കൂള് നടക്കും..” വല്യച്ഛൻ ആജ്ഞാപിച്ചു. പിന്നെ പിറുപിറുത്തു. “അല്ലേലും നീ പഠിച്ചിട്ടെന്താവാനാ.. നിന്റച്ഛന്റേം ചേട്ടന്റേം കൂടെ പണിക്ക് പോവുകാ നല്ലത്.. ഓരോരുത്തർക്ക് ചെലവുണ്ടാക്കാൻ..”

താൻ തൊഴുത്തിലേക്കോടി.

ആ വാക്കുകൾ തന്നെ തളർത്തിയില്ല. ആദ്യമായിട്ടല്ലല്ലോ താനത് കേൾക്കുന്നത്. അനുഭവിക്കുന്നത്. ഇറങ്ങിയോടാൻ തോന്നിയിട്ടുണ്ട് പലപ്പോഴും. പക്ഷേ, അനുസരിച്ചു. ഒരു വാശിപോലെ. നിശ്ചയംപോലെ.

മാറത്തടക്കിപ്പിടിച്ച പുസ്തകക്കെട്ടുമായി വയലിന് കുറുകെ സ്കൂളിലേക്കോടും. കര പറ്റുമ്പോഴേക്കും ദൂരെ മണിയടികേൾക്കാം. പിന്നെയുമോടണം അരനാഴികയോളം. ഗേറ്റിനരികിൽ മീശ വിറപ്പിച്ച് ഹെഡ്മാസ്റ്റർ നിൽക്കും. കൈനീട്ടിക്കൊണ്ടാവും ചെല്ലുക. കണ്ണുകളടച്ചു പിടിക്കും. തീക്കമ്പുകൊണ്ടു തല്ലുംപോലെ തോന്നുമപ്പോൾ.

പിന്നെയുമെത്രയോ പ്രഭാതങ്ങൾ. എത്രയോ കൈനീട്ടലുകൾ.

പത്താംതരത്തിൽ പരീക്ഷ കഴിഞ്ഞു നിൽക്കുമ്പോഴാണ് വല്യച്ഛന്റെ

വീട്ടിൽനിന്ന് ഇറങ്ങിപ്പോന്നത്. പീഡനങ്ങളുടെ ഒരു യുഗം കടന്നതുപോലെ തോന്നി. അച്ഛൻ പറഞ്ഞു, വല്യച്ഛനെ പിണക്കിയത് ശരിയായില്ലെന്ന്. തിരിച്ചുപോകണമെന്ന്. അമ്മ സമ്മതിച്ചില്ല. തന്നെ കെട്ടിപ്പിടിച്ച് അവർ ഏറെ കരഞ്ഞു.

വല്യച്ഛൻ പറഞ്ഞുനടന്നു, കാര്യം കഴിഞ്ഞപ്പോൾ തന്റെ മുഖത്തു തുപ്പിയിട്ട് അവൻ ഇറങ്ങിപ്പോയെന്ന്. ആരൊക്കെയോ അച്ഛനോടും പറഞ്ഞു, ഭാര്യയും മക്കളുമൊന്നുമില്ലാത്തയാളല്ലേ. സഹിച്ചുനിന്നിരുന്നെങ്കിൽ കാലശേഷം അവന് വല്ലതും കിട്ടിപ്പോയേനേയെന്ന്.. അതായിരുന്നോ അച്ഛന്റെ ലക്ഷ്യം.

പിന്നെയുമെത്രയോ അവഹേളനങ്ങൾ. തറവാട്ടിൽ വിശേഷങ്ങൾക്ക് ബന്ധുക്കളൊക്കെ വന്നുകൂടുമ്പോൾ ദൂരെ മാറിനിൽക്കുമായിരുന്നു. അവരോടൊപ്പം നിൽക്കാൻ എപ്പോഴും ജാള്യതയായി. മെല്ലിച്ച ശരീരം വില കുറഞ്ഞ വസ്ത്രങ്ങൾ. വള്ളിപൊട്ടി തുന്നിക്കെട്ടിയ ചെരിപ്പ്. കാലുകളിൽ താനറിയാതെ വന്നുകയറുന്ന ചേറ്. അസൂയയോടെ നോക്കിനിന്നിട്ടുണ്ട് തന്റെ പ്രായത്തിലുള്ള കുട്ടികളെ. അച്ഛനോട് ആരെങ്കിലുമന്വേഷിച്ചാൽ ആരും കാണാതെ മാറിനിൽക്കാൻ ശ്രദ്ധിച്ചിരുന്നു.

ഒരടിമയെപ്പോലെ വല്യച്ഛന്റെ എല്ലാ ആജ്ഞകൾക്കും അച്ഛൻ കൂട്ടുനിന്നു. ആട്ടും തുപ്പും സ്വയം സഹിച്ചു. അവഹേളനങ്ങൾ കണ്ടില്ലെന്ന് നടിച്ചു. അപ്പോഴും ആയിരം നാവുകളായിരുന്നു അച്ഛന്, പ്രതാപശാലിയായ വല്യച്ഛനെക്കുറിച്ചും ബന്ധുക്കളെക്കുറിച്ചും വർണ്ണിച്ചുകേൾപ്പിക്കാൻ. ചേട്ടൻകൂടി പലപ്പോഴും അച്ഛനോടു ചേരുമ്പോൾ താനുമമ്മയും ഒറ്റപ്പെടുമായിരുന്നു.

പറഞ്ഞുകേൾപ്പിക്കാൻ മറ്റൊന്നുമില്ലായിരുന്നു ഒരിക്കലുമച്ഛന്. പഠിപ്പില്ലാത്തവൻ. പണിക്ക് നാടുതോറും വീടുകൾ തോറും നടക്കുന്നവൻ, പണമില്ലാത്തവൻ. എല്ലാം എന്നും അച്ഛൻ മാത്രമായിരുന്നല്ലോ.

ഏറെ മുതിർന്നപ്പോൾ വിശേഷങ്ങൾക്ക് ഒന്നു ദൂരെക്കൂടെ പോയി നിൽക്കുവാൻ താൻ മെനക്കെട്ടില്ല. നഗരത്തിൽ പഠിക്കുമ്പോൾ വഴിക്ക് ബന്ധുക്കളെ കാണുന്ന അവസരങ്ങളിലൊക്കെ ഒഴിഞ്ഞുമാറി നടക്കാൻ ശ്രദ്ധിച്ചിരുന്നു.

അപ്പോഴേക്കും എല്ലാം ശീലിച്ചിരുന്നു. ഇല്ലായ്മകളെ മധുരിക്കുവാനുള്ള ശീലം. സഹിക്കാനുള്ള ധൈര്യം. മുണ്ടുമുറുക്കി കെട്ടി രാത്രി കഴിക്കാനുള്ള കഴിവ്.

നേരം പുലർന്നു.

പരപരാ വെളുത്തപ്പോൾ തന്നെ വാർഡുകൾ സജീവമായി. അടുത്ത ബെഡ്ഡിലെ കൂട്ടിരിപ്പുകാരൻ ചായയ്ക്ക് പോയപ്പോൾ പാത്രം കൊടുത്തയച്ചു. വീട്ടിൽനിന്നു പുറപ്പെട്ടപ്പോഴേ പാത്രങ്ങളും ഷീറ്റുമൊക്കെ അച്ഛൻ കരുതിയിരുന്നത് നന്നായി. ഒന്നും തിരക്കി ബുദ്ധിമുട്ടേണ്ടിവന്നില്ല.

"ആരാ.. അച്ഛനാ.." എതിരേ ഇരുന്ന ആൾ ചോദിച്ചു.

"അല്ല.. വല്യച്ഛൻ.."

"ഇവരുടെ മക്കളൊക്കെ..."

"മക്കളില്ല... കല്യാണം കഴിച്ചിട്ടില്ല.."

"കഷ്ടം."

വല്യച്ഛനെ തിരിച്ചുകിടത്തി. ഷീറ്റു വൃത്തിയാക്കി. ചുളിവുകൾ നിവർത്തി. മലമൂത്ര വിസർജനം നടത്താൻ സഹായിച്ചു. ബെഡ്ഡിനെ മറയ്ക്കുവാൻ തുണിവിരിച്ച സ്ക്രീനിനുവേണ്ടി ഒരുപാട് ബുദ്ധിമുട്ടി. അടുത്ത വാർഡിൽ നിന്ന് അത് വലിച്ചുനീക്കി ഇങ്ങെത്തിക്കാൻ പിന്നെയും പ്രയാസമായി.

ഡോക്ടർ വന്നു.

ഇന്നലത്തെ ആൾ തന്നെ. കണ്ടു ചിരിച്ചു. പ്രാഥമികപരിശോധനകൾ നടത്തി. കേസ്ഷീറ്റെഴുതിവച്ചു.

ഡോക്ടർ അടുത്ത ബെഡ്ഡിലേക്ക് പോയപ്പോൾ ഞാൻ വെറുതെ കേസ് ഷീറ്റ് മറിച്ചുനോക്കി. ഒരുപാട് വരികൾക്കൊടുവിൽ ഒരു ത്രികോണത്തിനുനേരെ ഹെമിപ്ലീജിയ എന്നെഴുതിയത് വായിച്ചു. രോഗത്തിന്റെ പേരാവാം.

പ്രധാന ഡോക്ടർ വരാൻ പിന്നെയും സമയമെടുത്തു. വന്നപ്പോൾ അദ്ദേഹം വിശദമായി പിന്നെയും പരിശോധിച്ചു. കട്ടിയുള്ള കണ്ണടയ്ക്കുള്ളിൽ അലിവുള്ള കണ്ണുകൾ. വിശാലമായ നെറ്റിയിൽ ഭംഗിയുള്ള ഞൊറിവുകൾ.

"മകനാണോ.." അദ്ദേഹം ചോദിച്ചു.

"അല്ല.. അനുജന്റെ മകനാണ്.."

"ങ്ഹാ.. ചില പരിശോധനകൾ കൂടി വേണ്ടിവരും. സ്കാനിംഗും മറ്റും ആവശ്യമാണ്.."

"ചെയ്യാം.." ഞാൻ പറഞ്ഞു.

ഡോക്ടർമാരുടെ കൂട്ടം അടുത്ത ബെഡ്ഡിലേക്ക് പോയി. പുറകിൽ നിന്ന ഒരു ജൂനിയർ ഡോക്ടർ പരിശോധനയ്ക്കുള്ള കുറിപ്പുകൾ തന്നു.

"ഒരുപാട് കാശാവോ സ്കാനിംഗിന്..." ഞാൻ ചോദിച്ചു.

"ആയിരത്തഞ്ഞൂറ് രൂപയാവും.. ഇന്നുതന്നെ ചെയ്യണം.." ഡോക്ടർ പറഞ്ഞു.

ഡോക്ടർ പോയപ്പോൾ അച്ഛനേല്പിച്ചിരുന്ന രൂപ ഞാനെണ്ണിനോക്കി. ആയിരമുണ്ട്. വല്യച്ഛന്റെ പണമാവും ഇത്. അച്ഛന്റെ കൈയിൽ എവിടെ നിന്നാണ് അതുണ്ടാവുക. കാശെണ്ണിയപ്പോൾ വല്യച്ഛന്റെ കണ്ണുകൾ എന്റെ നേർക്ക് തിരിഞ്ഞു. ഞാനൊന്നും പറഞ്ഞില്ല. അഞ്ഞൂറ് രൂപ കൂടി വേണം സ്കാനിംഗിന്.

പുറത്തിറങ്ങി. ആർക്കെങ്കിലും ഫോൺ ചെയ്യണം. ബാലചന്ദ്രനോ സദാശിവനോ ആർക്കെങ്കിലും. ആരെങ്കിലും സഹായിക്കാതിരിക്കില്ല.

ഗേറ്റുവരെയെത്തുമ്പോൾ എതിരേവന്ന കാറ് എന്റെ മുന്നിൽ ബ്രേക്കിട്ടുനിർത്തി. അച്ഛന്റെ രണ്ട് സഹോദരിമാർ. അവരുടെ ഭർത്താക്കന്മാർ. മറ്റൊരാൾ.

മൂത്തയാൾ പുറത്തിറങ്ങി. വിലകൂടിയ ഒരു ഗന്ധം പൊങ്ങി.

"നീയാണ് കൂടെ നിൽക്കുന്നതെന്നറിഞ്ഞു. ഏതു വാർഡിലാ ഏട്ടനെ കിടത്തിയിരിക്കുന്നത്.." അവർ ചോദിച്ചു. ആ സ്വരത്തിൽ തെല്ലു പുച്ഛമില്ലെ.

"ഇവിടെതന്നെ.." ഞാൻ കൈചൂണ്ടി. "ഞാൻ വരാം.." ഞാൻ തിരിച്ചുനടന്നു. കാറ് എനിക്ക് പിന്നിലെവിടെയോ പാർക്കുചെയ്തു.

എല്ലാം പെട്ടെന്നായിരുന്നു.

അപ്പച്ചിമാരുടെ ഭർത്താക്കന്മാർക്ക് പ്രധാന ഡോക്ടറെ പരിചയമുണ്ടായിരുന്നു. വരാന്തയിലേക്ക് മാറിനിന്ന് അവർ പരസ്പരം എന്തൊക്കെയോ സംസാരിച്ചു. ആലോചനകൾ നടത്തി. ഡോക്ടർ എന്തൊക്കെയോ കുറിച്ചുനൽകി.

ഒരാൾ എന്നെ അടുത്തേക്ക് വിളിച്ചു. ഞാൻ ചെന്നു.

"പിന്നെ മിസ്റ്റർ അജയൻ ഞങ്ങൾ അളിയനെ വീനസ് ഹോസ്പിറ്റലിലേക്ക് മാറ്റുകയാണ്. പരിശോധനകളൊക്കെ അവിടെചെന്നാവാം.. എന്താ.."

"ശരി.."ഞാനോർത്തു. നഗരത്തിലെ ഏറ്റവും പുതിയ ബൃഹത്തായ ഹോസ്പിറ്റൽ. പണക്കാരുടെ ആശുപത്രി.

"പിന്നെ അവിടെ വേറെ ആരും കൂട്ടിരിക്കണ്ട.. അതിനൊക്കെ അവിടെത്തന്നെ സ്റ്റാഫുണ്ട്.." അവർ പറഞ്ഞു. "ഇത്രയും നേരം താൻ ഇവിടുണ്ടായത് നന്നായി.."

"ശരി.."

ആംബുലൻസ് പുറത്തുവന്നുനിന്നു. വല്യച്ഛനെ സ്ട്രെച്ചറിലേക്ക് മാറ്റിക്കിടത്താൻ ചുറ്റുമുള്ളവർ സഹായിച്ചു. വന്നവരൊക്കെ ഒന്നു പിടിക്കാൻകൂടി മെനക്കെട്ടില്ല. അതും തന്റെ ജോലിയായി. ആംബുലൻസിലേക്ക് മാറ്റുമ്പോൾ വല്യച്ഛന്റെ കണ്ണുകൾ എന്റെ നേർക്ക് മെല്ലെ തിരിഞ്ഞു. അവ നനയുന്നുണ്ടോ. കൂടെക്കയറിയത് അച്ഛന്റെ ഇളയസഹോദരിയും ഭർത്താവുമാണ്. അതിനവർ തിടുക്കം കാണിച്ചു. ഞാൻ മാറിനിന്നു. തന്നെ ആരും വിളിച്ചില്ല. അതവർക്കിഷ്ടമല്ലെന്ന് ഞാനൂഹിച്ചു. ആംബുലൻസ് നീങ്ങി.

"എന്നാൽ അജയൻ പൊയ്ക്കൊള്ളൂ.." മൂത്ത സഹോദരി പറഞ്ഞു. "വന്നുനിന്നതിന് നന്ദിയുണ്ട്.." നന്ദിയുടെ ലാഞ്ഛനയില്ലാത്ത നന്ദിപ്രകാശനം.

കാറും നീങ്ങി.

ഞാൻ നടന്നു.

മുറിയിലെത്തുമ്പോൾ ആകെ ക്ഷീണമായി. തലയ്ക്കാകെ ഒരു മരവിപ്പ്. ഷർട്ട് ഊരിമാറ്റി കിടക്കാനൊരുങ്ങുമ്പോൾ മേശപ്പുറത്തിരിക്കുന്ന കുറി കണ്ടു. സുപർണയുടെ കല്യാണക്കുറി. ഇന്നത്തെ തീയതിയാണതിന്. മുഹൂർത്തം രാവിലെ ഒൻപത് മുപ്പത്.

സമയമിപ്പോൾ പതിനൊന്നരയാവുന്നു.

9

ഓഫീസ്.

ദിവസങ്ങൾക്കുശേഷം എത്തുകയാണ് താൻ. സൂപ്രണ്ടിന്റെ മുറിയിലേക്ക് ചെന്നു.വന്നിട്ടില്ല അദ്ദേഹം. തിരികെ വന്ന് തന്റെ സീറ്റിലിരുന്നു. ഇന്നലത്തെ ലീവ് കൂടി എഴുതിക്കൊടുക്കണം. മേശപ്പുറത്ത് ഫയലുകളുടെ കൂമ്പാരം. താൻ മാത്രം കൈകാര്യം ചെയ്യേണ്ട ഫയലുകളാവും ഒക്കെ. ഒരിടവേള. യന്ത്രംപോലെ ഇനി ചലിച്ചുതുടങ്ങണം. ഒരേ വാക്കുകൾ. വരികൾ. കണക്കെടുപ്പുകൾ.

ഓരോരുത്തരായി വന്നുതുടങ്ങി. തന്റെ അടുത്ത സീറ്റിൽ വന്നിരുന്നത് പത്മജയല്ല. സദാശിവനാണ്. “അജയാ എന്തുപറ്റി ഇന്നലെ..” അവൻ ചോദിച്ചു.

“വല്യച്ഛനെ മെഡിക്കൽകോളേജിൽ കിടത്തിയിരുന്നു. കൂടെ നിൽക്കാൻ വേറെയാരുമുണ്ടായിരുന്നില്ല...”

“എന്തേ.. എന്തുപറ്റി..”

“വാർദ്ധക്യസഹജമായ രോഗങ്ങൾ..” ഞാൻ പറഞ്ഞു. പിന്നെ ചോദിച്ചു. “എന്തേ സദാശിവൻ ഈ സീറ്റിൽ..”

“ങ്ഹാ.. ഇന്നലെ സീറ്റുകളൊക്കെ ചെയ്ഞ്ചുചെയ്തു, സൂപ്രണ്ട്. പത്മജ ബാലചന്ദ്രന്റെ അടുത്തേക്ക്.. ഞാനിവിടായി. അജയന് മാത്രം മാറ്റമില്ലല്ലോ..” അവൻ ചിരിച്ചു. ഞാനതിൽ പങ്കുചേർന്നു.

തനിക്കെന്തിനാണ് മാറ്റം. കൂടുതൽ വെളിച്ചത്തിലേക്കും കാറ്റിനു കീഴിലേക്കും സീറ്റുമാറി അടുത്തിരുന്നവരൊക്കെ മുൻപും പോയിട്ടുണ്ട്. ഈ മങ്ങിയ വെളിച്ചത്തിൽ ഇരുണ്ട കോണിൽ ഇന്നുമിരുന്ന് പോകുന്നത് താൻ മാത്രം. ഒരു പരാതിയുമില്ലാതെ. ആർക്കെങ്കിലും വേണ്ടി

ഇനിയെന്നെങ്കിലും ഈ ഇരിപ്പിടമൊഴിയേണ്ടിവന്നാലും തനിക്കൊന്നുമില്ല. തന്റെ സൗകര്യങ്ങൾ ഒരിക്കലും മറ്റാരോടും പറഞ്ഞ് ശീലിച്ചിട്ടില്ല. അത് ശീലിക്കാൻ വേണ്ട ചുറ്റുപാടുകളൊന്നും തനിക്കില്ലായിരുന്നല്ലോ. ആഗ്രഹിക്കുന്നതും ചോദിക്കുന്നതുമൊക്കെ അനർഹമായ കാര്യങ്ങളെന്ന് പണ്ടേ നിനച്ചുറപ്പിച്ചു. അഥവാ ഒന്നു ചോദിച്ചുപോയാൽതന്നെ ഒരുപാടു ഭയവും ആകാംക്ഷയും താനറിയാതെ അതിൽ വന്നുനിറയുമായിരുന്നു. ഒഴിഞ്ഞുമാറാൻ ശീലിച്ചതൊക്കെ ആ ഭയപ്പാടിൽ നിന്ന് രക്ഷപ്പെടാൻ മാത്രമായിരുന്നു. ആരൊക്കെയോ അതൊരു പഴുതാക്കി പിന്നെയുമകറ്റി നിർത്തുമ്പോൾ വേദനിക്കുന്നില്ല. വേദനിക്കാൻ വേണ്ടി തനിക്കൊന്നും സ്വന്തമല്ല. നഷ്ടപ്പെടുന്നുമില്ല.

പകലുകൾ രണ്ട് കടന്നുപോയി. വല്യച്ഛന്റെ രോഗവിവരമന്വേഷിച്ച് ആ വലിയ ഹോസ്പിറ്റലിന്റെ ഗേറ്റ് കടക്കാൻ മനസ്സുവന്നില്ല. ഒന്നുരണ്ടു തവണ അതുവഴി ബസ്സിൽ പോകുമ്പോൾ ശ്രദ്ധിച്ചിരുന്നു. ഏതോ പഞ്ചനക്ഷത്രഹോട്ടൽ പോലെ തോന്നിച്ചു ആ ഹോസ്പിറ്റൽ. ചുറ്റുമതിലുകൾക്കുള്ളിൽ വിശാലമായ പുൽമേടും പൂന്തോട്ടവും. ജലധാരായന്ത്രങ്ങൾ ഉച്ചത്തിൽ ചീറ്റുന്നു. കറുത്ത ഗേറ്റ് കടന്നുപോകുന്നതൊക്കെ വില കൂടിയ കാറുകളാണ്. ആരും തന്നെപ്പോലെ വിലകുറഞ്ഞ വസ്ത്രങ്ങൾ ധരിച്ച് തോൾസഞ്ചിയും തൂക്കി കടന്നുപോകുന്നില്ല. മടിതോന്നി ഒന്നു പോയിനോക്കാൻ. എന്തിന് മറ്റുള്ളവരുടെ മുന്നിൽ പിന്നെയും ചെറുതാവണം. തലകുനിച്ചു നിൽക്കണം.

വിവരങ്ങളൊക്കെ അറിഞ്ഞതുകൊണ്ടാവണം അച്ഛൻ പിന്നെ വന്നില്ല. അല്ലെങ്കിൽത്തന്നെ ഈ നഗരത്തിൽ പെട്ടെന്ന് വന്നുപോകാൻ അച്ഛന് സൗകര്യപ്പെടില്ല. യാത്ര ചെയ്യാൻ ആരോഗ്യമനുവദിക്കില്ല. അന്നുതന്നെ യാത്രചെയ്തതിന്റെയും ഉറക്കമൊഴിഞ്ഞതിന്റെയും പേരിൽ ഒന്നുരണ്ടു ദിവസമെങ്കിലും അച്ഛൻ കിടപ്പിലായിട്ടുണ്ടാവും. ഏറ്റുപോയ പണികളും അല്ലാതെ തന്നെ പലയിടത്തും ബാക്കികിടപ്പുണ്ട്. ഒന്ന് വിശ്രമിക്കാൻ പാവമച്ഛന് ഇനി ഏത് രോഗമാണ് വരേണ്ടത്.

കടന്നുപോകുന്ന ദിവസങ്ങൾ.

കലങ്ങിത്തെളിഞ്ഞതുപോലെ പിന്നെയും പതിവുള്ള ദിനചര്യകളായി. പോക്കുവരവുകളായി. സ്വാമീടെ ഹോട്ടലിലെ ഭക്ഷണവും, വൈകുന്നേരത്തെ പതിവുള്ള ചുറ്റലും പിന്നെയുമാവർത്തിച്ചു. ഇടയ്ക്കൊന്നു കണ്ണടച്ചപ്പോഴൊക്കെ നനഞ്ഞൊഴുകിയ വല്യച്ഛന്റെ മിഴികളെ ഓർത്തു. എന്തെന്നറിയാതെ ഒരു വേദന അപ്പോൾ ഹൃദയത്തിലുണർന്നു.

രാവിലെ ഓഫീസിലേക്ക് പുറപ്പെടുമ്പോൾ തലേന്ന് കിട്ടിയ പരമേട്ടന്റെ കത്തിനെക്കുറിച്ചോർത്തു. ഏട്ടന്റെ മൂത്ത മകൻ ദീപുവിന് നഗരത്തിലെ ഒരു കോളേജിൽനിന്ന് ഇന്റർവ്യൂവിന് ക്ഷണിച്ച് കാർഡ് വന്നുവത്രേ. പ്രീഡിഗ്രിതലം മുതലുള്ള ഏതോ തൊഴിലധിഷ്ഠിതകോഴ്സ്. കഴിഞ്ഞാൽ ജോലികിട്ടാനെളുപ്പം. ക്ലാസ്സുകൾ ഉടനെ തുടങ്ങുമെന്നതിനാൽ

ഹോസ്റ്റൽ താമസത്തിനു കൂടി തയ്യാറെടുത്താണ് വരവ്. കാര്യങ്ങളൊക്കെ താനന്വേഷിച്ചുവച്ചിരിക്കണം. ഹോസ്റ്റലിൽ താമസമുറപ്പായില്ലെങ്കിൽ തന്റെ താമസസ്ഥലത്ത് അവനെ കൂട്ടണം. ബാക്കികാര്യങ്ങൾ നേരിൽ പറയാമത്രേ.

ദീപുവിന് ഏട്ടന്റെ നിറവും രൂപവുമാണ്. അത്രയും പൊക്കം വെച്ചിരിക്കുമോ. ഒരുപാട് നാളുകളായിരിക്കുന്നു അവനെ കണ്ടിട്ട്. ഈയടുത്ത് ഏട്ടൻ വീട്ടിൽ വന്നപ്പോഴൊന്നും കുട്ടികളെ കൊണ്ടുവന്നിരുന്നില്ല. അങ്ങോട്ടൊന്നു പോയികാണാൻ തനിക്ക് സാവകാശമുണ്ടായതുമില്ല. അതോ മറന്നതോ.

താനൊരു രക്ഷകർത്താവു കൂടിയാവുകയാണ്, ഈ നഗരത്തിൽ. ഒരു ചെറിയ ഭാരംകൂടി. ഒരുത്തരവാദിത്തം കൂടി. ഒന്നുമുപേക്ഷിക്കാൻ വയ്യ. എല്ലാം വന്നുചേരുന്ന ഒരു സമുദ്രംപോലെ എല്ലാ ഗന്ധവും ഏറ്റുവാങ്ങുന്ന ഒരു കാറ്റുപോലെ താനുണ്ടാവണം. കാത്തുകൊള്ളാൻ. കാവൽ നിൽക്കാൻ.

എഴുതിയിരുന്നതുപോലെ ഉച്ചയ്ക്കുമുൻപുതന്നെ കോളേജിന്റെ പടിക്കൽ ഞാനെത്തി. തണൽചേർന്ന് കാത്തുനിന്നു. കാവിനിറം തേച്ച ചുവരുകളിൽ വെളുത്ത വരകളുടെ ചെറിയ ചെറിയ ചതുരങ്ങൾ. മൂന്നു നിലകളിലായി നീളത്തിൽ കോളേജ് കിടന്നു. ഓടുമേഞ്ഞ മേലാപ്പ് ഒരു പഴയ കൊട്ടാരത്തെ ഓർമ്മിപ്പിച്ചു.

അരമണിക്കൂറോളം കാത്തുനിന്നു.

ഒന്നു തിരിഞ്ഞുനോക്കുമ്പോൾ കോളേജിന്റെ ബോർഡ് വായിക്കുന്ന പരമേട്ടനേയും മകനെയുമാണ് കണ്ടത്. ഒരുനിമിഷം സന്തോഷമായി. ഞാനടുത്തുചെന്നു.

"യാത്ര ബുദ്ധിമുട്ടായോ ഏട്ടാ.."

"ങ്ഹാ.. നിന്നെ നോക്കുവായിരുന്നു... തിരക്കായിരുന്നു വണ്ടിയിലൊക്കെ. സമയത്തെത്തിയല്ലോ ആശ്വാസം." ഏട്ടൻ ആശ്വാസം കൊണ്ടു. പഴയതിലും ക്ഷീണിച്ചിരിക്കുന്നു ഏട്ടൻ. ഏട്ടനു പുറകിൽ അമ്പരപ്പോടെ ദീപു നിന്നു. നിരെനിരെ നിൽക്കുന്ന തണൽ വൃക്ഷങ്ങളിലും പൊക്കമുള്ള കെട്ടിടങ്ങളിലുമാണ് അവന്റെ കണ്ണ്.

"നീയ് പൊക്കം വച്ചല്ലോ..." ഞാൻ ദീപുവിനെ ചുമലോട് ചേർത്തു. കൗതുകമുള്ള ഭാവത്തോടെ അവൻ നിന്നു.

"എവിടെയാ സ്ഥലം.." ഏട്ടൻ ചോദിച്ചു.

"വരൂ.." ഞാൻ മുന്നിൽ നടന്നു.

കട്ടിയുള്ള പഴയ പരുത്തിത്തുണിയിലെ സ്ഥിരമുള്ള ഉടുപ്പും പശമുണ്ടും തന്നെയാണ് ഏട്ടന്റെ വേഷം. തേഞ്ഞുതീരാറായ ചെരിപ്പിൽ ചേറ് പിടിച്ചിരിക്കുന്നു. ദീപുവിന്റേത് ഒരുപുതിയ ഉടുപ്പാണെന്ന് തോന്നുന്നു. തേച്ചു ചുളിവുകൾ നിവർത്തിയിടത്ത് പിന്നെയും ചുളിവുകൾ. കനംകുറഞ്ഞ തുണിയിൽ തയ്ച്ച അവന്റെ പാന്റ് കാറ്റത്ത് കാലുകളുടെ രൂപം

കാണിച്ചു. കറുത്ത പ്ലാസ്റ്റിക് ചെരുപ്പ് പുതിയതാവണം. ഒരുപാട് ബുദ്ധി മുട്ടിയിരിക്കും ഏട്ടൻ ഇതുകൂടി ഒപ്പിച്ചെടുക്കാൻ. അങ്ങിങ്ങ് സ്മശ്രുക്കൾ തെളിഞ്ഞുതുടങ്ങിയ ദീപുവിന്റെ മുഖത്ത് നിന്ന് കുട്ടിത്തം വിട്ടുപോയി ട്ടില്ല. കൈയിലുള്ള പഴകിയ തുണിസഞ്ചിക്ക് കനമില്ലെന്ന് തോന്നുന്നു. കനമുള്ളതായിട്ട് കരുതിവെയ്ക്കാൻ എന്താണുള്ളത്.

ഇന്റർവ്യൂ തീരുമ്പോൾ മണി മൂന്നുകഴിഞ്ഞിരുന്നു. അടുത്തുകണ്ട ഹോട്ടലിൽ കയറി ഭക്ഷണം കഴിച്ചു. ഹോസ്റ്റൽ പ്രവേശനത്തിന് പിന്നെയും സമയമെടുത്തു. വൈകിയിരുന്നെങ്കിൽ മുറികിട്ടാതായിപ്പോ യേനെയെന്ന് വാർഡൻ പറഞ്ഞു. ഹോസ്റ്റലിൽ കെട്ടിവെയ്ക്കാനുള്ള തുക കൊടുത്തത് താനാണ്. ഏട്ടൻ കരുതിയിരുന്ന തുക കോളേജിൽ ഫീസ് അടച്ചപ്പോഴേ തീർന്നിരുന്നു.

ദീപുവിനെ ഹോസ്റ്റലിൽ മുറിയിൽ കൊണ്ടുചെന്നാക്കി. ഇടുങ്ങിയ മുറിയാണ്. ഒരു കിടക്കകൂടി ചേർത്തിട്ടിരിക്കുന്നു. ഡബിൾറൂമായി ഉപ യോഗിക്കേണ്ടിവരുമെന്ന് വാർഡൻ പറഞ്ഞിരുന്നു, തിരക്കുണ്ടെങ്കിൽ.

ഹോസ്റ്റലിന്റെ ഗേറ്റുവരെ ദീപു ഞങ്ങളോടൊപ്പം വന്നു.

“എന്നാ ഞാനിറങ്ങുകാ..” ഏട്ടൻ അവനോട് പറഞ്ഞു. നഗരത്തിര ക്കിലേക്ക് നീണ്ട അവന്റെ കണ്ണുകളിൽ അമ്പരപ്പുണ്ടായിരുന്നു.

“ഞാൻ പിന്നെ വരാം.. റൂമിലേക്ക് പൊയ്ക്കൊള്ളൂ..” ഞാൻ പറ ഞ്ഞു. ദീപു ഹോസ്റ്റലിലേക്ക് നടന്നു. ഒരുനിമിഷം കൂടി അവനെ നോക്കി നിന്ന് ഞങ്ങളും നടന്നു.

“ഇവിടെ ഭക്ഷണമൊക്കെ ശരിക്ക് കൊടുക്കോ...” ഏട്ടൻ ചോദിച്ചു.

“കുഴപ്പമൊന്നും കേട്ടിട്ടില്ല” ഞാൻ പറഞ്ഞു. “പണമുള്ള വീട്ടിലെ കുട്ടികൾകൂടി പാർക്കുന്നുണ്ട്, നന്നായിരിക്കും.”

“സൗജന്യമൊന്നുമില്ലല്ലോ നമുക്ക്”, ഏട്ടൻ ചോദിച്ചു.

“ഇല്ല.. സൂക്ഷിച്ച് കഴിയുക.. അത്രതന്നെ..”

“നീ പഠിച്ചിരുന്ന കോളേജ് ഇതിനടുത്താണോ..”

“അടുത്താ ഡിഗ്രിക്ക് പഠിച്ച കോളേജ്.... അതുകഴിഞ്ഞ് പഠിച്ച തൊക്കെ നഗരത്തിന് പുറത്തുള്ളൊരു കോളേജിലാ..”

“എവിടാ നീ താമസിച്ചിരുന്ന ആ പഴയ വീട്..” ഏട്ടൻ ചോദിച്ചു.

“ഇവിടുന്ന് ഒത്തിരി നടക്കണം.. അതിപ്പൊഴില്ല. പൊളിച്ചു. കാവൽപ്പ ണിയായിരുന്നല്ലോ ശരിക്കും.. എന്നാലും സൗകര്യമുണ്ടായിരുന്നു..”

ഓർത്തു. ആൾപ്പാർപ്പില്ലാത്ത കെട്ടിടത്തിന് രാത്രിക്കാവലിന് ഒരാളെ വേണമെന്ന് പത്രത്തിൽ വായിച്ചാണ് അതന്വേഷിക്കുന്നത്. തൽക്കാലം താമസിച്ചിരുന്ന വൃത്തികെട്ട ലോഡ്ജിന്റെ വാടക താങ്ങാനാവുമായിരു ന്നില്ല. ഇരുനിലകളിലുമായി അഞ്ചു മുറികളുള്ള പഴയൊരു വീട്. മുകളി ലത്തെ മുറികളിൽ വിലപ്പെട്ട തടിസാമാനങ്ങൾ പൂട്ടിയിട്ടിരുന്നു. മാറാല പിടിച്ചുകിടന്നിരുന്ന താഴത്തെ മുറികളിലൊന്ന് വൃത്തിയാക്കിയെടുത്തു. ചുവരിലെ ദ്വാരങ്ങളിൽ പേപ്പർ ചുരുട്ടി തിരുകിവയ്ക്കുമ്പോൾ, പൊളിച്ചു

മാറ്റാൻവേണ്ടി സൂക്ഷിച്ചിരിക്കുകയാണിതെന്ന് പിരിഞ്ഞുപോയ കാവൽക്കാരൻ പറഞ്ഞു. ചുറ്റും വീടുകളുള്ളതുകൊണ്ട് പേടിതോന്നിയിരുന്നില്ല. എന്നാലും ഇരുട്ടത്ത് രാത്രിവന്നുകയറാൻ ബുദ്ധിമുട്ടായിരുന്നു. ക്ലാസിലെ പലരും പിന്നെ ആ മുറിക്കുള്ളിൽ അന്തിയുറങ്ങിയിട്ടുണ്ട്. മൂന്നു വർഷങ്ങൾ. രാത്രിക്കാവലാണ് പണിയെന്ന് അധികമാരുമറിഞ്ഞില്ല. അതിൽനിന്നു കിട്ടിയിരുന്ന ചെറിയൊരു തുക അന്നൊരു സഹായമായി. പിന്നെയുമേറെക്കഴിഞ്ഞാണ് അത് പൊളിച്ചത്. ഇപ്പോഴവിടെ അഞ്ചുനിലകളുള്ള വലിയൊരു കെട്ടിടമുണ്ട്. ഏതോ കമ്പനിയുടെ ഓഫീസ്. ചുവരിലെങ്ങോ ഒട്ടിച്ചുവെച്ച ചെഗുവേരയുടെ പഴയൊരു ചിത്രംമാത്രം അവിടെനിന്നു മാറുമ്പോൾ എടുക്കാൻ മറന്നിരുന്നു.

"താമസസ്ഥലത്തേക്ക് അധികം ദൂരമുണ്ടോ, നിന്റെ..." ഏട്ടൻ ചോദിച്ചു.

"ഒരു പത്തുമിനിട്ട് നടക്കണം.. സൗകര്യങ്ങൾ കുറവാ.. വരുന്നോ ഏട്ടൻ.. ഒന്നുകയറിയിട്ട് പോകാം.."

"ഇല്ല.. ഇപ്പോത്തന്നെ താമസിച്ചു. ഇനിയൊരിക്കലാവട്ടെ.." ഏട്ടൻ പറഞ്ഞു. "വല്യച്ഛനെ കിടത്തിയിരിക്കുന്ന ആശുപത്രി ഇവിടെയടുത്താണോ.."

"അടുത്താ.."

"കയറിക്കാണണമെന്നുണ്ടായിരുന്നു.. സമയമുണ്ടാവോ.."

"വേണ്ട ഏട്ടാ.. ഞാനും പിന്നെയങ്ങോട്ടു പോയില്ല. ആറ് മണി കഴിഞ്ഞ് ഒരുമണിക്കൂറാ കടത്തിവിടുക... എല്ലാരുമുണ്ടവിടെ. നമ്മളൊരു അധികപ്പറ്റാവും.. വേണ്ട.."

ഏട്ടൻ പിന്നൊന്നും ചോദിച്ചില്ല. ഒക്കെ ഊഹിച്ചെടുക്കാൻ ഒട്ടും ചിന്തിക്കാത്ത ആളല്ലല്ലോ ഏട്ടൻ. മുൻപും ഒന്നും മനസ്സിലാകാഞ്ഞിട്ടല്ലല്ലോ ഏട്ടൻ പോയിരുന്നതും സഹകരിച്ചിരുന്നതും. ധിക്കരിക്കാനുള്ള മനഃപ്രയാസം, കീഴടങ്ങാൻ ഒരു മടിയുമില്ലാതെ. ഏട്ടനവരൊക്കെ വല്യ ആളുകളായി. നമ്മേക്കാൾ വല്യവല്യ ആളുകൾ.

ബസ് സ്റ്റാൻഡ്.

"എന്നാ ഞാൻ വരട്ടെ..." ഏട്ടൻ പറഞ്ഞു.. "അവന് പരിചയമില്ലാത്ത സ്ഥലാ.. നീ വേണം എല്ലാം നോക്കാൻ.."

"നോക്കാം."

"പുതിയതൊന്നും ഉടുക്കാനും മറ്റും വാങ്ങിയിട്ടില്ല. പുസ്തകങ്ങളും ഇനി എന്തേ വേണ്ടതെന്നറിയില്ല.. ഇതിനുകൂടി വിടാണ്ടിരുന്നാ പിന്നെന്താ വഴീന്ന് ആലോചിച്ചിട്ടാ.. എന്നെപ്പോലെ കഷ്ടപ്പെടണ്ടല്ലോ.." ഏട്ടന്റെ സ്വരം മങ്ങി.

നിശ്ശബ്ദതയായി. ആൾക്കൂട്ടത്തിലെങ്ങോ ഒറ്റപ്പെട്ടതുപോലെ തോന്നി അപ്പോൾ.

ബസ് വന്നു. ഏട്ടൻ കയറി.

ഞാൻ തിരിച്ചുനടന്നു.

മുറിയിലെ മേശയ്ക്കുള്ളിലിനി എത്രയാവും ബാക്കിയുണ്ടാവുക. മാസം തികയാൻ പത്തുദിവസങ്ങൾ ബാക്കിനിൽക്കുന്നു.

നഗരം തിരക്കിലമർന്നിരിക്കുന്നു.

ഓഫീസ് സമയം കഴിഞ്ഞുള്ള തിരക്കാണ്. വാഹനങ്ങളുടെ നിരകൾ പലപ്പോഴും അനക്കമില്ലാതെ നീണ്ടുകിടന്നു. റോഡരികിലൂടെ നടക്കാൻ ഏറെ ബുദ്ധിമുട്ടി.

സെക്രട്ടറിയേറ്റിനുമുന്നിൽ ഇരുവശത്തുമുള്ള ബസ് സ്റ്റോപ്പുകളിൽ തിങ്ങിനിൽക്കുന്ന ആൾക്കൂട്ടം. ബസ്സുകൾ വരികയും പോവുകയും ചെയ്യുന്നു.

വാഹനങ്ങളുടെ നിര ഒന്നു കുറഞ്ഞപ്പോൾ പെട്ടെന്ന് റോഡു മുറിച്ചു കടന്നു. പിന്നെയും നടന്നു. ശരീരങ്ങളിൽ കൂട്ടിമുട്ടാതെ നടക്കാൻ ബുദ്ധിമുട്ടി.

പെട്ടെന്ന് രണ്ടുകണ്ണുകൾ തിരക്കിനിടയിലൂടെ ഒരുനിമിഷം തന്നെ സൂക്ഷിച്ചുനോക്കി കടന്നുപോയി. യുവതികളുടെ ഒരു കൂട്ടത്തിൽ നിന്നായിരുന്നു അത്. ആരാണവൾ. ഒന്നു തിരിഞ്ഞുനോക്കി. അതേ നിമിഷം ആ പെൺകുട്ടിയും തിരിഞ്ഞുനോക്കി. എന്റെ മുഖം കണ്ട് ഞെട്ടിത്തിരിഞ്ഞ് അവൾ വേഗത്തിൽ കടന്നുപോയി.

ഓർമ്മയിൽ നിന്ന് ആ മുഖം തിരിച്ചറിയുമ്പോൾ നിമിഷങ്ങൾ കഴിഞ്ഞിരുന്നു. ചുവടുകൾ പലതു കടന്നിരുന്നു.

...പേടിച്ചരണ്ടു വിതുമ്പിയ ആ മുഖം. കിടക്കയുടെ കാൽക്കൽ ചുവർ ചാരിയിരുന്ന് മയങ്ങിയ അതേ മുഖം. കൈകൂപ്പി പിരിഞ്ഞുപോയ അതേ കണ്ണുകൾ.

ഞാൻ നിന്നു.

ഒന്നുകൂടി തിരിഞ്ഞുനോക്കി. തിരക്കിനിടയിലെങ്ങോ ആ രൂപം മറഞ്ഞിരുന്നു. ഒരുവേള എന്തിനെന്നറിയാതെ അവൾപോയ ദിക്കിലേക്ക് ഞാൻ നടന്നു. വേഗത്തിൽ. ആൾത്തിരക്കിൽ പലരുടെയും ശരീരങ്ങളെ തള്ളിമാറ്റിയാണ് മുന്നോട്ടുനീങ്ങിയത്. പലപ്പോഴും ഇടയ്ക്ക് കയറിവന്ന വാഹനങ്ങളും നടത്തയ്ക്കൊരു തടസ്സമായി. കണ്ണുകൾ ദൂരെ പായിച്ച് നടന്നതിനാൽ പലപ്പോഴും അടിതെറ്റി വീഴാൻ ഭാവിച്ചു.

ഒരുപാട് ദൂരം പെട്ടെന്ന് നടന്നുചെന്നു. തിരക്കൊഴിഞ്ഞ ഒരു ജംഗ്ഷനിലെത്തി ചുറ്റും നോക്കി. അവളെ കാണാനുണ്ടായിരുന്നില്ല. പിന്നെയും ചുവടുകൾ വെച്ചു. ആ രൂപം മാത്രം കണ്ടില്ല. ഇളംനീലനിറമുള്ള അവളുടെ സാരിമാത്രം പിന്നെയും കണ്ണുകളിൽ തങ്ങി.

ഈ നഗരത്തിലെവിടെയാണ് അവളുള്ളത്. എന്തിനുവേണ്ടിയാവും ഈ തിരക്കിലൂടെ അവൾ നടന്നുപോയത്. ഇവിടെ എന്തുചെയ്യുകയാവുമവൾ.

മറുപടിയില്ലാത്ത ചോദ്യങ്ങൾ മനസ്സിൽ പെരുകിക്കിടന്നു. തിരികെ

നടക്കുമ്പോൾ മറ്റൊന്നും ശ്രദ്ധിച്ചതും അറിഞ്ഞതുമില്ല.

ബുക്സ്റ്റാളിലേക്ക് തിരിയുന്ന റോഡെത്തിയപ്പോൾ നടത്തം നിന്നു. പെൺകുട്ടിയിൽനിന്ന് മനസ്സടർന്നു. ഏറെ ദിവസങ്ങളായിരിക്കുന്നു ബുക്സ്റ്റാളിൽ പോയിട്ട്. പുതിയ പുസ്തകങ്ങളുടെ ഗന്ധം ശ്വസിച്ചിട്ട് നാളുകളായിരിക്കുന്നു.

ബുക്സ്റ്റാളിലേക്ക് കയറുമ്പോൾ കുറച്ചപ്പുറത്ത് ഇടത്തേക്ക് തിരിയുന്ന ചെറിയ ലെയ്നിലേക്ക് നോക്കി. പത്മജയുടെ വീട്ടിലേക്കുള്ള വഴി.

പരിചയമുള്ള മാനേജർ ചിരിച്ചു. പുതിയ പുസ്തകങ്ങൾ പലതും മറിച്ചുനോക്കി. ഇഷ്ടപ്പെട്ടവയ്ക്കൊക്കെ വില വലുതാണ്. ഒന്നു മറിച്ചു നോക്കി അതൊക്കെ തിരിച്ചുവച്ചു. എഴുത്തുകാരനെക്കുറിച്ചു പറയുന്ന ആദ്യപേജുകൾ കാണാനാണ് എപ്പോഴും കൗതുകം.

ബുക്സ്റ്റാളിൽനിന്ന് പുറത്തിറങ്ങുമ്പോൾ സന്ധ്യയായി. പത്മജയുടെ വീട്ടിലേക്കുള്ള ലെയ്നിലേക്ക് ഒന്നുപാളിനോക്കി. അവിടെനിന്ന് ഇറങ്ങി വരുന്ന ആളെ കണ്ടപ്പോൾ ഒരുനിമിഷം ഞെട്ടലോടെ നോക്കിനിന്നു പോയി. ബാലചന്ദ്രൻ.

ഞാൻ വേഗത്തിൽ നടന്നു. തന്നെയവൻ കാണരുത്. അതവന് വിഷമമായേക്കും.

10

കണ്ണുകളിൽ പിന്നെയും തങ്ങിനിൽക്കുന്നത് ആരുടെ രൂപമാണ്. ഞെട്ടിത്തിരിഞ്ഞുകടന്നുപോയ ആ കണ്ണുകൾ തന്നെ അമ്പരപ്പിക്കാൻവേണ്ടി മാത്രം പിന്നെയും പിന്നെയും തിരിഞ്ഞുനോക്കുകയാണോ. അവയിൽ കണ്ണുനീർ പരന്നിട്ടുണ്ടോ.

ഞാൻ കിടക്കയിലേക്ക് ചാഞ്ഞു. ക്ഷീണമുണ്ട് ശരീരത്തിന്. പതിവിലുമേറെ താൻ നടന്നിരിക്കുന്നു. അതോ കാഴ്ചകളുടെ അസ്വാസ്ഥ്യമോ?

പുറത്ത് സന്ധ്യ കഴിയുന്നതേയുള്ളൂ.

കണ്ണുകളിൽ മയക്കം വീണു. തെല്ലിട മയങ്ങി. പെട്ടെന്ന് ഞെട്ടിയുണർന്നു. രക്ഷപ്പെടാനെന്നപോലെ ഒരു രൂപം ഓടിയകലുകയാണ്. മൂടൽമഞ്ഞു നിറഞ്ഞ ശൂന്യതയ്ക്കപ്പുറം ആ രൂപം ലയിക്കുംമുൻപ് പിന്നെയും തിരിഞ്ഞുനോക്കി. അതേ മുഖം അതേ മിഴികൾ. കണ്ണീർ പടർന്ന കവിളുകൾ.

എഴുന്നേറ്റ് ചുവർചാരി ഇരുന്നു.

മയക്കം കണ്ണുകളെ വിട്ടുപോയി. ഇനി കുറെനേരത്തേക്ക് താനൊന്നു ശ്രമിച്ചാൽകൂടി ഉറക്കം വരില്ല. ഒരു മരവിപ്പ് ശരീരമാകെ നിറഞ്ഞതുപോലെ. ചിന്തകൾക്ക് തെല്ല് മന്ദത. പുറത്തെ ഇരുട്ടിലേക്ക് കണ്ണുകൾ നട്ട് ഞാനിരുന്നു.

ഏട്ടനെ ഓർത്തു. വീടെത്തിയിട്ടുണ്ടാവുമോ ഏട്ടൻ. രണ്ടുമൂന്നു ബസ്സുകൾ കയറിയിറങ്ങണം. സന്ധ്യകഴിഞ്ഞുള്ള ഒറ്റബസ്സാവും അവസാനം. അതുകൂടിയില്ലെങ്കിൽ നടത്തമാവും ശരണം. ഒരു മടിയുമില്ലാതെ നടക്കുമേട്ടൻ, എത്ര ദൂരം വേണമെങ്കിലും. തെന്നിത്തെറിച്ചുള്ള നടത്തം. ഒരു നാടോടിയുടെ മട്ടുപോലെ. നല്ല വേഗത്തിലാവുമത്. കാഴ്ചയിൽകൂടി അനുഭവപ്പെടുന്ന ഒരു ലക്ഷ്യമുണ്ടാവുമതിന്. ജീവിതം തള്ളിനീക്കുക

യെന്ന ലക്ഷ്യം.

ഏട്ടത്തിയെക്കുറിച്ച് ഒന്നും ചോദിച്ചില്ല. മറന്നുപോയി. ഇളയവനെക്കുറിച്ചും. ഒന്നിനുമൊരു സാവകാശമുണ്ടായിരുന്നില്ലല്ലോ. എന്നാലും അങ്ങെത്തുമ്പോൾ ഏട്ടത്തി ചോദിക്കും, എന്തൊക്കെ പറഞ്ഞു അവനെന്ന്. ഓർത്തിരിക്കും ഏട്ടൻ ഏറെ നേരം, ഒന്നും മിണ്ടാതെ. ഏട്ടത്തി മുഖം കുനിക്കുംവരെ.

അമ്മയുടെ ഒരകന്ന ബന്ധുവായിരുന്നു ഏട്ടത്തിയുടെ അച്ഛൻ. ഏട്ടത്തിയുടെ അമ്മ നേരത്തെ മരിച്ചുപോയിരുന്നു. ഒറ്റ മകളായിരുന്നു ഏട്ടത്തി. ഒരു ദിവസം ആ അച്ഛനും മരിച്ചു. ശവമടക്കു കഴിഞ്ഞ് നാട്ടുകാരും ബന്ധുക്കളുമൊക്കെ പിരിയുമ്പോൾ മൺചുവരുകളുള്ള ആ ചെറിയ വീട്ടിൽ ഏട്ടത്തി ഒറ്റയ്ക്കായി. പാതിവഴി നടന്നു കഴിഞ്ഞിരുന്ന അച്ഛനുമമ്മയും തിരിച്ചുചെന്ന് ആ സന്ധ്യക്ക് അവരെ വിളിച്ചുകൊണ്ടുപോന്നു. മരണാനന്തര ചടങ്ങുകൾ അഞ്ചാംദിവസം കഴിഞ്ഞു. ഒന്ന് രണ്ട് ആഴ്ചകൾ കഴിഞ്ഞ് ഒരു രാവിലെ കുടുംബക്ഷേത്രത്തിന് മുന്നിൽവെച്ച് പരമേട്ടൻ അവരുടെ കഴുത്തിൽ താലിചാർത്തി. അവർക്കന്ന് പതിനേഴ് വയസ്സായിരുന്നു പ്രായം. ഇരുപത്തിമൂന്ന് തികഞ്ഞിട്ടില്ല ഏട്ടനന്ന്. കോടിവസ്ത്രങ്ങളും ചെറിയൊരു സദ്യയുമായി ആഘോഷം. ആരുടെയും അനുവാദം ചോദിക്കാൻ അച്ഛന് സമയം കൊടുത്തില്ല അമ്മ. ആരും പങ്കെടുത്തുമില്ല. താലി ചാർത്തുമ്പോൾ ഏട്ടത്തി കരയുകയായിരുന്നു.

വാതിലിൽ ആരോ മുട്ടുന്നു.

ഞാനെഴുന്നേറ്റു. പ്രസാദോ വിജയനോ ആവും. ഔദ്യോഗികമായിട്ടുള്ള എന്തെങ്കിലും സംശയങ്ങൾ തീർക്കാനാവും. അതുമല്ലെങ്കിൽ ചെറിയൊരു വിശേഷം.

വാതിൽ തുറന്നു.

അരണ്ട വെളിച്ചത്തിൽ തന്നോളം പൊക്കമുള്ള ഒരാൾ. താടി ഒരല്പം നീട്ടിവളർത്തിയ ആ മുഖം കുസൃതി നിറഞ്ഞ ഒരു മന്ദഹാസത്തോടെ തന്നെ നോക്കിനിന്നു. ആ കണ്ണുകളുടെ തിളക്കം നേർത്ത ഇരുളിലും ഒരുനിമിഷം തന്നെ ഒരു പാട് പുറകിലേക്ക് കൊണ്ടുപോയി. വർഷങ്ങൾക്കു പുറകിലേക്ക്.

“ദാസനോ.......” ഞാൻചോദിച്ചു.

“ഉം...” അവൻ ചിരിച്ചു. “തിരിച്ചറിഞ്ഞല്ലോ നീയ്..” അവൻ അകത്തേക്ക് കയറി. “എന്റെ സഹോദരങ്ങൾകൂടി പലപ്പോഴുമെന്നെ തിരിച്ചറിയാറില്ല.”

അവന്റെ രൂപം ഏറെ നിമിഷം എന്നെ അത്ഭുതസ്തബ്ധനാക്കി. എന്തൊരു മാറ്റമാണിത്. ഞാൻ നോക്കിയിരുന്നു. പച്ചനിറമുള്ള ഖദറിലെ നീണ്ട ജുബയും ചെമ്പുനിറം തീണ്ട കോടിമുണ്ടും ആ രൂപത്തെ പിന്നെയും അപരിചിതമാക്കി. മുഖത്തപ്പോഴും ബാക്കിനിന്ന ഒരുതരി പ്രകാശവും തിളക്കവും മാത്രം എന്നെ തൃപ്തനാക്കി.

"നീയിവിടെ.." ഞാൻ തിരക്കി.

"ഒരുപാട് ബുദ്ധിമുട്ടി നിന്റെ ഈ താവളം കണ്ടുപിടിക്കാൻ.." അവൻ പറഞ്ഞു. "പബ്ലിക് ലൈബ്രറിയിലെ പഴയ വാച്ച്മാനാണ് ഈ സ്ഥലം പറഞ്ഞുതന്നത്.." കിടക്കക്കരികിലുള്ള തടിക്കസേരയിൽ അവനിരുന്നു.

"എന്തേ ഇവിടെ.... ഈ നഗരത്തില്.." ഞാൻ തിരക്കി.

"ഇതിപ്പോ എന്റേംകൂടി നഗരമാ.. ഇവിടെ അടുത്താ ഞാനിപ്പോ..."

"എവിടെ..."

"ഒരു മുപ്പത് കിലോമീറ്ററിനപ്പുറം...അഗസ്ത്യമലയുടെ താഴ്വരയിൽ.."

"അവിടെ.."

"സ്നേഹാലയമെന്നാണ് അവിടമറിയപ്പെടുന്നത്. സ്നേഹം കൊണ്ടൊരു ചികിത്സ..."

"പഠിച്ചതൊന്നും പാഴായില്ല.. അല്ലേ.." ഞാൻ പറഞ്ഞു.

"സൈക്കോളജിയോ... ഒരുപരിധിവരെ.." അവൻ തുടർന്നു. "ഒന്നും ഫലമാകാത്തിടത്ത് ഒടുവിലത്തെ ശ്രമം.. സ്നേഹം കൊണ്ട്... വിജയങ്ങളാണ് കൂടുതലും.."

"ആരാ നിന്റെ കൂടെ.. ഒറ്റയ്ക്കാ..."

"അല്ല.. ഞാനാ കൂടിയത്.. സ്നേഹസ്വരൂപനെന്ന് അദ്ദേഹം അറിയപ്പെടുന്നു. ഞാനൊരു സഹായി..."

"കേട്ടിട്ടില്ലല്ലോ.."

"പത്രവാർത്തകളൊന്നും നൽകാറില്ല. പരസ്യവുമില്ല. കേട്ടറിഞ്ഞ് എല്ലാരും വരുന്നു.. ലോകം മുഴുവനും.."

"ഈ വേഷവും രൂപവുമൊക്കെ അതിന്റെ ഭാഗമാണോ..." ഞാൻ തിരക്കി.

"അല്ല...... സംശയിക്കണ്ട. ഞാനിത് സ്വീകരിച്ചെന്നേയുള്ളൂ.. അങ്ങനെ പ്രത്യേകിച്ച് നിറവും രൂപവുമൊന്നുമില്ല.. സ്നേഹത്തിനെന്ത് നിറവും രൂപവും.."

പെട്ടെന്ന് നിശ്ശബ്ദതയായി.

എത്തിച്ചേരുന്ന ഓരോ തുരുത്തുകൾ. തിരിച്ചറിയാനാവാതെ കാലം മാറുന്നു. രൂപവും. അറിയാനെന്തോ ബാക്കിവച്ച് പിരിഞ്ഞവരാണെല്ലാരും. ഒരുപാട് ബാക്കിവച്ചൊരാൾ ഒരുപക്ഷേ താനാവും.

ഒരു കണ്ണാടിപോലെ തന്റെ ഭാവങ്ങളുടെ ചില അംശങ്ങളെങ്കിലും കൊണ്ടുനടന്ന ഒരാൾ രാമദാസനായിരുന്നു. അടുത്തു പോയതും അതു കൊണ്ടാവാം. ഒരേ മുറിയിൽ ഒന്നിച്ചുകഴിഞ്ഞ രണ്ടുവർഷങ്ങൾ. ശബ്ദിക്കാത്ത രണ്ടപൂർവ്വ ജീവികളെപ്പോലെ.

"എന്താലോചിക്കുവാ.. നീയ്.." ദാസൻ ചോദിച്ചു.

"ഒന്നുമില്ല..പഴയ കാര്യങ്ങള്.."

മൗനമായി, കുറച്ചു നിമിഷങ്ങൾ.

"നമുക്കൊന്നു നടന്നാലോ..." അവൻ പറഞ്ഞു.

"നടക്കാം..... ഇന്ന് പുറപ്പെടുന്നുണ്ടോ നീയ്.."

"ഇല്ല... ഇവിടെനിന്നിട്ട് കാര്യമുണ്ട്. വഴിക്കത് പറയാം. ഈ മുറി നമുക്ക് ധാരാളമല്ലേ.." അവൻ ചിരിച്ചു.

മുറിപൂട്ടി പുറത്തിറങ്ങി. അപ്പുറത്ത് മുകളിലത്തെ നിലയിൽ മാത്രമേ വെളിച്ചമുള്ളൂ. അനിൽ പഠിക്കുകയാവും. വിജയനും പ്രസാദും എത്തിയിട്ടുണ്ടാവില്ല.

"ആരാ അപ്പുറത്ത്.." ദാസൻ ചോദിച്ചു.

"അവിടെ മൂന്നുനാല് പേരുണ്ട്. ഉദ്യോഗമുള്ളവരാ രണ്ടുപേര്. പഠിക്കുന്ന ഒരാളുമുണ്ട്.."

"നല്ല ആൾക്കാരാ.."

"ഉം..."

വഴികൾ വിജനമായിരിക്കുന്നു. ഇടയ്ക്കിടെ ഒറ്റപ്പെട്ട വാഹനങ്ങൾ വേഗത്തിൽ കടന്നുപോയി. നഗരം ഉറങ്ങിത്തുടങ്ങുന്നു. ആദ്യം കാണുന്ന ഒരാളെപ്പോലെ ചുറ്റും വീക്ഷിക്കുന്നുണ്ടായിരുന്നു ദാസൻ.

ചെറിയ തണുപ്പുണ്ട് അന്തരീക്ഷത്തിന്. സ്പെൻസർ ജംഗ്ഷനിലെ പള്ളിയങ്കണത്തിൽ ആരോ കൊളുത്തിവച്ച ഒരു കൊച്ചുമെഴുതിരിക്കു മുന്നിൽ പ്രകാശിക്കുന്ന മാതാവിന്റെ തിരുരൂപം.

റോഡിനപ്പുറത്ത്, മഹാഗണികളുടെ ഇരുണ്ട നിഴലുകൾക്കുമപ്പുറത്ത് മുനിഞ്ഞുകത്തിയ വഴിവിളക്കുകളുടെ നേർത്ത പ്രകാശംവീണു കിടക്കുന്ന ഇടനാഴികൾ. കൽത്തൂണുകൾക്കു പിന്നിൽ ഇരുട്ട് ഒളിച്ചുനിന്നു. ജനാലകളിലെ ചില്ലുകളിൽ ദൂരെയെങ്ങോ കത്തിയ വർണ്ണവിളക്കുകളുടെ പ്രതിഫലനം. ഗേറ്റിന് പിന്നിലെ മുളങ്കൂട്ടം കാറ്റിൽ കരഞ്ഞു.

ഞങ്ങളുടെ കോളേജ്. ഞാനും രാമദാസനും ഘനശ്യാമും പഠിച്ച കോളേജ്.

"നമ്മുടെ കോളേജ്......" ഒരു നിശ്വാസം ചേർത്ത് ദാസൻ പറഞ്ഞു.

"ഉം.."

"ഈ മുളങ്കൂട്ടത്തിനപ്പുറത്ത് നിന്നാണ് ഞാനാദ്യമായി ഇൻക്വിലാബ് സിന്ദാബാദെന്ന് വിളിക്കുന്നത്.... ഒരു കാലം.."

"ഓർക്കുന്നോ ഞാൻ പിരിയുന്ന വർഷമാ ദാസനിവിടെ ചേരുന്നത്. എന്നിട്ടും ദാസനെ എല്ലാർക്കുമറിയാമായിരുന്നു.. എന്നെയോ...."

"ഈ മഹാഗണികൾക്കും മുത്തശ്ശിമാവിനും അതിനപ്പുറത്തെ മഞ്ചാടിമരത്തിനും അജയനെയറിയാം.. ദാസനെയോ.." അവൻ പറഞ്ഞു ചിരിച്ചു.

"ഈ മതില് കടന്നപ്പോ എന്തോ നേടീന്നൊക്കെ തോന്നീരുന്നു, അല്ലേ... വ്യർത്ഥമായ തോന്നലുകൾ.." ഞാൻ പറഞ്ഞു.

"അജയനോളം ഞാൻ ബുദ്ധിമുട്ടീട്ടില്ല.. എങ്കിലും കഷ്ടപ്പാടുകളൊക്കെ മറന്നുവെയ്ക്കാൻ ഒരിടമായിരുന്നു."

"ഉം.."

പിന്നെയും മൗനമായി.

ഡിഗ്രി കഴിഞ്ഞ് മുടങ്ങിപ്പോയ തന്റെ പഠനം. ഒരുദിവസം അച്ഛനോടൊത്ത് മരപ്പണിക്കിറങ്ങുമ്പോൾ അരുതെന്ന് ആരും പറഞ്ഞില്ല. മരപ്പണിക്കാരന്റെ മകൻ മരപ്പണിക്ക് പോകുന്നത് അസാധാരണമായി ആർക്കും തോന്നിയില്ല. ഉറപ്പുള്ള തടിമേൽ നേർത്ത പാറപ്പൊടി വിതറി വീതുളി തേച്ച് മൂർച്ചവരുത്തുമ്പോൾ തെറിച്ചുവീഴുന്ന തീപ്പൊരികൾ കാണുന്നത് ഒരു കൗതുകമായിരുന്നു. കനലായി അതു തന്റെ ഹൃദയത്തിൽ നിറഞ്ഞിരുന്നു. കണ്ണീര് ചേർത്ത് കിടന്നുറങ്ങിയ രാവുകളിലൊക്കെ ആ കനലുകൾ ഒരു തീക്കുണ്ഠമായി തന്നെ ദഹിപ്പിച്ചിരുന്നു.

"അച്ഛനിപ്പോഴും പണിക്ക് പോണുണ്ടോ..." ദാസൻ മൗനം മുറിച്ചു.

"ഉം.."

"ഏട്ടനോ.."

"ഏട്ടൻ ഒരുപാട് ദൂരെ ഒരിടത്ത് വീടുവച്ചു. ഒരു ചെറിയ വീട്. കാണാറുണ്ട്."

"എം എ കഴിഞ്ഞ് പിന്നെയും നീ അച്ഛന്റെയൊപ്പം പണിക്ക് കൂടി... അല്ലെ. ഞാനറിഞ്ഞിരുന്നു.." ഒരുനിമിഷം നിർത്തി പിന്നെയുമവൻ പറഞ്ഞു. "സാരമില്ലെടോ, തല കുനിക്കാണ്ട് നടന്നില്ലെ, ആരുടെ മുന്നിലും.. അതുമതി.. ബുദ്ധിമുട്ടായില്ലല്ലോ ആർക്കും...."

ഒന്നും മിണ്ടാനില്ലാതായി കുറച്ചുനേരം.

"ഡിഗ്രികഴിഞ്ഞ് രണ്ടുവർഷം എന്റെ പഠിത്തം മുടങ്ങീലായിരുന്നെങ്കിൽ നമ്മളൊരുമിച്ച് എം എയ്ക്ക് പഠിക്കില്ലായിരുന്നു. ഒരുപക്ഷേ ഇങ്ങനെ കാണുകയുമില്ലായിരുന്നു.. അല്ലെ.. ഒരു നഷ്ടമായേനെ..." ഞാൻ പറഞ്ഞു.

അവൻ ചിരിച്ചു. ശബ്ദമില്ലാതെ.

"ആരോടൊക്കെയോ ഞാനത് പറഞ്ഞിരിക്കുന്നു, ട്രീറ്റ്മെന്റിന്റെ ഭാഗമായിട്ട്, നിന്റെ കഥ.. എല്ലാം തകർന്നുവെന്ന് വിലപിച്ച ആരോടൊക്കെയോ...."

"നന്നായി.."

മനസ്സിൽ കരുതി, എന്തേ തനിക്കൊന്നുമൊരു പാഠമാവുന്നില്ല. താൻപോലും.

എന്തോ ഓർത്തിട്ടെന്നപോലെ ദാസൻ പറഞ്ഞു.

"ഒരു മരപ്പണിക്കാരന്റെ മകനായിരുന്നു യേശുക്രിസ്തു.. ആശാരിച്ചെക്കനെന്നൊക്കെ ആരൊക്കെയോ ആക്ഷേപിച്ച് വിളിച്ചിരുന്നു."

മുറിയിൽ തിരിച്ചെത്തുമ്പോൾ വൈകി.

ഇടയ്ക്ക് വൈദ്യുതി നിലച്ച് പിന്നെയും വെളിച്ചം തെളിഞ്ഞതാണ്. ഇപ്പോൾ വീണ്ടും നിലച്ചിരിക്കുന്നു. മെഴുതിരി വെട്ടത്തിൽ പരസ്പരം നോക്കി ഞങ്ങളിരുന്നു.

"നീ വന്നകാര്യം പറഞ്ഞില്ലല്ലോ ഇതേവരെ.." ഞാൻ ചോദിച്ചു.

"പറയാം.. നല്ല വർത്തമാനങ്ങളൊക്കെ കഴിഞ്ഞിട്ട് മതിയെന്ന് കരുതി.. എപ്പോഴും അതല്ലേ നല്ലത്.." അവൻ പറഞ്ഞു.

"എന്തേ..." ഒരുവേള എനിക്കാകാംക്ഷയായി.

"എന്റെ അനുജനിവിടെ ആശുപത്രീലാ.. മാനസികരോഗാശുപത്രീല്. ഒരാഴ്ചയായി അഡ്മിറ്റ് ചെയ്തിട്ട്... ഞാനറിഞ്ഞത് ഇന്നലെ.. എല്ലാം പെട്ടെന്നായിരുന്നു.."

"എന്തുപറ്റീ, അവന്,.."

"ബുദ്ധിമുട്ടുകളും കുറവുകളുമൊക്കെയുണ്ടെങ്കിലും എല്ലാം സഹിക്കുന്ന പ്രകൃതമായിരുന്നു അവന്റേത്. ഒന്ന് നേരെ ശബ്ദിക്കുകകൂടിയില്ലായിരുന്നു ആരോടും.. ഇടയ്ക്ക് പഠിത്തമൊക്കെ ഉഴപ്പിയതിന്റെ വിഷമമൊന്നും അവൻ പുറത്ത് കാണിച്ചിരുന്നില്ല. ഈയിടെ ഏറെയൊന്നും ആരോടും മിണ്ടാതായി. ഒടുവിലൊടുവിൽ ആരോടും ഒന്നും മിണ്ടാതായി.. ഒരുദിവസം നിനച്ചിരിക്കാതെ പൊട്ടിത്തെറിച്ചതുപോലെ ഒരു ബഹളം.. പിന്നെയും മിണ്ടാട്ടമില്ലായ്മ.. ഒരുപാട് ചികിത്സകളായി. അവൻ സഹകരിച്ചില്ല. ഇപ്പോ ആകെ വല്ലാണ്ടായപ്പോ ഇങ്ങു കൊണ്ടുപോന്നു.." ഒരു നിമിഷം നിർത്തി അവൻ തുടർന്നു. "ഞാനിന്ന് പോയി കണ്ടിരുന്നു.. കഷ്ടാ അവന്റെ കാര്യം...എന്നെ തിരിച്ചറിഞ്ഞതായി ഭാവിച്ചില്ല..... തുറിച്ചുനോക്കി, അന്യരെയാരെയോ കാണുന്നതുപോലെ.." അവന്റെ സ്വരമിടറി.

"ഡോക്ടറെന്തു പറഞ്ഞു.." ഞാൻ തിരക്കി.

"മാനിക് ഡിപ്രെസ്സീവ് സൈക്കോസിസ് അഥവാ വിഷാദരോഗം എന്നൊക്കെ ഞങ്ങൾ സൈക്കോളജിസ്റ്റുകൾ പറയും.. അതുതന്നെ.." ദാസൻ പറഞ്ഞു. "അവനിങ്ങനെയൊക്കെ സംഭവിച്ചുവെന്നുമാത്രം വിശ്വസിക്കാൻ വയ്യ...വളരെ ശാന്തനായിരുന്നു, അവൻ.."

നിശ്ശബ്ദതയായി. മെഴുകുതിരി എരിഞ്ഞുതീർന്നു. അതിന്റെ നേർത്ത വെട്ടം ദാസന്റെ കണ്ണുകളിലെ നനവിൽ തിളങ്ങി. ഞാൻ ശിരസ്സ് കുനിച്ചു.

"നാളെ ഒന്നുകൂടി ഡോക്ടറെ കാണണം.. അതാ ഇവിടെ തങ്ങാമെന്ന് കരുതിയത്.." ദാസൻ പറഞ്ഞു. "പെട്ടെന്ന് അവനെ വിട്ടുപോകാൻ എനിക്ക് മനസ്സ് വരുന്നില്ല... ഇവിടാവുമ്പോ ഒത്തിരി അടുത്താണല്ലോ, കുറച്ചപ്പുറത്ത് അവനുണ്ടെന്ന ആശ്വാസം.."

"വേറെയാരും....." ഞാൻ ചോദിച്ചു.

"ഇല്ല... വന്നവരൊക്കെ തിരിച്ചുപോയി.. അവിടെ അഴികൾക്കുള്ളിലെന്തിനാണ് കൂട്ട്.. വീട്ടിൽപോയി അമ്മയുടെ മുഖം കാണാനും എനിക്ക് വയ്യാണ്ടായി.." ദാസന്റെ സ്വരം മങ്ങി.

"സാരമില്ല.... ഒക്കെ ഭേദമാവും.."

"ഞാനെന്നെ മറന്നുപോയി, അവനെ കണ്ടപ്പോ... അഴികളിൽ മുഖം ചേർത്ത് അവന്റെ മെല്ലിച്ച രൂപം.." വാക്കുകൾ പൂർത്തിയാക്കാനാവാതെ

ദാസൻ വിതുമ്പി.

ഞാനവന്റെ ചുമലിൽ തലോടി. അവൻ തല കുനിച്ചിരുന്നു. പിന്നെ കണ്ണുകൾ തുടച്ചു. എന്റെ കണ്ണുകളിൽ നനവ് പടരുന്നുണ്ടെന്ന് ഞാനറിഞ്ഞു. പുറംകൈകൊണ്ട് ഞാൻകണ്ണുകൾ തിരുമ്മി.

"എഴുന്നേല്ക്കൂ.. കിടക്കാം, വൈകി.." ഞാനവനെ എഴുന്നേല്പ്പിച്ച് കിടക്കയിലിരുത്തി. "കിടന്നോളൂ.."

"നീയോ.."

"ഇവിടെ പായ വിരിക്കാം......"

"വേണ്ട.. കട്ടിലിൽ കിടന്നോളൂ.." അവൻ പറഞ്ഞു.

"സാരമില്ല.. എനിക്കിതാ സുഖം.."

മെഴുകുതിരി താനേ അണഞ്ഞു. കരിഞ്ഞ പുകമണം ഏറെനേരം മുറിക്കുള്ളിൽ തങ്ങിനിന്നു.

"ബുദ്ധിമുട്ടായോ നിനക്ക്.." ദാസന്റെ ശബ്ദം.

"ഏയ്.. എന്താണ് ഇങ്ങനെയൊക്കെ ചോദിക്കുന്നത്.."

"ഞാനൊന്ന് പതറിപ്പോയി. അടുത്താരോ വേണമെന്ന് തോന്നി അപ്പോൾ... ഈ നഗരത്തില് നീയേ ഉള്ളൂവെന്ന് എനിക്കറിയാമായിരുന്നു.. അഭയം.." പതിഞ്ഞ വാക്കുകൾ. ഇടറിയ ശബ്ദം. അവന്റെ ശ്വാസോച്ഛ്വാസം എനിക്ക് കേൾക്കാം. അവൻ കരയുന്നുണ്ടോ.. "ഏറെ നേർത്ത ഒരു ചരട് പോലെയാണ് മനസ്സ് അല്ലേ.." അവൻ പറഞ്ഞു. "ഒരു സ്പർശം മതി അത് പൊട്ടിപ്പോകാൻ.. തകരാൻ. എല്ലാം ഒരുക്കൂട്ടുന്നത് ഈ തകർച്ചയിൽ നിന്ന് രക്ഷപ്പെടാനാവും എല്ലാരും.. എങ്ങ് രക്ഷപ്പെടാനാണ്... ഒരു താങ്ങുപോലെ എന്തെങ്കിലും വേണം, ഏതെങ്കിലും കരങ്ങൾ, വിശ്വാസത്തിന് ഒരു ദർശനമെങ്കിലും.." ശബ്ദം നിലച്ചു. ശ്വാസോച്ഛ്വാസം മാത്രം.

"ദർശനങ്ങളും പോരാതെ വരും ചിലപ്പോ.... അല്ലേ.." ഞാൻ പതുക്കെ പറഞ്ഞു.

അപ്പോൾ പിന്നെയും നിശ്ശബ്ദതയായി. ഇരുട്ട് കനത്തുനിന്നു. അടഞ്ഞ കണ്ണുകൾക്കുള്ളിലൊരു ചുവന്ന മിന്നലൊളി.

"ദർശനങ്ങളുടെ ദർശനമാണ് സ്നേഹമെന്ന് അദ്ദേഹം പറയും, സ്നേഹസ്വരൂപൻ... അത് പ്രചരിപ്പിക്കുന്നു ഞങ്ങളൊക്കെ... ഒരു വ്രതം പോലെ... ത്യാഗവും ബലിയുമൊക്കെയായിട്ട് അതു മാറുമ്പോൾ ഒരു പൂർണതയായി.. അമാനുഷികമായ പൂർണത.. അമരത്വം... കേൾക്കുന്നുണ്ടോ നീയ്.." ദാസൻ ചോദിച്ചു.

"ഉം.."

ജീവിതം ബലിയാണോ.. ഞാനോർത്തുകിടന്നു.

കണ്ണുകളിൽ ഉറക്കം വീണില്ല. അന്ധകാരത്തിന്റെ അനന്ത നിഗൂഢതയിലേക്ക് ഞാൻ മിഴിതുറന്ന് കിടന്നു. എങ്ങും കറുപ്പ് മാത്രം. നിറഞ്ഞ കറുപ്പ്.

ഞരക്കം കേട്ടു.

"അജയാ.."

"ഉം.."

"ഉറങ്ങാൻ കഴിയുന്നില്ല.."

"ഉറങ്ങു."

ഞാനാ ചുമലുകളിൽ കൈയെത്തിച്ച് തഴുകി.

പിന്നെയും നിമിഷങ്ങൾ.. ഞരക്കങ്ങൾ..

"അജയാ.."

"ഉം..."

"എനിക്കൊരു ഏട്ടനുണ്ടായിരുന്നു.. അമ്മയുടെ വയറ്റിൽനിന്ന് പുറത്തുവന്നയുടനെ മരിച്ചു.. നോക്കിച്ചിരിച്ചൂന്ന് അമ്മയിപ്പൊഴും പറയും..." വിതുമ്പൽ.

"ഉറങ്ങു.."

മാനസികരോഗാശുപത്രിയിൽ രാവിലെ എട്ടുമണിക്ക് തന്നെ എത്തി. ഗേറ്റിനരികിലെ സന്ദർശകബുക്കിൽ പേരെഴുതി ഒപ്പിട്ടു. സന്ദർശകരുടെ ഹാളിലേക്ക് നടക്കുമ്പോൾ ചുറ്റും നോക്കി. പൊക്കമുള്ള മതിലുകൾക്കുള്ളിൽ വാചാലമായ ഒരു പ്രശാന്തത നിറഞ്ഞുനിന്നു. ഭംഗിയുള്ള ചെറിയ പൂന്തോട്ടം. കല്ലുകൾ പാകിയ നടവഴി. ഓടുമേഞ്ഞ പഴയ കെട്ടിടങ്ങൾ. അതിനപ്പുറത്ത് പിന്നെയുമൊരു ഗേറ്റ്. ഗേറ്റിനകത്തൂടെ നീണ്ടു കിടക്കുന്ന വാർഡുകൾ കാണാം. ഒരുപാട് ആളനക്കമുണ്ടവിടെ.

ഡോക്ടറുടെ മുറിക്കുമുന്നിൽ കാത്തിരുന്നു.

"രാവിലെ കാണാമെന്ന് അദ്ദേഹം പറഞ്ഞിരുന്നു.. തിരക്കാവും അതു കഴിഞ്ഞ്.." ദാസൻ പറഞ്ഞു.

"എന്തൊരു ശാന്തതയാണിവിടെ." ഞാൻ പറഞ്ഞു.

"കൊടുങ്കാറ്റിന് മുമ്പുള്ള ശാന്തത.." ദാസൻ മെല്ലെ പറഞ്ഞു. "അത്രയ്ക്ക് ദയനീയമാണ് ആ ഗേറ്റിനപ്പുറത്തെ കാഴ്ചകൾ.. മനസ്സ് മരവിച്ചുപോകും.."

അറ്റൻഡർ വന്ന് ഡോക്ടറുടെ വരവറിയിച്ചു. പുറകെ ഡോക്ടറും വന്നു. നടപ്പാതയ്ക്കരികിലെ പൂച്ചെടികളെ തലോടിയും പുഴുക്കുത്തേറ്റു കരിഞ്ഞ ഇലകൾ മെല്ലെ നുള്ളിക്കളഞ്ഞും അദ്ദേഹം നടന്നുവരുന്നത് ഞങ്ങൾ നോക്കിനിന്നു. ഹാളിനകത്തേക്ക് കടന്നപ്പോൾ ഞങ്ങൾ അഭിവാദ്യം ചെയ്തു. അദ്ദേഹം തിരിച്ചും. ഞങ്ങൾക്കുമുന്നിൽ ഒരുനിമിഷം അദ്ദേഹം എന്തോ ഓർത്തുനിന്നു.

"ങ്ഹാ..... ഇന്നലെ വിളിച്ചിരുന്ന ആളല്ലേ..വരൂ.." അദ്ദേഹം മുന്നിൽ നടന്നു. വിശാലമായ ഒരു മുറിയിലാണ് ആ യാത്ര അവസാനിച്ചത്. അദ്ദേഹം തന്നെ വശങ്ങളിലുള്ള രണ്ടു വലിയ ജനാലകൾ തുറന്നിട്ടു. ഞങ്ങൾക്കഭിമുഖമായി അദ്ദേഹം ഇരുന്നു.

"ഇരിക്കൂ.." ഡോക്ടർ പറഞ്ഞു. ഞങ്ങളിരുന്നു.. "രാമദാസൻ.."

"ഞാനാണ്.." ദാസൻ പറഞ്ഞു..

"ഇന്നലെ കണ്ടിരുന്നു, അല്ലേ." ഡോക്ടർ ചോദിച്ചു. "ദാസൻ തലയനക്കി. "തിരക്കിനിടയിൽ മുഖം മറന്നു. ഇയാൾ.." ഡോക്ടർ എന്നെ ചൂണ്ടി.

"എന്റെ അടുത്ത സുഹൃത്താണ്, അജയൻ.." ദാസൻ പറഞ്ഞു.

ഒരുനിമിഷം ഡോക്ടർ മറ്റെന്തോ നോക്കിയിരുന്നു. പിന്നെ പറഞ്ഞു.

"കേസ് ഞങ്ങൾ പഠിച്ചുകഴിഞ്ഞു.. മാനേജ്ചെയ്യാൻ ബുദ്ധിമുട്ടൊന്നുമില്ല.. ചില പരിശോധനകൾകൂടി ബാക്കി..... പേടിക്കണ്ട.. ഇവിടെ എത്തിപ്പെടുന്നതിൽവച്ച് ലളിതമാണിത്.. ചെറുപ്പത്തിന്റെ ആനുകൂല്യവുമുണ്ട്..ധൈര്യമായി പൊയ്ക്കൊള്ളൂ." അദ്ദേഹം പറഞ്ഞുനിർത്തി. വിശ്വാസം തരുന്ന വാക്കുകൾ. കനമുള്ള ശബ്ദം.

ഒരല്പനേരം ദാസൻ എന്തോ ആലോചിച്ചിരുന്നു.

"എന്നാല് ഞങ്ങളിറങ്ങട്ടെ.." ദാസൻ കൈകൂപ്പി. ഞാനും.

വാതിൽ കടക്കുമ്പോൾ പുറകെ ഡോക്ടറുടെ ശബ്ദം.

"മിസ്റ്റർ ദാസൻ, സ്നേഹാലയത്തിൽ ചെല്ലുമ്പോൾ ഞാനന്വേഷിച്ചുവെന്നു പറയണം, അദ്ദേഹത്തെ..."

"പറയാം. മറക്കില്ല.." ദാസൻ പറഞ്ഞു. പുറത്തേക്ക് നടക്കുമ്പോൾ എന്നോട് പറഞ്ഞു. "ഒന്നുരണ്ട് പ്രഭാഷണങ്ങൾക്ക് സ്നേഹാലയത്തിൽ വന്നിട്ടുണ്ട് ഡോക്ടർ.."

അറ്റൻഡർ ദൂരെനിന്ന് മുറികാണിച്ചുതന്നു.

നിരെനിരെയുള്ള ഒരുപാട് മുറികൾക്കപ്പുറത്ത് അവസാനത്തേതിന് തൊട്ടുമുൻപത്തെ മുറി. ഓരോ മുറിയിലും ഒന്നിലധികം രോഗികളുണ്ടായിരുന്നു. ഒന്നുരണ്ടുപേർ കണ്ണുമിഴിച്ചുനോക്കി. ഒരാൾ വെറും തറയിൽ മുഖമമർത്തിക്കിടന്നു. അഴികളുടെ പുറത്തേക്ക് കൈചൂണ്ടി ഒരാൾ ഞങ്ങളുടെ നേർക്ക് ആക്രോശിച്ചു. പാഴ്വാക്കുകൾ പറഞ്ഞു. എങ്ങോ ഒരു തേങ്ങലിന്റെ ശബ്ദം. അലർച്ച. പൊട്ടിച്ചിരി. എല്ലാം പെട്ടെന്നായിരുന്നു. ഒരുനിമിഷം ഞാൻ ഭയന്നുപോയി. ദാസന്റെ കൈവിരലുകൾ എന്റെ ഇടതുകൈത്തണ്ട മുറുകെ പിടിച്ചു.

ദാസന്റെ അനുജന്റെ മുറി.

കമ്പി അഴികളിൽ ചുമൽചാരി പുറംതിരിഞ്ഞ് നെഞ്ചിൽ കൈകൾ പിണച്ച് അവൻ നിന്നിരുന്നു. ഒന്നു മുരടനക്കുകകൂടി ചെയ്യാതെ ഒരുപാട് നിമിഷങ്ങൾ ഞങ്ങൾ അവനു പിന്നിൽനിന്നു.

"ഹരീ...." ദാസൻ വിളിച്ചു.

അവൻ വിളികേട്ടില്ല..

"ഹരീ.." പിന്നെയും വിളിച്ചു.

തിരിഞ്ഞുനോക്കാതെ പുറംതിരിഞ്ഞുതന്നെ നടന്ന് അവൻ അകത്തെ ചുവരിൽ മുഖം ചേർത്ത് നിന്നു.

"ഹരീ.." ദാസന്റെ ശബ്ദം ഉയർന്നില്ല.

അപ്പുറത്തെ മുറികളിലെവിടെയോ ഒരട്ടഹാസം മുഴങ്ങി.

ആക്രോശവും.

"വരൂ.. നമുക്ക് പോവാം.." ഞാൻ പറഞ്ഞു.

ദാസനോടൊപ്പം തിരിഞ്ഞുനടക്കുമ്പോൾ ഒരിക്കൽക്കൂടി ആ രൂപത്തെ ഞാൻ നോക്കി. മെല്ലിച്ച ശരീരം മാത്രം കാണാനായി. ദാസനോളം പൊക്കമുണ്ടാവണം. അഴികളിൽ ചേർന്നുനിന്നപ്പോൾ അത് തോന്നിച്ചു.

ഇടനാഴിയിൽനിന്ന് പുറത്തേക്കുള്ള പടവുകളിറങ്ങുമ്പോൾ പുറകിലൊരു നിലവിളി പൊങ്ങി.

"ഏട്ടാ..." ഹരിയുടെ നിലവിളി.

ഞങ്ങൾ പെട്ടെന്ന് നിന്നുപോയി. ഒരിക്കൽകൂടി ആ നിലവിളി ഉയർന്നു. എവിടെയൊക്കെയോ അത് പ്രതിധ്വനിച്ചു.

"വരൂ.." ഒരു ജീവച്ഛവത്തെപ്പോലെ തളർന്നുനിന്ന ദാസനെ ഞാൻ മുന്നോട്ടു നടത്തിച്ചു. ഞങ്ങൾക്കു പിന്നിൽ ഗേറ്റുകളടഞ്ഞു.

കോഫീഹൗസിലിരിക്കുമ്പോൾ ദാസൻ പറഞ്ഞുവിതുമ്പി.

"സഹിക്കാനാവുന്നില്ല.. എന്റെ ഹൃദയം നടുങ്ങിപ്പോയി.."

നിശ്ശബ്ദം ഞാനത് കേട്ടിരുന്നു. അവനെ ആശ്വസിപ്പിക്കാൻ ഒരു വാക്കു തിരഞ്ഞ് ഒരുവേള ഞാൻ നിസ്സഹായനായി.

ഏറെനേരം പിന്നെയും മിണ്ടാതിരുന്നു. കാഴ്ചകളുടെ ദുരന്തസമാപ്തിയിലെന്നപോലെ ഞങ്ങൾ അന്തിച്ചിരുന്നു.

പിരിയുമ്പോൾ അവൻ പറഞ്ഞു.

"തരപ്പെടുമെങ്കിൽ ഇനി വരുമ്പോഴും നമുക്ക് കാണാം.. മിക്കവാറുമൊക്കെ യാത്രയിലാണു ഞാൻ.. ഇതുപോലെ ഓരോ എത്തിച്ചേരലുകൾ.. സ്നേഹത്തെപ്പറ്റിയാണ് എല്ലായിടത്തും പറയുക. നമുക്കിടയിലൊക്കെ അന്യപ്പെടുന്നത് മറ്റൊന്നുമല്ലല്ലോ. ഒരു തിരിച്ചറിവുപോലെ പലരും കേട്ടിരിക്കും.. പലർക്കും അതൊരു അസഹ്യമായ ഓർമ്മപ്പെടുത്തലാണ്. എല്ലാം ഏറ്റുപറയുന്നവർ ഏറെച്ചുരുക്കം.. ഒന്നോ രണ്ടോ പേർ. ഒരുപാട് നഷ്ടപ്പെട്ടവരായിരിക്കും അവരൊക്കെ.." എന്നിൽനിന്ന് മിഴികളടർത്തി തലകുമ്പിട്ടിരുന്ന് അവൻ പിന്നെയും പറഞ്ഞു, "എന്റെ അനുജനെപ്പറ്റിയാവും ഇനി ഞാനുദാഹരിക്കുക.. എത്രത്തോളം എനിക്കത് വിവരിക്കാനാവുമെന്ന് മാത്രം അറിയില്ല.." അവന്റെ സ്വരമിടറി.

പുറത്ത് വെയിലുറച്ചു തുടങ്ങി.

ബസ്സ്റ്റാന്റിൽ നല്ല തിരക്കുണ്ട്.

"വരട്ടെ.." ഞാൻ പറഞ്ഞു.

അവനെന്റെ ചുമലുകളെ സ്പർശിച്ചു. ഒരാശ്ലേഷംപോലെ.

"ഒരിക്കൽ വരൂ.. സ്നേഹാലയത്തിലേക്ക്..."

"എപ്പോൾ.."

"ആവശ്യമെന്നു തോന്നുമ്പോളൊരിക്കൽ"

ഒരുപാട് കരുതലുകളുണ്ടെന്ന് തോന്നി ആ വാക്കുകൾക്ക്. എവി

ടെയോ അവ വന്ന് തറച്ചതുപോലെ ഒരുനിമിഷം വേദനിച്ചു. ഞാൻ നടന്നു.

ഓഫീസെത്തുമ്പോൾ കിതച്ചു.

വൈകുമെന്നു കരുതി വേഗത്തിലാണ് നടന്നത്. വിയർത്തു. ആരും വന്നിട്ടില്ല. ശിവരാമേട്ടന് പകരംവന്ന പ്യൂൺ ഗേറ്റിനരികിൽ പരിചയം കാണിച്ച് ചിരിച്ചു.

സൂപ്രണ്ടിന്റെ മുറിയിലെ രജിസ്റ്ററിൽ ആദ്യത്തെ ഒപ്പിട്ടുപിരിയുമ്പോൾ പിന്നിൽ പത്മജ. അവർ ചിരിച്ചു. ഞാനും.

“ഞാനാവും ഇന്നാദ്യമെന്ന് കരുതി..” അവർ പറഞ്ഞു. “അജയനെ ഒരു ദിവസമെങ്കിലും ഒന്നു തോല്പിക്കാനാവുന്നില്ല..” പത്മജ ചിരിച്ചു.

പുറത്തേക്ക് നടക്കുമ്പോൾ അവർ പറഞ്ഞു.

“അജയൻ ഈയിടെ ഒന്നുകണ്ട് സംസാരിക്കാറേയില്ലല്ലോ, കാണാറുമില്ല.. തിരക്കാണോ..” അവർ ചോദിച്ചു.

“ഏയ്.. അല്ല..” ഞാൻ പറഞ്ഞു.

“എന്താ വീട്ടിലേക്ക് വരാത്തെ..” അവർ വഴിമുടക്കിനിന്നു. പിന്നെയും പറഞ്ഞു. “ഒരുദിവസം വരൂ..” അവരെന്റെ വിരലുകളിൽ തൊട്ടു.

“വരാം..” പത്മജയെ ഒഴിഞ്ഞുമാറി ഞാൻ എന്റെ സീറ്റിലേക്ക് നടന്നു.

11

ജംഗ്ഷനിൽ ബസ്സിറങ്ങി.

ഇടത്തോട്ടു തിരിഞ്ഞ് അഞ്ചുമിനിട്ട് നടന്നു. വലത്തോട്ടുള്ള കയറ്റം കയറി. പിന്നെയും നടന്നു. നിരെനിരെ ഒരേപോലുള്ള വീടുകൾ. പലത വണ വന്നിട്ടുണ്ടെങ്കിലും പെട്ടെന്ന് തിരിച്ചറിയാൻ പ്രയാസം.

കൽത്തൂണിൽ സി അഞ്ച് എന്ന് വായിക്കുവാൻ പിന്നെയും സമയ മെടുത്തു. വഴിതെറ്റിയോ. ഒരുപാട് നടന്നതുപോലെ. വാതിലിനരികിൽ പിടിപ്പിച്ച കാളിംഗ് ബെല്ലിൽ വിരലമർത്തി. രണ്ടുതവണ.

വാതിൽ തുറക്കപ്പെട്ടു. അനുജത്തി. ഒക്കത്ത് കുഞ്ഞ്.

"ഏട്ടനോ.." അവളുടെ വിളറിയ മുഖം ആഹ്ലാദം കൊണ്ടു.

"ചന്ദ്രനില്ലേ.." ഞാൻ ചോദിച്ചു.. വെറും ചോദ്യം.

"ഇല്ല.." അവളുടെ മുഖമിരുണ്ടു.

ചുവർ ചേർത്തിട്ട തടിക്കസേരയിൽ ഞാനിരുന്നു. കൈയിൽ കരുതിയിരുന്ന പലഹാരങ്ങളുടെ പൊതി കുഞ്ഞിന്റെ നേർക്ക് നീട്ടി. അവന്റെ കുഞ്ഞുകൈകൾ അതിനെ ഉൾക്കൊള്ളാൻ ഒരു ശ്രമം നടത്തി. അനുജത്തി അത് വാങ്ങിവച്ചു.

"ഏട്ടന് എഴുതാനിരിക്കുകയായിരുന്നു ഞാൻ.. ഈ വഴി മറന്നോയെന്ന് ചോദിക്കാൻ.." അവൾ പരിഭവം പറഞ്ഞു.

"സമയമുണ്ടായില്ല.. മറ്റുപല കാര്യങ്ങളും.." ഞാൻ ഒഴിവുകഴിവുകൾ നിരത്തി.

"എന്നാലും.. ഒത്തിരി നാളായി.." അവളുടെ ശബ്ദമിടറി.

കുഞ്ഞ് അവളുടെ ഒക്കത്തുനിന്ന് താഴേക്കിറങ്ങുവാൻ തിടുക്കം കാട്ടി. അവളവനെ നിലത്തിരുത്തി. അവളുടെ ഇടതുകവിളിൽ ചുവന്നുനീലിച്ച് പരന്ന പാട് അപ്പോൾ ഞാൻ കണ്ടു. എന്നെ മറയ്ക്കാനെന്നപോലെ ഈറ

നുണുങ്ങാത്ത മുടി അവൾ കവിൾ മറച്ചിട്ടു.

"എന്താ നിന്റെ കവിളിലെ പാട്.." ഞാൻ ചോദിച്ചു. മറുപടി പറയാതെ അവൾ തലകുമ്പിട്ടുനിന്നു.

ഞാനെഴുന്നേറ്റ് അവളുടെ അടുത്ത്ചെന്നു. താഴ്ത്തിയമുഖം ഞാനുയർത്തി. മുടി തഴുകി മാറ്റി. ചുമന്നു നീലിച്ച വിരൽപ്പാടുകൾ.

"എന്താണിതൊക്കെ.." ഞാൻ ചോദിച്ചു.

അവൾ വിതുമ്പി.

ചുവരിൽ മുഖംചേർത്തുനിന്ന് അവൾ കരഞ്ഞു.

"കരയണ്ട.." ഞാനവളുടെ ശിരസ്സിൽ തലോടി.

"ഒന്നും ചോദിക്കരുതെന്നോട്.." അവൾ പറഞ്ഞു.

ഞാനവളെ എനിക്കഭിമുഖമായി നിർത്തി. കണ്ണുനീർ തുടച്ചു.

"ശരി... ഞാൻ ചോദിക്കുന്നില്ല.. കുട്ടി കരയണ്ട.."

"ഏട്ടനിരിക്ക്..ഞാൻ ചായയെടുക്കാം.."

നിലത്ത് ഇഴഞ്ഞുനടന്ന കുഞ്ഞ് വാതിലിന് പുറത്തേക്ക് പോകാനൊരുങ്ങിയപ്പോൾ ഞാനവനെ വാരിയെടുത്തു. കവിളുകളിൽ ചുണ്ടുസ്പർശിച്ചു. അവന്റെ കുഞ്ഞുവിരലുകൾ എന്റെ മിഴികൾക്കു ചുറ്റും വൃത്തം വരച്ചു.

"വീട്ടിൽ പോകാറുണ്ടോ ഏട്ടൻ.." സുജ ചോദിച്ചു. അവൾ ചായക്കപ്പ് മുന്നിൽവെച്ചു.

"ഉം.."

"വല്യച്ഛനെ ഡിസ്ചാർജ്ജ് ചെയ്തോ.. കാര്യങ്ങളൊക്കെ വല്യേട്ടന്റെ കത്തിലുണ്ടായിരുന്നു."

"അറിയില്ല..മാറ്റിക്കിടത്തിയ ഹോസ്പിറ്റലിലേക്ക് പിന്നെ ഞാൻ പോയില്ല.. അവരെല്ലാമുണ്ടവിടെ.."

"ഒരുദിവസം മാത്രമായാലും ഏട്ടനെ വേണ്ടിവന്നല്ലോ അവർക്ക്, നന്നായി... തൃപ്തിയായോ വല്യച്ഛന്..." അവൾ ചോദിച്ചു.

"ഇല്ല കുട്ടീ.. കഷ്ടമാണ് ആ കിടപ്പ്.. കണ്ടുനിൽക്കാനാവില്ല..."

ഏറെ നേരത്തേക്ക് അവൾ സംസാരിച്ചില്ല.

ഓർമ്മകളിൽ കുരുങ്ങി നിമിഷങ്ങൾ കഴിഞ്ഞു. മുറിവുകളിൽ ആരോ സ്പർശിച്ചതുപോലെ എങ്ങോ നീറി.

"ഞാനിറങ്ങട്ടെ.."

അവളുടെ മുഖം മങ്ങി. കണ്ണുകളിൽ നനവ് ചിമ്മി. കുഞ്ഞിനെ അവൾ എന്റെ കൈയിൽ നിന്നും വാങ്ങി. കൈത്തണ്ടയിൽ ഒരു തുള്ളി കണ്ണുനീർ വന്നുവീണു.

അമ്മയെപ്പോലെ കണ്ണുനീരാണോ ഇവൾക്കും വാക്കുകൾ.

"വീട്ടില് പോവുമ്പോൾ അച്ഛനോടും അമ്മയോടും അന്വേഷണം പറയണം.. ഒന്നു കാണണോന്നുണ്ട് എല്ലാരേം.. ഇനി എപ്പഴാ.."

"പറയാം."

ഞാൻ ഇറങ്ങിനടന്നു.

വെയിൽ മങ്ങിയിരിക്കുന്നു. ഫാക്ടറിയുടെ വലിപ്പമുള്ള കുഴലുകൾ ആകാശത്തിൽ എഴുന്നുനിന്നു. പുകതുപ്പുന്ന വലിയ കറുത്ത സ്തൂപം അതിനും മുകളിൽ കണ്ടു. പലരൂപത്തിൽ പുകച്ചുരുളുകൾ ആകാശത്തിൽ ലയിച്ചുനിന്നു. വായുവിന് ലോഹഗന്ധം.

ഫാക്ടറിയുടെ ഗേറ്റ് കടന്ന് ഞാനകത്തേക്ക് നടന്നു. അടുത്തുചെല്ലുന്തോറും യന്ത്രങ്ങളുടെ ഇരമ്പൽ കൂടിക്കൂടി വന്നു. പിന്നെയുമടുത്തപ്പോൾ അത്യുച്ചത്തിലായി. ശരീരം പ്രകമ്പനം കൊണ്ടു. സൂപ്പർ വൈസറുടെ മുറിക്കു മുന്നിലെ വാച്ച്മാനോട് ഞാൻ ചോദിച്ചു.

"ചന്ദ്രസേനനെ ഒന്നു വിളിച്ചുതരുമോ.."

"അയാൾ രാവിലെയുള്ള ഷിഫ്റ്റിലാ.. വീട്ടിലുണ്ടാവും.." വാച്ച്മാൻ എന്നെ തുറിച്ചുനോക്കി.

"വീട്ടിലില്ല.."

ഞാൻ തിരിച്ചുനടന്നു.

"നിൽക്കൂ.." പുറകിൽ മറ്റൊരു ശബ്ദം. ഞാൻ തിരിഞ്ഞുനോക്കി. മറ്റൊരാൾ.

"അവന്റെ ഭാര്യാസഹോദരനല്ലേ..." അയാൾ ചോദിച്ചു.

"അതെ.."

"ങ്ഹാ.. ആ കാണുന്ന സ്റ്റാഫ് ക്ലബ്ബിൽ ഒരുപക്ഷേ കാണും.." അയാൾ ഫാക്ടറിയുടെ തെക്കുവശത്തേക്ക് വിരൽചൂണ്ടി. ഞാൻ അവിടേക്ക് നടന്നു.

കമ്പിഅഴികളിലൂടെ ക്ലബ്ബിനുള്ളിൽ രണ്ടു കോണുകളിലായി ചീട്ടുകളിക്കാരുടെ സംഘങ്ങളെ കണ്ടു. ഇടയ്ക്കിടെ അവിടെനിന്ന് പൊട്ടിച്ചിരികളുയർന്നു. അസഭ്യവാക്കുകളും.

പെട്ടെന്ന് ബഹളം നിന്നു. എന്നെ അവർ കണ്ടിരിക്കുന്നു. പരസ്പരം അവർ എന്തോ പറയുന്നുമുണ്ട്. പുറകിലിരുന്ന കൂട്ടത്തിൽ നിന്ന് അപ്പോൾ ചന്ദ്രനെഴുന്നേറ്റു. അയാൾ വാതിലിനടുത്തേക്ക് നടന്നുവന്നു.

എന്റെ മുഖത്തേക്ക് ദേഷ്യത്തോടെ അയാൾ നോക്കി. അലസമായി താടിവളർത്തിയ മുഖത്ത് ദാർഢ്യം നിറഞ്ഞുനിന്നു.

"വരൂ.. ഒരല്പം മാറി നിൽക്കാം.." ഒരല്പമകലേക്ക് ഞാൻ നടന്നു.

അയാൾ എനിക്ക് മുന്നിൽ വന്നുനിന്നു. അടുത്തുള്ള കൽത്തൂണിൽ ചുമൽചാരി അയാൾ മുഖം കുനിച്ചുനിന്നു. മദ്യത്തിന്റെ ഗന്ധം.

"ക്വാർട്ടേഴ്സിൽനിന്നാ ഞാൻ വരുന്നത്." ഞാൻ പറഞ്ഞു. അയാൾ മുഖമുയർത്തി. ദേഷ്യത്തോടെ പിന്നെയും മറ്റെങ്ങോ നോക്കി. "ഒന്നു നിർത്തിക്കൂടെ നിനക്കിതൊക്കെ... ആ പാവം കുട്ടിയെ ഇങ്ങനെ ഉപദ്രവിച്ചിട്ട് നിനക്കെന്താണ് വേണ്ടത്?"

"എനിക്കൊന്നും കേൾക്കണ്ട.." അയാൾ പെട്ടെന്ന് പറഞ്ഞു.

"നീ കേൾക്കണം.. നിന്നോട് അത് പറയാൻ തന്നെയാ ഞാൻ വന്നത്.." ഞാൻ കയർത്തു. "ഇനി നീയവളെ ഉപദ്രവിക്കരുത്.. ഇതൊരു താക്കീതാണ്.." എന്റെ ശബ്ദം പെട്ടെന്നുയർന്നു. ചുണ്ടുകൾ വിറകൊണ്ടു.

"ഇനി എന്നെക്കൊണ്ട് ഇത് പറയിപ്പിക്കരുത്.. മനസ്സിലായോ.."

അയാൾ തലയുയർത്തിയില്ല.

കമ്പി അഴികൾക്കിടയിലൂടെ പലമുഖങ്ങളും ഉറ്റുനോക്കുന്നത് ഞാൻകണ്ടു. അനുനിമിഷം അവയുടെ എണ്ണം കൂടി വന്നു. ആകാംക്ഷയുറ്റ മുഖങ്ങൾ.

ഒരിക്കൽകൂടി അയാളുടെ മുഖത്ത് ക്ഷോഭത്തോടെ നോക്കിയിട്ട് ഞാൻ നടന്നു. പിന്നിലെങ്ങോ അയാൾ ആട്ടിത്തുപ്പുന്ന ശബ്ദം കേട്ടു. തിരിഞ്ഞുനോക്കിയില്ല. അങ്ങനെ ചെയ്തെങ്കിലും പരസ്യമായുള്ള ആ താക്കീത് അയാളെ നടുക്കിയിട്ടുണ്ട്. അതുമതി. പാവം അനുജത്തി.

ഓർത്തുനടക്കുമ്പോൾ മനസ്സ് നീറി. ഇനി അയാൾ ഇതിന്റെ പേരിൽ അവളെ ഉപദ്രവിക്കുമോ. മർദ്ദിക്കുമോ. ഉള്ളു പിടഞ്ഞു. കണ്ണുകളിൽ നനവായി.

പിന്നോട്ടോടിപ്പോയി. വൃക്ഷങ്ങൾക്കും, ഇടയ്ക്കിടെയുള്ള കോൺക്രീറ്റ് കെട്ടിടങ്ങൾക്കും മുകളിൽ സന്ധ്യ ചുവന്നു കറുത്തു. മേഘങ്ങൾ അങ്ങിങ്ങ് കത്തിനിന്നു.

ബസ് മോഹനപുരത്തെത്തുമ്പോൾ ഘനശ്യാമിനെ ഓർത്തു. "ആർക്കറിയാം ഒരു നിമിഷത്തിൽ ഹ്രസ്വത, അതിന്നതിരുകളില്ലാത്തതാം ദൈർഘ്യത," അവൻ പാടി.

തോട്ടങ്ങൾ കടന്ന് പിന്നെയും ബസ് പാഞ്ഞു. ഇരുട്ടു കനത്തു. ഇടയ്ക്കിടെ ജംഗ്ഷനുകളിൽ മാത്രം ധാരാളം വിളക്കുകൾ കത്തിനിന്നു. ആൾത്തിരക്ക് ചലിച്ചു. ഇങ്ങോട്ടുള്ള യാത്രയിൽ പൂത്തുലഞ്ഞ് ചുവപ്പ് കുടവിരിച്ച ഗുൽമോഹറുകൾ ഇരുളിൽ കറുത്തു.

പെട്ടെന്ന് നിറയെ വെളിച്ചങ്ങളായി. എന്റെ നഗരം. കോൺക്രീറ്റ് ചുവരുകളുടെ മുഖംമൂടിയണിഞ്ഞ എന്റെ നഗരം. വേപ്പർലാമ്പുകളുടെ പൊൻപ്രഭയ്ക്കപ്പുറത്ത് ഇരുളാണ്ട വഴികളിൽ തെളിയാത്ത വിളക്കുകളുള്ള എന്റെ നഗരം. വിലയുള്ളതൊക്കെ എടുത്തുനോക്കി, തിരിച്ചുവെച്ച്, ഒടുവിലിറങ്ങുമ്പോൾ വില ഏറ്റവും കുറഞ്ഞത് വാങ്ങിപ്പോകുന്ന എന്റെ നഗരം. ഇടത്തരം സ്വപ്നങ്ങളുടെ നഗരം.

വല്യച്ഛനെ കിടത്തിയ ആശുപത്രിക്ക് മുന്നിൽ ബസ്സിറങ്ങി. ഒന്ന് തിരക്കി മടങ്ങാം. സന്ദർശകസമയം കഴിഞ്ഞിരിക്കുന്നു. ഈ നേരമാവുമ്പോൾ ആരെയും അഭിമുഖീകരിക്കേണ്ടിയും വരില്ല. ചുറ്റുമാരും ശ്രദ്ധിക്കുകയില്ല.

ഗേറ്റിലെ വാച്ച്മാന് ദയതോന്നി കടത്തിവിട്ടു. എൻക്വയറി വരെയേ പോകാവുള്ളൂവെന്ന് കണിശം പറഞ്ഞു. ഞാൻ അകത്തേക്ക് നടന്നു. വായുവിന് സ്പിരിറ്റിന്റെയും അഴുകിയ മുറിവുകളുടെയും ഗന്ധമില്ല. വരാന്തകളിൽ ആൾക്കൂട്ടമില്ല. കാത്തിരിക്കുന്ന ദൈന്യതയുള്ള മുഖങ്ങളുമില്ല.

എൻക്വയറിയിൽ തിരക്കി.

"അനന്തകൃഷ്ണൻ എഴുപത്തിമൂന്നു വയസ്സ്..."

"അഡ്മിറ്റഡ് ഓൺ റ്റ്യൂസ്ഡെ ലാസ്റ്റ് വീക്ക്..."

"അതെ.."

"ഇന്നലെ ഡിസ്ചാർജ് ചെയ്തു.."

"നന്ദി.."

ഞാൻ തിരിച്ചുനടന്നു.

ഒരു ചെറിയ ഭാരം വിട്ടൊഴിഞ്ഞതുപോലെ. ഇടയ്ക്കിടെ എപ്പോഴൊക്കെയോ ആ മനുഷ്യന്റെ ദീനമുഖം തന്നെ വന്നുവിളിച്ചിരുന്നു. ഒരുപാട് രൂപങ്ങൾക്കിടയിലൂടെ ആ നനഞ്ഞ കണ്ണുകൾ തന്നെ മാത്രം തിരക്കിയിരുന്നു. ചുണ്ടുകൾ എന്തോ പറയുവാൻ വെമ്പിയിരുന്നു. കൈകൾ ഒന്നുയർത്താൻ ആവത് ശ്രമിച്ചിരുന്നു.

നന്നായി. അടുത്തിവിടെ ഉള്ളപ്പോൾ, കാണാതെ നടന്നപ്പോഴൊക്കെ ഓരോ തവണയും ഓരോ പോറലുകൾ വീണിരുന്നു ഹൃദയത്തിൽ. മാപ്പെന്ന് എപ്പോഴൊക്കെയോ സ്വയം പറയുകയും ചെയ്തിരുന്നു. രക്ഷപ്പെട്ടെങ്കിൽ എന്നാശിച്ചിരുന്നു.

ആരോടാണ് ഇനിയും താൻ തോല്ക്കേണ്ടത്

എന്റെ മുറി. കിടക്ക.

എന്റെ മാത്രം ശരീരപ്പാടുവീണ കനംകുറഞ്ഞ പഞ്ഞിമെത്ത. എന്റെ വിയർപ്പിന്റെ മണമുള്ള വിരിപ്പ്. ശിരസ്സിന്റെ അഴുക്കുപുരണ്ട തലയണ. മുഷിഞ്ഞ വസ്ത്രങ്ങൾ മുഖത്തേക്ക് വീഴ്ത്തിയ അയ.

ഞാൻ കിടന്നു.

മയക്കത്തിൽ അനുജത്തി വന്നു കരഞ്ഞു.

ദിവസങ്ങൾ.

ഏറെ നിറവ്യത്യാസങ്ങളും ഭാവവ്യത്യാസങ്ങളുമില്ലാതെ അവ വന്നുപോയി. ഓരോ പകലും പഴയ പതിവുകളായി. പരിചയപ്പെട്ടു ശീലിച്ച് പതിഞ്ഞുപോയ പതിവുകൾ. ഉണരാനും ഉണർത്താനും വേണ്ടി ആരും വന്നില്ല. നിലവിളിച്ചില്ല. വിളിച്ചുണർത്തിയില്ല. കാത്തുനിന്നുമില്ല. ഉറക്കമൊഴിഞ്ഞ് കാവലിരിക്കാൻ ആരും അഭയം തേടിയുമില്ല.

ഞെട്ടിയുണർന്ന രാവുകളിലൊക്കെ മാത്രം ഓരോ മുഖങ്ങൾ വന്നുവിളിച്ചു. കണ്ണീരൊപ്പാൻ കൈകളുയർത്താനാവാതെ ഞാൻ നിശ്ചലം കിടന്നു. കീഴടങ്ങികിടന്നു.

ഹരിയെ കിടത്തിയ മാനസികരോഗാശുപത്രിയിലേക്ക് ഒരുദിവസം പോയിരുന്നു. പോയതല്ല. പൊയ്പോയതാണ്. ഗേറ്റ് കടക്കാനുള്ള ധൈര്യമുണ്ടായില്ല. തിരികെ പോന്നു. മറ്റൊരു സന്ധ്യക്ക് അതുവഴി പോകുമ്പോൾ ഇരുളിലെങ്ങോ നിന്ന് ദീനമായ ആ നിലവിളി കേട്ടു. "ഏട്ടാ.." എന്ന്.

ദാസൻ പിന്നെ വന്നില്ല. വന്നുപോയോയെന്ന് തനിക്ക് തിരക്കാനുമായില്ല. മാനസികരോഗാശുപത്രിയിലെ ആ ഡോക്ടറെ ഒരുദിവസം ഒരു പുസ്തകച്ചന്തയിൽ വച്ചുകണ്ടു. കോമിക്കുകളായിരുന്നു അദ്ദേഹം തിരഞ്ഞെടുത്തിരുന്നത്.

ഇന്നലെ അനിലിന്റെ പിറന്നാളായിരുന്നു. അവൻ വിലകൂടിയ മിഠാ

യികൾ കൊണ്ടുതന്നു. എഞ്ചിനീയറിംഗ്കോളേജിൽ പഠിക്കുന്ന അവന്റെ അനുജത്തി വാങ്ങിക്കൊടുത്ത നീലവരകളുള്ള ഷർട്ടും കാണിച്ചു. അനിതയെന്നാണ് അവന്റെ അനുജത്തിയുടെ പേര്.

രണ്ടുദിവസംമുൻപ് തലശ്ശേരിയിൽ നിന്ന് ശിവരാമേട്ടന്റെ മകൻ വന്നിരുന്നു. ശിവരാമേട്ടന്റെ മരണം സംബന്ധിച്ച് ഔദ്യോഗികമായ ചില പേപ്പറുകൾ ശരിയാക്കാൻ. വകയിലൊരമ്മാവനും അവന് കൂട്ടുവന്നിരുന്നു. ബോംബേറിൽ നഷ്ടപ്പെട്ട അയാളുടെ ഒരു കണ്ണു മറയ്ക്കാൻ കട്ടിയുള്ള കറുത്ത കണ്ണട ധരിച്ചിരുന്നു. കമ്മ്യൂണിസ്റ്റ് പാർട്ടിയുടെ ലോക്കൽ കമ്മറ്റി മെമ്പറാണ് താനെന്ന് അയാൾ സ്വയം പരിചയപ്പെടുത്തി. ഇനി വരേണ്ടതില്ലെന്ന് ശിവരാമേട്ടന്റെ മകനോട് താൻ പറഞ്ഞു. ബാക്കിയുള്ള കാര്യങ്ങളൊക്കെ താനേറ്റുവച്ചു. മേൽവിലാസം പ്രത്യേകം കുറിച്ചുവാങ്ങിച്ചു.

സ്വാമീടെ ഹോട്ടലിലേക്ക് ഒരു നട്ടുച്ചയ്ക്ക് പ്രകടനം മുറിച്ച് കടന്നുപോകാൻ നിൽക്കെ ജാഥയിൽ ജോസഫിനെ കണ്ടു. ഇൻക്വിലാബ് വിളിച്ചുകൊണ്ടുതന്നെ അവൻ അഭിവാദ്യംചെയ്തു. കൂടിനിന്നവരൊക്കെ അപ്പോൾ തന്നെ ശ്രദ്ധിച്ചിരുന്നു.

ഇന്നലെ പത്മജ പിന്നെയും വീട്ടിലേക്ക് വിളിച്ചു. ഉച്ചയ്ക്കുള്ള ഇടവേളയിൽ സ്റ്റാഫ് റൂമിൽ വച്ചായിരുന്നു അത്. താനൊറ്റയ്ക്കായിരുന്നു. അവർ തന്റെ കൈകളിൽ സ്പർശിക്കുകയും അറിയാതെയെന്നോണം ചുമലിൽ ഉരുമ്മുകയും ചെയ്തു. ആരോ കയറിവന്നതുകൊണ്ട് താനപ്പോൾ രക്ഷപ്പെട്ടു.

കണക്കുകൂട്ടലുകൾ, കുത്തിക്കുറിക്കലുകൾ, നോട്ടെഴുത്തുകൾ. ഒന്നിനും മാറ്റം വന്നില്ല. വരുന്നില്ല. ഫയലുകളുടെ എണ്ണം കൂടുന്നതേയുള്ളൂ. ചുവപ്പുനാടയിൽ കുരുങ്ങുന്ന ഏതോ ജീവിതങ്ങൾ. പലതിലും കണ്ടത് തന്റെ തന്നെ മുഖമാണ്. അവയെ വേഗം തീർത്തുവിടാൻ എപ്പോഴും ശ്രദ്ധിച്ചു.

ഇന്ന് ശമ്പളം കിട്ടി.

റിഡക്ഷൻഷോപ്പിൽ കയറി. തൊണ്ണൂറ്റിയഞ്ചുരൂപാ വിലയുള്ള ഒരു ഷർട്ടുവാങ്ങി. ദീപുവിന്. ഹോസ്റ്റലെത്തുമ്പോൾ സന്ധ്യയായി.

“ചെറിയച്ഛൻ വന്നിട്ട് ഒരുപാട് ദിവസായല്ലോ..” ദീപു പറഞ്ഞു.

“സമയമുണ്ടായില്ല..” ഞാൻ കള്ളം പറഞ്ഞു. “ഇതാ നിനക്കൊരു ഷർട്ട്. മുപ്പത്തിയാറാ സൈസ്.. പാകമാവോ..”

“ആവണം... എന്റെ റൂംമേറ്റിന് അതാ സൈസെന്ന് കേട്ടിട്ടുണ്ട്. അവന്റെ ഷർട്ടുകൾ എനിക്ക് പാകാ...”

“അതൊക്കെ വാങ്ങി ഇടാറുണ്ടോ...”

“ഇല്ല..” അവൻ ചിരിച്ചു. “വെറുതെ ഒന്നു നോക്കീട്ടുണ്ട്. സൈസറിയാനാ..” അവന്റെ ചിരിയിൽ ഒരിത്തിരി വേദന കലർന്നിരുന്നു. ഞാനത് മനഃപൂർവ്വം കണ്ടില്ലെന്ന് നടിച്ചു.

“പഠിക്കുന്നുണ്ടോ നന്നായി...” ഞാൻ ചോദിച്ചു.

“ങ്ഹും..”

"എന്നാല് ചെറിയച്ഛൻ നടക്കാം.." ഞാനവന്റെ ചുമലിൽ തലോടി.

ഗേറ്റ് വരെ അവനെന്നോടൊപ്പം വന്നു.

റോഡ് മുറിച്ചുകടന്ന് താമസസ്ഥലത്തേക്ക് നടക്കുമ്പോൾ ഇടയ്ക്കിടെ ഹോസ്റ്റലിലേക്ക് തിരിഞ്ഞുനോക്കി. ഗേറ്റിനുള്ളിലേക്ക് ദീപു പൊയ്ക്കഴിഞ്ഞിരുന്നു. വാഹനങ്ങളുടെ വെളിച്ചവും ഇരുട്ടും എന്റെ കാഴ്ച കെടുത്തി.

എപ്പോഴോ എന്റെ കണ്ണുകൾ നിറഞ്ഞു.

രാവിലെ ഓഫീസിലെത്തുമ്പോഴാണ് സൂപ്രണ്ടിന് സ്ഥലംമാറ്റമാണെന്ന വിവരം അറിയുന്നത്. പ്രമോഷനോടൊപ്പമാണ് സ്ഥലംമാറ്റം. ദൂരേക്കെങ്ങും പോകുന്നില്ല. നഗരത്തിന്റെ പ്രാന്തപ്രദേശത്തുള്ള അനക്സിലേക്ക്. എങ്കിലും എല്ലാർക്കും വിഷമം തോന്നി. പലകാര്യങ്ങൾക്കും കണക്കറ്റ് ശകാരിക്കാറുണ്ടെങ്കിലും എല്ലാർക്കും ഇഷ്ടമായിരുന്നു അദ്ദേഹത്തെ. ആർക്കെങ്കിലുമൊക്കെ ഏറെ അത്യാവശ്യം വരുന്ന സന്ദർഭങ്ങളിലാണ് അദ്ദേഹത്തിന്റെ സാന്നിദ്ധ്യമറിയുക. ഏതത്യാഹിതത്തിനും സഹായിക്കാൻ മുന്നിലദ്ദേഹമുണ്ടാവും. ഒരു ധൈര്യമായിരുന്നു ആ സാമീപ്യം.

പെട്ടെന്നുതന്നെ എല്ലാവരും ചേർന്ന് വിടവാങ്ങൽ ചടങ്ങിനുള്ള കാര്യങ്ങളാലോചിച്ചു. ഉച്ചയ്ക്ക് തന്നെ നടത്തുവാൻ തീരുമാനിച്ചു. പെൻഷന് ഒരുവർഷം മാത്രമവശേഷിക്കുന്ന അദ്ദേഹം ഇനിയിവിടേക്ക് തിരിച്ചുവരില്ല.

ആരുമറിയാതെ ഒരു മൗനം ഓഫീസിനുള്ളിൽ പെട്ടെന്ന് വന്നുകൂടി. ഫയലുകളൊക്കെ മെല്ലെ ചലിച്ചു. എല്ലാരും സൂപ്രണ്ടിനെക്കുറിച്ചുള്ള ഓർമ്മകളിൽ സ്വയം മുങ്ങിപ്പോയിരുന്നു.

ചടങ്ങുകളൊക്കെ കഴിഞ്ഞപ്പോൾ വൈകി. ഉച്ചഭക്ഷണമായിരുന്നു ഒരുക്കിയിരുന്നത്. സ്റ്റാഫ് റൂമിൽ വിടവാങ്ങൽ പ്രസംഗങ്ങൾ നടന്നു. ആരൊക്കെയോ സംസാരിച്ചു. പുറകിലെങ്ങോ ഇരുന്ന തനിക്ക് പലതും കേൾക്കാനായില്ല. സൂപ്രണ്ടിന്റെ വിടവാങ്ങൽ പ്രസംഗം ഹൃദയസ്പർശിയായിരുന്നു. അതിലെവിടെയോ ചുരുങ്ങിയ വാക്കുകളിൽ അദ്ദേഹം ശിവരാമേട്ടനെ സ്മരിച്ചിരുന്നു.

പുറത്തിറങ്ങുമ്പോൾ പ്യൂൺ പുറകെ വിളിച്ചു.

"സാറിനൊരു കത്തുണ്ട്.... രാവിലെ വന്നതാ, ബോർഡിലിട്ടിട്ടുണ്ട്. സാറ് കാണില്ലെന്ന് കരുതി പറഞ്ഞതാ.." അയാൾ പറഞ്ഞു.

"നന്നായി.. ഞാനവിടെ ശ്രദ്ധിക്കാറില്ല."

ബോർഡിലെ പ്ലാസ്റ്റിക് അറകളിലൊന്നിൽ തിരുകിയ കത്ത്. ഞാനെടുത്തു.

കൈപ്പട ഒരുനിമിഷം നടുക്കി. കണ്ണുകളിൽ ഒരമ്പരപ്പിന്റെ കുഴച്ചിൽ. വിരലുകൾക്കിടയിലിരുന്ന് ആ കത്ത് വിറച്ചു. എന്തേ വീണ്ടുമൊരു പരീക്ഷണം.

"പ്രിയപ്പെട്ട അജയന്, അത്ഭുതമായോ. ആവട്ടെ. എന്നും നിനക്കൊരു അത്ഭുതവും നടുക്കവുമായിരുന്നല്ലോ ഞാൻ. കണ്ണൂരിലാണ് ഞാനിപ്പോ. ഭർത്താവിന്റെ ജോലിസ്ഥലം. സബ്കളക്ടറാണ് അദ്ദേഹമിവിടെ. ഈ

വലിയ ബംഗ്ലാവിൽ എത്രമാത്രം ഒറ്റയ്ക്കാണ് ഞാനെന്ന് നിന്നോടല്ലാതെ മറ്റാരോടാണ് ഞാൻ പറയുക. ഔദ്യോഗികമായ ഒരുപാട് തിരക്കുകളിലാണ് എന്റെ ഭർത്താവ്.

വിവാഹത്തിന് നിന്നെ ഞാൻ പ്രതീക്ഷിച്ചില്ല. അജയനെനിക്കൊരു ആശംസാകുറിപ്പെങ്കിലും അയക്കുമെന്നു കരുതി. കാണാഞ്ഞപ്പോൾ വലുതായൊന്നും ഞാൻ വിഷമിച്ചുമില്ല. നിന്നെ എന്തുമാത്രം എനിക്കറിയാമെന്ന് നിനക്ക്പോലുമറിയില്ലല്ലോ. നിശ്ശബ്ദമായ നിന്റെ സ്നേഹം എത്രയോ വലുതായിരുന്നുവെന്ന് ഞാനിന്നറിയുന്നു. കിട്ടുന്നത് പ്രതീക്ഷിച്ചതിലും ഏറെ ചെറുതാവുമ്പോഴാണ് നഷ്ടപ്പെട്ടത് ആർഭാടപൂർണമല്ലെങ്കിലും സൂക്ഷിച്ചുവെയ്ക്കുവാനെത്ര വലുതായിരുന്നുവെന്ന് ഞാനറിയുന്നത്. സങ്കടം വരുന്നു. ഒരാഴ്ചത്തേക്ക് പിന്നെയും ഇന്നലെ അദ്ദേഹം പുറപ്പെട്ടുകഴിഞ്ഞു. ഔദ്യോഗികയാത്രകൾ. കൂടുതൽ നേരത്തെ ഇഷ്ടപ്പെട്ട ജില്ലകളിൽ കളക്ടറാവാനുള്ള കടമ്പകൾ.

ഇപ്പോഴെങ്കിലും ഒരത്ഭുതമായി നീയെന്റെ അരികിലേക്ക് വരുമോ. എന്തുമാത്രം അതെന്നെ സന്തോഷിപ്പിക്കുമെന്ന് ഞാനെങ്ങനെ വിവരിക്കുവാനാണ്. നിന്റെ മുഖം, നിന്റെ മെലിഞ്ഞ ശരീരം, നിന്റെ സ്ഥിരമുള്ള വസ്ത്രങ്ങൾ, ചരിഞ്ഞുള്ള നടത്തം, പിന്നെ നിന്റെ ഗന്ധംപോലും എനിക്കെത്ര പരിചയമാണ്. നീ വരുമോ. നിനക്കെന്നുമൊരു അതിഥിമാത്രമായിരുന്ന, നിന്റെ സുപർണ.....”

വാക്കുകൾ സ്വയം വിസ്മരിപ്പിക്കുകയാണ്. നിലത്തുനിന്നെങ്ങോ ഉയർന്നുപോകുംപോലെ. ഭാരം നഷ്ടപ്പെടുംപോലെ. ഞാനെങ്ങോ ലയിക്കുകയാണ്. ശൂന്യമാവുകയാണ്.

മുറിയിലെത്തുമ്പോഴേക്കും ആകെ വിവശമായി. ഒരിക്കൽക്കൂടി ക്ഷണിക്കുകയാണ് സുപർണ. മുൻപെന്നത്തേക്കാളും ഏറെ സുരക്ഷിതമായ ക്ഷണം. എന്നത്തെയുംപോലെ സ്നേഹം, ദയ, കാരുണ്യം. കണ്ണുകൾ നനഞ്ഞു.

പോയാലോ. ഞാൻ ചിന്തിച്ചു.

പോകാതിരുന്നാൽ അതൊരു കടുത്ത ദുഃഖമൊന്നുമാവില്ല അവൾക്ക്. വരുമെന്ന് പ്രതീക്ഷിക്കാൻ മാത്രം അവൾക്ക് തന്നെ അറിയാഞ്ഞിട്ടല്ലല്ലോ. എന്നാൽ പോയാലോ. ഒരത്ഭുതം പോലെ അവൾക്കു മുന്നിൽ അവതരിച്ചാലോ. എത്രമാത്രം ആഹ്ലാദമാവുമവൾക്ക്. എന്തുമാത്രം ആശ്വാസമാവുമവൾക്ക്. കൊടുക്കാൻ കഴിയാതെപോയ ഒരു പാരിതോഷികംപോലെ ഒരെത്തിച്ചേരൽ.

വേണ്ട. പിന്നെ ചിന്തിച്ചു. ഇത് ജീവിതമാണ്. നേർത്ത് ലോലമായ ഒരാവരണം. അശ്രദ്ധമായ ഒരു സ്പർശംപോലും അതിന് താങ്ങാനാവില്ല. അത് തകർന്നാലോ.വിവാഹിതയാണവൾ. ഒരുപാടാൾക്കാരറിയുന്ന ഭർത്താവ്. പൊതുജീവിതത്തിൽ ഏറെ വലിയ സ്ഥാനമുള്ള ഉദ്യോഗം. ഔദ്യോഗിക സൗകര്യങ്ങളും കാവലിന് കണ്ണുകളുമുള്ള സ്ഥലം. വേണ്ട. ഒരവിവേകമാവും തന്റെ യാത്ര. പൊറുക്കാനാവാത്ത അരുതായ്മ.

ഇതൊക്കെയറിഞ്ഞുതന്നെയല്ലേ സുപർണ ക്ഷണിച്ചത്. ഒന്ന് കണ്ടിരിക്കാൻ മാത്രം അവൾ ക്ഷണിച്ചതിന് താനിത്ര ചിന്തിച്ചുകൂട്ടുന്നതെന്തിനാണ്. എന്താണ് അതിലിത്ര അപാകത. പോകണം. ഒരുപാട് ക്ഷണങ്ങളിൽ ഒന്നെങ്കിലും നിറവേറ്റിയെന്ന് വരുമല്ലോ. സുപർണ പറയുമ്പോലെ ഓർത്തിരിക്കാൻ ഒരുപാട് കഴിയുമ്പോൾ ഇതൊക്കെയേ ഉണ്ടാവുള്ളൂ. ഒരുപാട് മുള്ളുകൾക്കിടയിൽ ഒരു പൂവ്.

സന്ധ്യ കനത്തു.

വെളിച്ചം തെളിക്കുമ്പോൾ പുറത്ത് പതിവില്ലാതെ കാറ്റും തണുപ്പുമായി. ഞാൻ പുറത്തിറങ്ങിനോക്കി. ആകാശമിരുണ്ടിരിക്കുന്നു. നക്ഷത്രങ്ങളില്ല. കറുത്ത മേഘങ്ങളുടെ കാഠിന്യമളക്കുക വയ്യ. മഴ പെയ്തേക്കും. ഒരുപാട് നാളുകൾ കഴിഞ്ഞുള്ള മഴ.

രാത്രിയിരുണ്ടു. പുറത്ത് മഴ ആർത്തലച്ചു.

ബാഗിൽ ഒന്നുരണ്ട് വസ്ത്രങ്ങൾ തിരുകി. ഒരു പുസ്തകം. അത്യാവശ്യം കരുതേണ്ട മറ്റു സാധനങ്ങൾ. വാതിൽപ്പടിയിൽ വച്ചുപോകാൻ ഒരു കുറിപ്പ്. ആരെങ്കിലും വന്നന്വേഷിച്ചാലോ.

പെട്ടെന്ന് കറണ്ടുപോയി. വെളിച്ചം നിലച്ചു.

മെഴുതിരി കത്തിക്കുമ്പോൾ മനസ്സിൽ കരുതി വേണ്ട, പോകണ്ട. എല്ലാം അപശകുനങ്ങളാണ്. ഇരുട്ട്. പേമാരി. കൊടുങ്കാറ്റ്.

പോകാം. ശകുനങ്ങളെക്കുറിച്ചൊന്നും മുൻപു താൻ ചിന്തിച്ചിട്ടില്ലല്ലോ. അല്ലെങ്കിലെന്താണ് തനിക്കെന്നെങ്കിലും ശുഭസൂചകമായിരുന്നിട്ടുള്ളത്. പോകാം. ട്രെയിനുകളുടെ സമയം കഴിഞ്ഞിരിക്കുന്നു. കണ്ണൂരിലേക്കുള്ള ഡീലക്സ് എക്സ്പ്രസ്സ് രാത്രി പത്തരയ്ക്കാണ്. സമയം ഒൻപതര കഴിയുന്നു.

മഴ ഒന്നു കുറഞ്ഞുനിന്നു. ഞാൻ ബസ് സ്റ്റാന്റിലേക്ക് നടന്നു. തണുപ്പധികമാണ്. ശരീരം വിറച്ചു. ബാഗ് മഴത്തുള്ളികൾ വീണു നനയാതെ നെഞ്ചോട് ചേർത്ത് പിടിച്ചു.

ഇതപകടമാണ്. മനസ്സ് പറഞ്ഞു. വീണ്ടുവിചാരത്തിന് ഇനിയും സമയമുണ്ട്. ആരെങ്കിലും തെറ്റിദ്ധരിച്ചാലോ. കണ്ടുവന്നാലോ.

കാലുകൾ മുന്നോട്ട് തന്നെ നീങ്ങി. പെട്ടെന്ന് മഴ ശക്തിയായി പെയ്തു. ബാഗിനുള്ളിൽ കുട കരുതിയിരുന്നില്ല. അടുത്തുകണ്ട ഷോപ്പിന്റെ തിണ്ണയിലേക്ക് ഞാൻ കയറിനിന്നു. മഴ പെട്ടെന്ന് തോർന്നെങ്കിൽ.

സമയം കഴിയുന്നു. മഴ പിന്നെയും ആർത്തുപെയ്തു.

പതിനഞ്ച് മിനിട്ടുകൾക്കുള്ളിൽ ബസ് പുറപ്പെടും. അവസാനത്തെ ബസ്. ഞാൻ ഇറങ്ങിനടന്നു. കനത്ത മഴയിൽ വസ്ത്രങ്ങൾ കുതിർന്നു. ബാഗ് നനഞ്ഞുചുരുങ്ങി.

ബസ് സ്റ്റാൻഡിലെത്തി. കണ്ണൂർ എക്സ്പ്രസ്സ് പുറപ്പെടാൻ തയ്യാറായി നിൽക്കുന്നു. പകുതിയേ ആൾ നിറഞ്ഞിട്ടുള്ളൂ. കനത്ത മഴയിൽ ബസ് സ്റ്റാൻഡ് ഏറെക്കുറെ വിജനമായിരിക്കുന്നു.

കൂപ്പണെടുത്ത് ബസ്സിനടുത്തേക്ക് നീങ്ങുമ്പോൾ പിന്നെയും ചിന്തിച്ചു. പോകരുത്. സുപർണയോട് യഥാർത്ഥമായും സ്നേഹമുണ്ടെങ്കിൽ പോകാതിരിക്കുകയാണ് നല്ലത്. ടൂർ വെട്ടിച്ചുരുക്കി അവളുടെ ഭർത്താവ് പെട്ടെന്ന് തിരികെ വന്നാലോ. അപകടമാണത്.

പോകാം. മനസ്സ് പറഞ്ഞു. വിളിച്ചത് സുപർണയാണ്. ഒരപകടത്തിലേക്ക് ഒരിക്കലും തന്നെയവൾ ക്ഷണിക്കില്ല. തന്നെ വേദനിപ്പിക്കാൻ അവളാഗ്രഹിക്കില്ല. സ്വയം തകരാനും അവൾ മുതിരില്ല. അതാവുമായിരുന്നെങ്കിൽ ഏറെ മുൻപെ അതിനവൾ തുനിയുമായിരുന്നു. പോകാം. പോകണം.

ബസ്സിനടുത്തെത്തുമ്പോൾ പെട്ടെന്ന് നിന്നുപോയി. വേണ്ട. ഇനി ഒരടി മുന്നോട്ടുവയ്ക്കരുത്. പോകരുത്.

സാരമില്ല. എന്തും വരട്ടെ. പോകാം.

ബസ് അനങ്ങിത്തുടങ്ങി. തന്നെ ശ്രദ്ധിക്കാതെ കണ്ടക്ടർ ബെല്ല് കൊടുത്തുകഴിഞ്ഞു. അരുതെന്ന് വിളിച്ചുപറയാൻ നാവുപൊന്തിയില്ല. കൈയുയർന്നില്ല.

മുൻപോട്ടു നീങ്ങിയ ബസ്സിനു പുറകിലൂടെ പെട്ടെന്നോടി. ബസ്സ് നിർത്താതെ വേഗത്തിൽ ഓടിപ്പോയി.

കനത്തമഴയിൽ നനഞ്ഞൊലിച്ച് ഞാൻ നിന്നു. ചുറ്റും വെള്ളം നിറഞ്ഞിരിക്കുന്നു. എന്റെ കാൽമുട്ടോളം.

കണ്ണുകളിൽ ഇരുട്ടുപടർന്നു. ചുറ്റും പ്രളയംപോലെ. ഞാനതിൽ മുങ്ങുംപോലെ.

12

പകൽ.

വെളിച്ചം ഏതോ മുറിവുകളെ തൊട്ടുണർത്തിയതുപോലെ എവിടെയോ വേദനിച്ചു. ഇറുകിപിടിച്ചു. നീറ്റൽ പടർന്നു. പച്ചമാംസം മുറുകുമ്പോഴുള്ള പിടച്ചിൽ. അസഹ്യത.

കണ്ണുകളടച്ചു.

ഇരുളിന്റെ കവചം സ്വയം ധരിച്ചതുപോലെ തോന്നി. അഭയം. ഇരുളഭയം. കാഴ്ചകളുടെ സംഭ്രമങ്ങളിൽ നിന്ന് മനഃപൂർവം വരിച്ച മോചനം.

തെറ്റി. ഇരുളിന്റെ ഇരുളിലെങ്ങോ അപ്പോൾ മറ്റൊരു വെളിച്ചത്തിന്റെ വരവായി. അഭൗമമായ പ്രകാശം. മറയ്ക്കുവാനും മുഖം തിരിക്കുവാനും അപ്പോൾ മാർഗ്ഗമില്ലാതായി.

ആരോ ഒരുക്കിയിട്ട അങ്കണത്തിലേക്ക് എന്നപോലെ തൊട്ടുവന്ദിച്ചു കയറിവരുന്ന രൂപങ്ങൾ. ഭാവങ്ങൾ. വിങ്ങിപ്പൊട്ടലുകൾ.

കണ്ണുകൾ ഇറുകെയടച്ചു.

എവിടെയാണ് താൻ ചെന്നെത്തുന്നത്. ഇതേത് ദിക്കാണ്. ഏത് നിഴലുകളാണ്.

സുപർണ.

സുപർണ വന്നു ചിരിച്ചു.

"എന്തേ നീ വൈകി" അവൾ ചോദിച്ചു. "നിന്നെമാത്രം കാത്ത് എത്ര നേരമാണ് ഈ വാതിൽക്കൽ ഞാൻ നോക്കിനിന്നത്. ഒടുവിൽ, നിന്റെ രൂപം കണ്ടപ്പോൾ ഞാനെത്ര സന്തോഷിക്കുകയാണെന്നോ..." അവൾ പിന്നെയും ചിരിച്ചു. "ഇളംനീലയിൽ നേർത്ത വരകളുള്ള ഈ ഉടുപ്പും കസവുകരയുള്ള കോടിമുണ്ടും ഇനിയെങ്കിലും എന്നാണ് നീയുപേക്ഷിക്കുക. ഇവ നിന്റെ ചിഹ്നങ്ങളാണോ.." അവൾ പരിഹസിച്ചു. "നീളംകൂടിയ

ഈ തലമുടി നീയൊന്ന് മുറിച്ചു സൂക്ഷിക്കാത്തതെന്ത്. ഈ കുറ്റിത്താടികൂടി മാറ്റിയാൽ നീയെത്ര സുന്ദരനാണ്. മടിയനാണ് നീ. ഇനി നിന്നെ ശിക്ഷിക്കാൻ ഞാനൊരു ചൂരല് വാങ്ങിവെയ്ക്കും. നീയിപ്പോഴും ആ പഴയ സ്കൂൾകുട്ടിയാണ്. കള്ളൻകുട്ടി..."

കണ്ണുകളടച്ചുകിടന്നു.

സുപർണ, പിന്നെ കരഞ്ഞു.

"നീ വരില്ലെന്നെനിക്കറിയാമായിരുന്നു. നിന്നെ ഞാനറിഞ്ഞുതുടങ്ങിയതുമുതൽക്ക് നീയെന്നുമിങ്ങനെതന്നെയായിരുന്നല്ലോ. എന്നെ കബളിപ്പിക്കൽ..." അവൾ പരിഭവം പറഞ്ഞു. "നീ വരില്ലെന്ന് ഒരുവരിയെങ്കിലും എന്നെ എഴുതി അറിയിക്കാമായിരുന്നു. ഇങ്ങുദൂരെ ഞാനെന്ത് വിചാരിച്ചിട്ടാണ് നീ വരികയില്ലെന്ന് വെറുതെ ഉറപ്പിക്കാൻ. നിന്നെ പിന്നെയും ക്ഷണിക്കാൻ മാത്രം ഞാനെന്ത് വിഡ്ഢിയാണ്.." അവളുടെ വാക്കുകളിൽ പ്രതിഷേധം. "നീയും നിന്റെ വർഗ്ഗവുമൊക്കെ ഇങ്ങനെയാണ്. എല്ലാം തെറ്റിക്കലല്ലേ നിങ്ങൾക്ക് സുഖം. ഞങ്ങളുടെയൊക്കെ കണ്ണുനീരാണോ നിങ്ങളുടെ സന്തോഷം. കാത്തുകാത്തിരിക്കുമ്പോൾ പണ്ടും നീ വന്നിട്ടില്ല. കരുതാതിരിക്കുമ്പോൾ നീ വരും. കൺനിറയെ കണ്ടുതീരും മുൻപ് നീ മറയും.. മായാവീ.., നീ ആരാണ്...."

കൺകോണുകളിൽനിന്ന് വാർന്ന നനവ് ചെകിടുകളിലൂടെ താഴേക്കൊഴുകി. അതിന്റെ ചൂടിൽ ഹൃദയം പൊള്ളി. നീറി.

എവിടെയാണ് ഞാൻ.

ഇരുള് കണ്ണുകളെ പൊതിഞ്ഞുതന്നെയിരിക്കുന്നു.

വിയർപ്പിന് മരത്തിന്റെ ഗന്ധം. മുറ്റിയ പ്ലാവിന്റെ കാതലിലായിരുന്നു ഉളി തറച്ചത്. ചെത്തിമിനുക്കുംതോറും അത് സ്വർണ്ണംപോലെ തിളങ്ങി. അളവും ചട്ടവും പരസ്പരം തെറ്റിപ്പോകാതിരിക്കാൻ ഇടതുകാതിൽ തിരുകിയ മുറിപ്പെൻസിലെടുത്ത് അടയാളം കുറിച്ചിടുമ്പോൾ ഓർത്തത് പുസ്തകങ്ങളിലെ അക്ഷരങ്ങളെയാണ്. മാക്രോ ഇക്കണോമിക്സും മോണിറ്ററി തിയറിയും എങ്ങോനിന്ന് കൊഞ്ഞനംകുത്തി. കളിയാക്കി ചിരിച്ചു.

സഹിക്കാൻ വയ്യ.

പണിചെയ്തുകൊണ്ടിരുന്ന വീടിന്റെ ഉടമസ്ഥൻ മറ്റാരോടോ പുച്ഛത്തോടെ പറയുന്നതുകേട്ടു, "ഡിഗ്രി കഴിഞ്ഞവനാ, അതാ അവന്റെ പണിക്കിത്ര മന്ദത... പുസ്തകം വായിക്കുംപോലാണോ മരപ്പണി... മൂത്താശാരിക്ക് അത് കുറച്ചേ ഞാൻ വൈകീട്ട് കൊടുക്കത്തുള്ളൂ.. വേറെ ആളുകിട്ടാഞ്ഞിട്ടാ..."

കണ്ണുകൾ നിറഞ്ഞൊഴുകി.

ഉറക്കമറ്റ ഒരു രാത്രി.

ഏതാണ് അബു പോയ വഴി.

പോകണം. തനിക്കും. ദൂരെയെവിടെയെങ്കിലും ഏതെങ്കിലുമൊരു നാട്. ആരും തിരിച്ചറിയാത്ത ഒരു നാട്. എന്തെങ്കിലുമൊരു ചെറിയ ജോലി,

ഒന്നുകഴിഞ്ഞ് പോകാൻ. കടത്തിണ്ണയായാലും മതി രാത്രി വെളുപ്പിക്കാൻ. വയ്യ, ഈ വാക്കുകൾ കേൾക്കാൻ വയ്യ. എത്ര കഠിനമാണ് ഈ പരീക്ഷണം.

പ്രിയപ്പെട്ട അബു, ഞാനും വരുന്നു. എങ്ങാണ് നീ പോയതെന്നറിയില്ല. ഏതാണ് വഴിയെന്നുമറിയില്ല. പക്ഷേ, നിന്നെയെനിക്കറിയാം. എവിടെയോ ഏതോ രൂപത്തിൽ നീ ജീവിച്ചിരിക്കുന്നുവെന്നുമറിയാം. ഞാനും വരികയാണ്. എന്നെങ്കിലുമൊരിക്കൽ എനിക്ക് നിന്നെ കണ്ടുമുട്ടാനാവും. അന്നു നീ എനിക്കഭയം തരണം. ഒരുപാട് പണക്കാരനായോ നീയ്. വലിയ വീടും കാറുമൊക്കെയുണ്ടോ. ഉണ്ടാവണം. അതൊക്കെ നീ ആശിച്ചിരുന്നതല്ലേ. എന്നെ കാണുമ്പോൾ നീ തിരിച്ചറിയുമോ. അതാണെന്റെ വിഷമം. ഏതടയാളമാണ് എനിക്ക് നിന്നെ കാണിക്കാനുള്ളത്. ഒന്നേയുള്ളൂ. മേലേതിലെ വല്യങ്ങുന്നിന്റെ റോഡരികിലുള്ള പുളിച്ചിമാവിൽനിന്ന് മാങ്ങയെറിഞ്ഞു വീഴ്ത്തിയെടുത്ത് ഓടുമ്പോൾ ഓടയിൽതട്ടി മറിഞ്ഞുവീണു കിട്ടിയ ഇടതുകാൽ മുട്ടിലെ വലിയ മുറിത്തഴമ്പ്. നീരുവച്ച് നടക്കാൻ വയ്യാതിരിക്കുമ്പോൾ മറ്റു കുട്ടികൾക്കൊപ്പം കളിക്കാൻ പോകാതെ നീയെന്റെ അടുത്തുതന്നെ ഇരുന്നതോർക്കുന്നു. എന്തൊരുറപ്പായിരുന്നു നിന്റെ ഹൃദയത്തിന്. കണക്കെഴുതാത്തതിന് കുറുപ്പുമാഷിന്റെ പന്ത്രണ്ടടി കൈനീട്ടിവാങ്ങുമ്പോഴൊക്കെ നിന്റെ മുഖം ഞാൻ ശ്രദ്ധിച്ചിട്ടുണ്ട്. എന്തു വാശിയോടെയാണ് നീയതേറ്റുവാങ്ങിയിരുന്നത്. പ്രിയപ്പെട്ട അബൂ, നമുക്ക് പറ്റിയതല്ല ഈ ലോകം. ഒന്നുകൂടി മറ്റെങ്ങെങ്കിലും പിറക്കാനായെങ്കിൽ. മൂടുപിഞ്ഞിയ നിക്കറിട്ട് സ്കൂളിൽ പോയപ്പോഴൊക്കെ കൂട്ടുകാരുടെ കളിയാക്കലിൽനിന്ന് എന്നെ രക്ഷിച്ചത് നീയാണ്. നീയടുത്തുള്ളപ്പോൾ ആരുമെന്നെ കളിയാക്കിയില്ല. കണ്ടു ചിരിച്ചില്ല. എന്തു ശക്തിയായിരുന്നു നിന്റെ കൈത്തണ്ടയ്ക്ക്. അബൂ, ഞാനും വരുന്നു. നീയെന്നെ സ്വീകരിക്കുക, രക്ഷിക്കുക.

പ്രിയപ്പെട്ട അബു.

കണ്ണുകളിൽ ആനന്ദാശ്രുക്കളായി. അത് കുളിർമ്മയായി. അകം നിറഞ്ഞ നിലാവായി. ആതിരയായി.

അബു ഉദിച്ചുയർന്നു.

കൈകൂപ്പി തൊഴുതു. എന്റെ കൂട്ടുകാരൻ.

തേങ്ങൽ തൊണ്ടയിലെങ്ങോ കുരുങ്ങി.

സ്വയം നഷ്ടപ്പെട്ടതുപോലെ ഞാൻ കിടന്നു.

ഫീസടയ്ക്കാനുള്ള അവസാനദിവസമാണ് നാളെ. എന്താണ് വഴി. ഇല്ല, ഒരുവഴിയുമില്ല. ഒരുവർഷം കൂടി വെറുതെ കളയണം. അച്ഛനോട് പറയാൻ വയ്യ. ഏട്ടനോടും ഒന്നും ചോദിക്കാൻ വയ്യ. തനിക്കറിവുള്ളതാണല്ലോ വരുമാനത്തിന്റെ കണക്കൊക്കെ. മിച്ചമുള്ളത് കടമാണ്. പാവം സുലൈമാനിക്കയോടുവരെ കടംപറഞ്ഞിരിക്കുന്നു അച്ഛൻ. പുറത്തിറങ്ങുമ്പോഴൊക്കെ ആരൊക്കെയോ ചോദിച്ചുതുടങ്ങി, തുടർന്ന് പഠിക്ക്ണില്ലേ, ജോലി വല്ലതുമായോ എന്നൊക്കെ. പറഞ്ഞൊഴിയാൻ കരു

തുന്ന ഏതോ വാക്കുകൾ. തനിക്കുപോലും നിശ്ചയമില്ലാത്ത വാക്കുകൾ.

പ്രൊഫസർ രാമമൂർത്തിയെ ഓർത്തു. ആ മുഖം കാണാതെ കടന്നുകളയുകയായിരുന്നില്ലെ താൻ. ദുരഭിമാനം. കൈനീട്ടാനുള്ള മടി. വിജയിച്ചത് ആ ഒരാവരണം അണിയുന്നതിൽ മാത്രമാണ്. എല്ലാം സ്വസ്ഥമെന്ന ആവരണം. കോളേജിന്റെ മതിൽക്കെട്ടുകൾക്കപ്പുറത്ത് കൂടെ ആരെയും കൂട്ടിയില്ല. അവിചാരിതമായി കണ്ടുമുട്ടിയവരോടൊക്കെ കളവ് പറഞ്ഞു. രക്ഷപ്പെടാനുള്ള സംഭ്രമത്തോടെ. ആരുമറിയരുത്, തന്റെ കഷ്ടപ്പാടുകളൊക്കെ. ചുറ്റുപാടുകളൊക്കെ. സഹതപിക്കുന്നവരോടൊക്കെ വെറുപ്പാണ്. കടുത്ത വെറുപ്പ്.

നാളെ കൂടി കഴിയുമ്പോൾ എന്താണ് ചെയ്യുക. പിന്നെയും സൂര്യനുദിക്കും. പകലുകൾ വരും. പലരും ചോദിക്കും. എന്തേ എന്ന്.

അച്ഛനോടൊപ്പം പണിക്ക് കൂടണം. തീരുമാനിച്ചു. ധൈര്യമായി മനസ്സിന്. ഒളിക്കണ്ടല്ലോ ആരെയും. മറുപടിക്ക് വാക്കുകൾ തിരഞ്ഞ് ബുദ്ധിമുട്ടണ്ടല്ലോ. വീട്ടിലും ഒരു സഹായം. ബാക്കിവെച്ച് അടുത്ത പരീക്ഷയ്ക്ക് ഫീസടയ്ക്കണം.

കണ്ണുനിറഞ്ഞു.

തലയണചേർത്ത് വിതുമ്പികരഞ്ഞു.

ഇരുളിൽ ഉറക്കമില്ലാതെ കണ്ണുമിഴിച്ച് കിടക്കുമ്പോൾ ഘനശ്യാമിനെ ഓർത്തു. അവൻ വന്നു പാടി, കാറ്റെടുക്കാത്ത ദീപമാണോർക്കുക, കൊടുങ്കാറ്റടിക്കട്ടെ കെട്ടുപോകില്ല ഞാൻ..! മഹാഗണികളുടെ നിഴലിലൂടെ അവൻ കൈവീശി കടന്നുപോയിട്ട് ദിവസങ്ങളെത്രയാവുന്നു. അറിയില്ല. മാറാല പിടിച്ച കലണ്ടറിന്റെ താള് പിന്നെ മാറ്റിയിട്ടില്ല.

അപ്പോൾ അവൻ പിന്നെയും കൈവീശി.

"വരുന്നോ അജയൻ" അവൻ ചിരിച്ചു. "വരുന്നോ ഇങ്ങ് ദൂരെ.. ഇവിടെ എന്റെയടുത്ത്. എത്ര സ്വസ്ഥമാണിവിടെ നമ്മുടെ മുത്തശ്ശിമാവിന്റെ ചുവട് പോലെ തന്നെ.. ഒന്നുമറിയണ്ട.. ഒന്നും.." അവൻ പിന്നെയും പറഞ്ഞു. "എന്തുമാത്രം നക്ഷത്രങ്ങളാണിവിടെ.. മേഘങ്ങളുടെ തല്പങ്ങളാണെങ്ങും, വെളുത്ത നിറമുള്ള പുല്പരപ്പുപോലെ.. കാറ്റിന് പനിനീർഗന്ധം.. വരുന്നോ നീയ്.. ഞാനെത്ര കവിതകളെഴുതിയെന്നോ... വരൂ പാടിത്തരാം.. ഞാൻ കവിത ചൊല്ലുമ്പോഴൊക്കെ നിന്റെ കണ്ണു നിറയുന്നതെന്തിനാണ്.. ഈ കവിത നിന്റെ കണ്ണു നനയ്ക്കില്ല... വരൂ...വരൂ...

ഘനശ്യാം മറ്റൊരു നീലനക്ഷത്രമായി പിന്നെയുമാകാശത്തിൽ തെളിഞ്ഞുമിന്നി. എന്റെ കണ്ണുനീരിൽ അതിന്റെ തിളക്കം ചേർന്നിരിക്കണം. എങ്ങും പ്രകാശംപോലെ.

കണ്ണുകൾ ഇറുകെയടച്ചു.

ചുണ്ടുകളിൽ ഒരു വിതുമ്പലടർന്നു. തേങ്ങി.

"കുഞ്ഞേന്നോട് ക്ഷമിക്കണം..." അവ്യക്തമായ വാക്കുകൾ. ഇടതുവശത്തേക്ക് കോടിപ്പോയ ചുണ്ടുകളുടെ കോണിലൂടെ ഉമിനീരൊഴുകി. ആജാനുബാഹുവായ ആ രൂപം കിടക്കയിൽ നിറഞ്ഞുകിടന്നു.

കിടക്കയ്ക്ക് അരികിലൂടെ അനങ്ങിയ വിരലുകൾ എന്റെ കൈത്തണ്ട കണ്ടെത്തി മുറുകെപ്പിടിച്ചു. തണുത്ത കൈപ്പടം. "പൊറുക്കണം... ഒരു പാട് ഉപദ്രവിച്ചിരിക്ക്ണു നിന്നെ ഞാൻ.. പൊറുക്കണം.. നിന്റെ മുമ്പില് ഇങ്ങനെ കിടക്ക്ണില്ലെ ഞാൻ.. വയ്യാണ്ടായി.. ഫലാ.. പ്രതിഫലം. ഒക്കെ തെളിഞ്ഞ് വരികാ.. ന്റെ കണ്ണിന്റെ മുമ്പില്.. പൊറുക്കണം." ചുണ്ടുകളിൽ ഒരു വിറയൽ പടർന്നു. "നന്നാവും കുട്ട്യേ നീയ്.. നന്നാവും.. നല്ലവനാ നീയ്, നല്ലത് വരും.. വൈകിപ്പോയി ഈ വൃദ്ധനിതൊക്കെ..." വാക്കുകൾക്ക് ശബ്ദമില്ലാതായി. നാവുകുഴഞ്ഞു. എന്തോ പറയാൻ പിന്നെയുമൊരുമ്പെട്ടു. കഴിയുന്നില്ല. മുറുകെപ്പിടിച്ച വിരലുകൾ അയയുന്നു. തളർന്നുവീഴുന്നു. ശ്വാസമെടുക്കാൻ പെട്ടെന്നൊരു ബുദ്ധിമുട്ട്... കിതപ്പ്.... കൃഷ്ണമണികൾ മേല്പോട്ടുയരുന്നു.. നെഞ്ച് ഉയർന്നുതാഴുന്നു..

അരുത്.. ഞെട്ടിയുണർന്നു.

കിതച്ചു. അത് അങ്ങനെയൊന്നുമാകരുത്.

വേണ്ട. ഒരു പശ്ചാത്താപവും വേണ്ട. ആരുടെ പശ്ചാത്താപവും ഈ മുറിവുകളെ ഉണക്കില്ല. ഉണക്കാൻ ശ്രമിക്കുമ്പോഴൊക്കെ പിന്നെയും കോറിമുറിഞ്ഞ് നിണം വാർന്നൊഴുകുന്നു. രക്തത്തിന്റെ ചാലുകൾ.

തോൽക്കട്ടെ. തോറ്റടിയട്ടെ.

അതുമതി. എല്ലാർക്കും ജയിക്കാൻ വേണ്ടി തോറ്റുകൊടുക്കണം. എല്ലാ ജയവും തന്നെയിനിയും പിച്ചിച്ചീന്തണം. മാംസപിണ്ഡങ്ങളായി തന്നെ വലിച്ചെറിയണം. ഓരോ ഉയിരായി പിടഞ്ഞുപിടഞ്ഞ് നീറിനീറി ഓരോ സ്പന്ദങ്ങളായി മിടിച്ച് മിടിച്ച് ശ്വാസത്തിന്റെ ഒടുവിലെ തന്മാത്രയും അറ്റ്...

ആരാണ് ചിരിക്കുന്നത്.

പൊട്ടിച്ചിരി. അതിലെങ്ങോ കേട്ടുമറന്ന സ്വരമോ. മധുരതരമാർന്ന വാക്കുകളോ.. വശീകരിക്കപ്പെട്ടുപോകുന്ന നോട്ടമോ. അടിമയാക്കുന്ന സ്പർശമോ. ആരാണത്.

"നിന്നെമാത്രം കാത്ത് എത്രയെത്ര സന്ധ്യകൾ ഞാൻ നോക്കിയിരുന്നു. നിന്റെ വരവിനുവേണ്ടി എന്തൊക്കെ ഞാൻ മാറ്റിവച്ചു. നിന്നെ പ്രീതിപ്പെടുത്താൻ എത്രയെത്ര വസ്ത്രങ്ങളാണ് ഞാൻ മാറ്റിയുടുത്തത്. വിയർപ്പുനിറഞ്ഞ നിന്റെ ശരീരത്തിൽ പൂശാൻ എത്ര നല്ല സുഗന്ധമാണ് ഞാൻ സൂക്ഷിച്ചുവച്ചത്..." അവർ അട്ടഹസിച്ചു. "നീയാരാണ് ഇത്രമാത്രം എനിക്ക് വിശിഷ്ടനാകാനെന്ന് പലവട്ടം ഞാൻ ചിന്തിക്കാതിരുന്നില്ല. നിന്റെ നിറമോ ചന്തമോ ധനമോ സ്വാധീനമോ എന്ന് ഞാൻ വിശകലനം ചെയ്യാതിരുന്നില്ല.. ഒന്നുമല്ലായിരുന്നു.. എനിക്ക് നിന്നെ വേണമായിരുന്നു.. നിന്റെ പൂർണ്ണത.. നിന്റെ നിറഞ്ഞ സാന്നിധ്യം. അതിനെന്തും ഞാൻ ചെയ്യുമായിരുന്നു. എന്നിട്ടും നീയെന്തേ ഒന്നു വന്നില്ല.." അട്ടഹാസം നിലച്ചു. പെട്ടെന്ന് അത് വിതുമ്പലായി.. കരച്ചിലായി.. "നിന്റെ പരാജയം എന്നെ തകർക്കുന്നു.. ഒരു മാംസപിണ്ഡത്തെപ്പോലെ നിന്നെയെനിക്കെന്തിനുവേണം.. ഒരു നിർജീവ വസ്തുവെപ്പോലെ ഇന്നു നിന്നെ

കിട്ടിയിട്ട് എനിക്കെന്താണ്.. എനിക്ക് നിന്നെ വേണം.. നിന്റെ പൂർണ്ണതയോടെ... ഓരോ അണുവിലും എന്നിൽ നിറയുന്ന നിന്നെ..” വാക്കുകളിടറി. പതറി. പത്മജ പൊട്ടിക്കരഞ്ഞു തലതല്ലി. സീമന്തരേഖയിൽ നിണം പടർന്നു.

മതി. മതിയെനിക്ക്.

കാഴ്ചകളുടെ കഠിനമായ നൈരന്തര്യം. കല്ലുപോലെ നിശ്ചലനായി താനിരിക്കുന്നതെന്തിനാണ്. ഈയിരിപ്പ് അസഹ്യമാണ്. അസാധ്യമാണ്.

രക്ഷപ്പെടണം. രക്ഷപ്പെട്ട് ഓടിമറയണം. എത്രയും വേഗം.

ശ്രമിച്ചു. കഴിയുന്നില്ല. ചുറ്റും ഇരുട്ടാണ്. കൂരിരുട്ട്. ഒടുങ്ങാത്ത ഇരുട്ട്. പെട്ടെന്നോർത്തു. കണ്ണുകളടഞ്ഞിരിക്കുമ്പോൾ ഇരുട്ടല്ലാതെ മറ്റെന്താണ്. കണ്ണു തുറക്കണം. കാഴ്ചകളുടെ സത്യം തിരയണം. അപ്പുറം കാണണം. കണ്ണുകൾ തുറക്കട്ടെ.

കഴിയുന്നില്ല. കരച്ചിൽ വന്നു. കണ്ണുകൾ നിറഞ്ഞു. കരഞ്ഞു. കണ്ണുകൾ കരകവിഞ്ഞു. ഒഴുക്ക്. പരന്നുനിറഞ്ഞ ഒഴുക്ക്. ദൃശ്യങ്ങളുടെ ഒഴുക്ക്.

നിറഞ്ഞ വയറിന്റെ ദൈന്യം. നിസ്സഹായത. നിരാലംബത.

കണ്ണുകളടച്ചു.

വരമ്പത്ത് ഒരുകസവുപാവാടയുടെ തിളക്കം. “കുട്ടീ, ആരെങ്കിലും കണ്ടാലോ..” ചുണ്ടുകളുടെ സ്പർശം. കൈവിരലുകളിലെ മൃദുലത. പിന്നെയും സ്പർശം.

കൈകൾ മാറിലൊതുക്കി കാലുകൾ മടക്കിവെച്ച് ഞാന്നുകിടന്ന പൊക്കിൾക്കൊടി ഊഞ്ഞാലാക്കി കണ്ണടച്ച് ആടിത്തിമിർക്കുന്ന ഒരു കൊച്ചുരൂപം... നഗ്നമായ രൂപം. “എനിക്കെന്റെ അച്ഛനെ കാട്ടിത്തരുമോ, എവിടെ എന്റെ അച്ഛൻ..” അവൻ ചിണുങ്ങി. ചോദ്യത്തിന്റെ ആവർത്തനം സ്വയം താരാട്ടാക്കി അവൻ സുക്ഷുപ്തിയിലായി.

“നമ്മളിനി ഇങ്ങനെ കാണുകയില്ല.. കുട്ടി പൊയ്ക്കൊള്ളൂ.. പൊയ്ക്കൊള്ളൂ.. വേണ്ട.. ഇനി നമ്മൾ കാണണ്ട..” വരമ്പത്തൂടെ ഓടിപ്പോയ പാദങ്ങളിൽ തൊട്ടാവാടികൾ കോറി വരഞ്ഞു. കണങ്കാലുകളിൽ ചുവപ്പു പടർന്നു. സന്ധ്യ ചുവന്നു. തീക്ഷ്ണമായ സന്ധ്യ.

തിരശ്ശീല നീക്കി പിന്നെയും നോക്കുന്നതാര്. ഒരുനോക്ക് കൊണ്ട് എല്ലാം പറയുന്നതാര്. പിന്നെയും പിന്നെയും തോല്പിക്കുന്നതാര്.

കീഴടങ്ങാൻ മാത്രമെന്തേ ഈ ഇരുളിന്റെ ജന്മം. വ്യർത്ഥ ജന്മം.

ജന്മം ദാനം തന്ന അച്ഛൻ. പത്തുമാസം ചുമന്നുനടന്ന അമ്മ. പിറവി. ഒരു ബന്ധനത്തിൽനിന്ന് മറ്റൊരു ശക്തമായ ബന്ധനം. ഒരു തടവിൽനിന്ന് ഒരുപാട് കഠിനവും ഏകാന്തവുമായ മറ്റൊരു തടവ്.

അബു നീയെത്ര ഭാഗ്യവാനാണ്.

മറ്റൊരു തടവിൽ പെട്ടുഴലുംമുൻപ് രക്ഷപ്പെട്ടല്ലോ നീയ്. എന്നെക്കൂടി നീ എന്തേ വിളിച്ചില്ല. എന്തേ അതിൽമാത്രം നീയെന്നെ ഒറ്റപ്പെടുത്തി. ഏകനാക്കി. ഒരുപാട് തോൽക്കാൻ വിട്ട് നീയെന്തേ പോയി.

ഘനശ്യാം നീയെത്ര ധന്യനാണ്.

നിന്റെ നക്ഷത്രങ്ങളുടെ കൂടാരത്തിൽ നീയെത്ര സ്വസ്ഥനാണ്. നിന്റെ വെൺപുല്പരപ്പിൽ നീയെത്ര ശാന്തനാണ്. പനിനീർഗന്ധമുള്ള കാറ്റത്ത് മുത്തശ്ശിമാവിന്റെ ചുവട്ടിലെന്നപോലെ നീ ഉറങ്ങുന്നുവല്ലോ.

ശിവരാമേട്ടൻ മാത്രം കരഞ്ഞു.

ഏട്ടാ.. കരയരുത്.. ഞാനതവനോട് പറഞ്ഞിട്ടുണ്ട്. ഏട്ടന്റെ പ്രിയപ്പെട്ട മകനോട്, വഴിതെറ്റിപ്പോകരുതെന്ന്, സ്റ്റാഫ് ഫോട്ടോയിൽനിന്ന് അവനെന്നെ തിരിച്ചറിഞ്ഞല്ലോ. അന്നിത്ര താടിയില്ലായിരുന്നു എനിക്ക്, ഓർക്കുന്നുണ്ടോ.

ശിവരാമേട്ടൻ തൃപ്തനായി.

ഒറ്റയ്ക്കാണോ ശിവരാമേട്ടൻ. മടുത്തോ. ഞാനും വരാമേട്ടാ, ഒരിക്കൽ. ഫയലുകളുടെ കൂമ്പാരമാണ് മുന്നിൽ. എന്റെയും ഏട്ടന്റെയും ജീവിതംപോലെയല്ലെങ്കിലും ഏതോ ജീവിതങ്ങൾ. ഇതൊക്കെയൊന്നു തീർത്തിട്ട് ഒരുദിവസം ഞാൻ വരും. പറഞ്ഞിരിക്കാൻ പുതിയൊരു കഥയോർത്തുവെയ്ക്കുമോ. അടക്കംപറയാൻ ഒരു രഹസ്യം കാത്തുവെയ്ക്കുമോ.

അഴികളിൽ മുഖംചേർത്ത് ഞാൻ നിന്നു. ഇതേത് അഴികളാണ്. എന്തിനാണ് ചുവരുകൾക്ക് ഇത്രമാത്രം ഉയരം. അഴിക്കമ്പികൾക്ക് ഇത്ര മാത്രം കനം. ഈ താഴിന് എന്തൊരു വലിപ്പമാണ്.

കാവൽക്കാരൻ വന്നു.

"ഈ ഫോട്ടോ കണ്ടോ നീയ്.. എടാ ഭയങ്കരാ.. കാണുന്നപോലൊന്നുമല്ലല്ലോ നീയ്.. എങ്ങിനെ തോന്നി നിനക്കിയാളെ കൊല്ലാൻ.. കണ്ടിട്ട് നിന്നെക്കാൾ നല്ല ആരോഗ്യമാണല്ലോ മരിച്ചവന്.. ഒളിച്ചിരുന്നാണോ നീ കൊന്നത്...കുത്തിക്കൊന്നോ, അതോ തലയ്ക്കടിച്ചോ...." കൈയിൽ കരുതിയിരുന്ന പത്രം അയാൾ നിവർത്തിവായിച്ചു. "സഹോദരീഭർത്താവിനെ കൊലപ്പെടുത്തി. കുടുംബവഴക്കാണ് കാരണമെന്ന് പറയപ്പെടുന്നു. മരിച്ചയാൾ മദ്യപിച്ച് സ്ഥിരമായി സഹോദരിയെ ഉപദ്രവിക്കുന്നതിൽ മനംനൊന്താണ് പ്രതി കൃത്യം നടത്തിയതെന്ന് പോലീസ് പറഞ്ഞു. സംഭവത്തിനുശേഷം പ്രതി സ്വമേധയാ പോലീസിന് കീഴടങ്ങുകയായിരുന്നു.."

നിർത്തൂ.. അലറി. കേൾക്കണ്ട. തനിക്കത് കേൾക്കണ്ട. കേൾവി കൂടി തന്നെ വഞ്ചിക്കുകയാണോ. എങ്ങുനിന്നാണ് ഈ ശബ്ദങ്ങൾ. വാർത്തകൾ. അടക്കം പറച്ചിലുകൾ.

കാതുകൾ പൊത്തി.

കൈകൾ ശക്തമായി ചെകിടിൽ ചേർത്തുപിടിച്ചു. കേൾക്കരുത്. ഒന്നും കേൾക്കരുത്.

എവിടെയൊ ഒരു നിലവിളി.

ഒരുസ്ത്രീശബ്ദം. ആരാണത്.

ഒരുനിമിഷം കണ്ടു, ആ രൂപം.

ഓ, നീയായിരുന്നോ. ആരാണ് പിന്നെയും നിന്നെ വഞ്ചിച്ചത്. നശിപ്പിച്ചത്. ആരാണ് നിന്നെ ഉപദ്രവിക്കാൻ തുനിഞ്ഞത്.

സാരമില്ല. രക്ഷപ്പെട്ടല്ലോ. നിൽക്കൂ, ഞാൻ നിന്നെ സുരക്ഷിതമായി ഒരിടത്തെത്തിക്കാം, നേരം പുലരട്ടെ. ഇവിടിരുന്നോളൂ. എന്നെ വിശ്വസിക്കാം. ഞാനുപദ്രവിക്കില്ല.

വരൂ.. നേരം പുലർന്നു..നടക്കൂ...

നിന്റെ പേരെന്താണ്. നിന്റെ വീടെവിടെയാണ്. പറയൂ. നീ അനാഥയാണോ. ഈ നഗരത്തിൽ എങ്ങിനെയാണ് നീ എത്തിപ്പെട്ടത്. നിന്നെ വഞ്ചിച്ച ആ ദുഷ്ടനാര്.. വേണ്ട, കരയണ്ട, ഞാനിനി ഒന്നും ചോദിക്കില്ല.. ഒന്നും..

അഴികളിൽ മുഖമമർത്തി ഞാൻ തേങ്ങി.

ഇടനാഴിയുടെ അങ്ങേയറ്റത്ത് പടിയിറങ്ങിപ്പോകുന്ന ഏട്ടൻ. കൂടെയുള്ളതാരാണ്. ആ മുഖം ഒരുപാട് പരിചയം പോലെ തോന്നി. ആ കണ്ണുകൾ കണ്ണാടിയിൽ കണ്ടുപഴകിയ തന്റെ കണ്ണുകൾപോലെ. ആ ചരിഞ്ഞുള്ള നടത്തം താൻ നടക്കുമ്പോലെ. ആ നിർവ്വികാരമായ ഭാവം തനിക്ക് മാത്രമുള്ളതാണ്. ആരാണയാൾ...

“ഏട്ടാ..” അലറിവിളിച്ചു.

ഒന്ന് തിരിഞ്ഞുനോക്കി ഏട്ടൻ പിന്നെയും നടന്നു.

“ഏട്ടാ..” അലറിക്കരഞ്ഞു. “എന്നെ രക്ഷിക്കൂ.. ഈ അഴിക്കുള്ളിൽ എനിക്ക് ഭ്രാന്ത് പിടിക്കുന്നു.. എന്റെ ശിരസ്സ് പൊട്ടുന്നു.. എന്റെ കണ്ണു കുഴയുന്നു.. ഏട്ടാ..

ദൂരെയെങ്ങോ നിന്ന് ആ ശബ്ദം.

“ഹരീ.. എന്റെ പൊന്നനുജാ.....”

“ഏട്ടാ..”

“ഹരീ.. എന്റെ ഉണ്ണീ..”

13

അച്ഛനെഴുതിയിരിക്കുന്നു.

"തീർച്ചയായും നീ വരണം. അയാളുടെ നിർബന്ധം കാരണം ഞാൻ വാക്കുകൊടുത്തുപോയി. പലതിനുംമുൻപ് സഹായിച്ചിട്ടുള്ള ആളാ പിള്ള യാശാൻ. താത്പര്യത്തോടെ വന്നു നിർബന്ധിച്ചപ്പോൾ മറ്റൊന്നുമോർത്തി ല്ല. ആദ്യമായിട്ടല്ലെ. സാരമില്ല. നിനക്ക് ഇഷ്ടപ്പെടുന്നെങ്കിൽ പിന്നെ മുക ളിലോട്ട് ആലോചിച്ചാൽ മതിയല്ലോ. നഗരത്തില് ഏതോ സ്വകാര്യസ്ഥാ പനത്തില് ജോലിയുള്ള കുട്ടിയാ. ഉറപ്പുള്ള ജോലിയാന്നാ പിള്ളയാശാൻ പറഞ്ഞത്. നിനക്കൊരു തുണയാവുമല്ലോ.. നാളും ഗ്രഹനിലയുമൊക്കെ ചേരുമെന്ന് കൃഷ്ണൻകണിയാൻ പറഞ്ഞു. പിള്ളയാശാൻ തന്നെയാ അതും നോക്കിച്ചത്. നീ വരണം. മറ്റൊന്നും വിചാരിക്കരുത്. ആശാനും കൂടെ വരുന്നൊണ്ട്. നിന്റെ ഏട്ടനും ഇതോടൊപ്പം എഴുതുന്നു..."

ഒരുതരം നിർവ്വികാരതയോടെ കത്ത് പിന്നെയും വായിച്ചു. ചിരിക്കാൻ തോന്നി. തനിക്കിഷ്ടപ്പെടുന്നെങ്കിൽ മുകളിലോട്ട് കടന്നാൽ മതിയെന്ന്. തന്നെയാരാണ് ഇഷ്ടപ്പെടുക.

പാവം അച്ഛൻ. മറുപടി കാത്തിപ്പോൾ വേവലാതിപ്പെടുകയാവും. ക്രുദ്ധനായി താൻ ചെല്ലുന്നതും കയർക്കുന്നതും ദേഷ്യത്തോടെ ഇറ ങ്ങിപ്പോകുന്നതുമൊക്കെ സങ്കല്പിച്ചുകൂട്ടുന്നുണ്ടാവും അമ്മയും. വയ്യ. ഇലകൊഴിഞ്ഞ മരംപോലെ തളർന്നിരിക്കുന്നു താൻ. എല്ലാം ഔദ്ധത്യവും വച്ച് കീഴടങ്ങിയിരിക്കുന്നു അനുസരിക്കാൻ കൊതിതോന്നുന്നു ആരെ യൊക്കെയോ.

പോകാം. ഒരു വേഷംകൂടി വെറുതെ അഭിനയിക്കാം. തൃപ്തിയാവു മല്ലോ അച്ഛനുമമ്മയ്ക്കുമെല്ലാം. അവരുടെയൊക്കെ കൊച്ചുകൊച്ചു സ്വപ്ന ങ്ങളാവാം ഇതൊക്കെ. സ്വന്തമല്ലാത്ത സ്വപ്നങ്ങൾ. ജീവിക്കാൻ തുട

ങ്ങുന്നതെന്നാണ് ഇനിയുമെന്റെ അച്ഛനുമമ്മയും.

കത്ത് ഒന്നുകൂടി വായിച്ചു. ചരിഞ്ഞും ഏങ്കോണിച്ചുമുള്ള എഴുത്തുകൾ. വക്കുടഞ്ഞ കൂട്ടക്ഷരങ്ങൾ അച്ഛനെപ്പോലെ വളഞ്ഞുനിന്നു. ഒരു പാടെഴുതിയിരിക്കുന്നു അച്ഛൻ. ഒരുപക്ഷേ, അച്ഛനെഴുതിയിട്ടുള്ള ഏറ്റവും വലിയ കത്ത്. മുപ്പതുരൂപ മുടക്കിവന്നു പറഞ്ഞുപോകാൻ അച്ഛൻ മടിച്ചതുകൊണ്ട് ഇത്രയും പറയാനായി. അല്ലെങ്കിലോ. മുഖത്തുനോക്കാതെ ഏതാനും വാക്കുകൾ. ഒന്നോ രണ്ടോ വാക്കുകളിൽ പ്രതീക്ഷിക്കുന്ന മറുപടി ഒന്നുകാത്തുനിൽക്കും. ഒരല്പനേരം. അതുമില്ലെങ്കിൽ തോളിലിട്ടിരിക്കുന്നതോർത്ത് ഒന്നുകൂടി എടുത്ത് കുടഞ്ഞിട്ട് കടന്നുപോകും. ഒരു പത്ത് ചുവട് നടക്കുമ്പോൾ ഒന്നു ചുമച്ചുതുപ്പും. ചുറ്റും ഒന്നു നോക്കും. നിലത്ത് മിഴികളൂന്നി കൂന് നിവർക്കാതെ പിന്നെയും നടക്കും. ഒരു പരാജിതനെപ്പോലെ.

അച്ഛാ, ഇത്തവണ പരാജയപ്പെടേണ്ട. ഞാൻ തോൽക്കാൻ തയ്യാറാവുകയാണ്. അച്ഛന്റെ മുന്നിൽ മാത്രമുള്ള ഈ സങ്കല്പകിരീടം ഞാനഴിച്ചുവെയ്ക്കുകയാണ്. ഇനിയാജ്ഞാപിക്കുക. അനുസരിക്കാൻ മാത്രം ഞാനെന്താഗ്രഹിക്കുകയാണിപ്പോൾ.

കണ്ണുകൾ നനഞ്ഞു.

"ആരുടെ കത്താ.." സദാശിവൻ ചോദിച്ചു.

"അച്ഛന്റെ..."

"എന്തേ വിശേഷിച്ച്.. അജയനെ കാണാഞ്ഞിട്ടാണോ.. ആഴ്ചയിലൊരിക്കലെങ്കിലും ഒന്നുപോയി വന്നാലെന്താ.. രണ്ടുമൂന്ന് മണിക്കൂറുകളല്ലേ സഞ്ചരിക്കേണ്ടതുള്ളൂ.."

"കഴിഞ്ഞയാഴ്ചയും പോയിരുന്നതാ.."

"പിന്നെന്തെ.."

"ഒരത്യാവശ്യത്തിന്.. വന്നുപറഞ്ഞ് പോകാൻ വയ്യാഞ്ഞിട്ട് എഴുതിയതാ അച്ഛൻ.. ഞാൻ പറഞ്ഞു.."

കത്ത് മടക്കി പോക്കറ്റിൽ തിരുകി.

ഫയലുകൾ പിന്നെയും ബാക്കികിടക്കുന്നു. ഏതുകെട്ടാണെടുക്കുക. എന്നെ, എന്നെയെന്ന് അവ കൈനീട്ടുംപോലെ. ഭാഗ്യംവന്നു ചേർന്നത് നീലക്കെട്ടുള്ള ഒരു ഫയലിനാണ്. അഴിച്ചുനിവർത്തി വായിച്ചു കുറിച്ചു തുടങ്ങി. മറ്റൊന്നുമറിയാതെ.

എപ്പോഴോ അച്ഛന്റെ കത്ത് മനസ്സിൽ നിവർന്നു. ഞായറാഴ്ചയ്ക്ക് ഇനിയും മൂന്ന് ദിവസങ്ങൾ. അപ്പോൾ ഒരു തയ്യാറെടുപ്പെന്നപോലെ പരമാവധി ഭംഗിയാക്കാവുന്ന എന്റെ മുഖം മനസ്സിൽ തെളിഞ്ഞു. അലക്കിത്തേച്ചിട്ടാൽ ഭംഗി തോന്നുന്ന വസ്ത്രങ്ങൾ തിരഞ്ഞു. ക്രീംനിറത്തിൽ തവിട്ടുവരകളുള്ള സുപർണ്ണ വാങ്ങിത്തന്ന ഉടുപ്പുണ്ട്. പശയിട്ടുണക്കിയാൽ പുതുമണം വരുന്ന കസവുകരയുള്ള മുണ്ട്. ധാരാളം.

മുടി പറ്റെ വെട്ടിക്കണം. താടിയും ഒന്ന് കത്രിക തൊടണം. മാറ്റാമെന്ന് വിചാരിച്ചാൽ തന്റെ ഒട്ടിയ കവിളുകൾ തെളിഞ്ഞുകാണും. അല്ലെ

ങ്കിലും ഒരു മുറിത്താടിയെങ്കിലുമില്ലാതെ എന്റെ രൂപം സങ്കല്പിക്കുക വയ്യ. മുഖക്കുരുവന്ന് പതിഞ്ഞുപോയ ചില പാടുകളുണ്ട് താടിരോമങ്ങൾക്ക് മുകളിൽ. പരുക്കനാണ് താനെന്ന് തോന്നിപ്പിക്കുന്ന പാടുകൾ. മതി. ഇതൊക്കെ മതി. ഒരു പ്രദർശനവസ്തുപോലെതന്നെത്തന്നെ കാണുകയാണോ. ചിരി വന്നു.

നമുക്ക് യോജിക്കുന്ന ആൾക്കാരാണെന്നാണ് അച്ഛൻ എഴുതിയിരിക്കുന്നത്. അനുജത്തിയുടെ മുഖമാണ് പെട്ടെന്നോർമ്മ വന്നത്. മെലിഞ്ഞു നീണ്ട ശരീരവും എണ്ണമെഴുക്കുള്ള മുടിയും മുഖവും കരിയിട്ട കണ്ണുകളും നെറ്റിയിൽ ഒരു കൊച്ചു കറുത്ത പൊട്ടും. അത്രയും സങ്കല്പിക്കാനായി. നഗരത്തിൽ ജോലിയുള്ള കുട്ടിയായതിനാൽ ഒരല്പം മാറ്റങ്ങളും വന്നുവെന്ന് വരാം. തന്റേതുപോലുള്ള ചുറ്റുപാടുകളാണെങ്കിൽ കൂടുതൽ മാറ്റങ്ങളൊന്നും പ്രതീക്ഷിക്കണ്ട.

ചടങ്ങുകളൊക്കെ എങ്ങിനെയാവും. എങ്ങിനെയുള്ള ഭാവത്തോടെയാവും അവരുടെ മുൻപിൽ താനിരിക്കുക. എന്തൊക്കെയാവും തന്നോടവർ ചോദിക്കുക. എന്തുമാത്രം ശബ്ദത്തിലാവും താൻ സംസാരിക്കുക. ഏതൊക്കെ വാക്കുകളാവും ഉപയോഗിക്കുക. ഓർക്കുമ്പോൾ പിന്നെയും ചിരി വന്നു. ഒറ്റയ്ക്ക് സംസാരിക്കാനൊക്കെ അവസരമുണ്ടാവുമോ. അങ്ങനെയൊക്കെയുണ്ടാവുമെന്ന് പറഞ്ഞുകേട്ടിട്ടുണ്ട്. എന്താണ് എങ്കിൽ തനിക്കാ കുട്ടിയോട് ചോദിക്കാനുണ്ടാവുക. ഇഷ്ടപ്പെട്ടുവോ എന്ന് ആരാണ് ആദ്യം ചോദിക്കുക. ഇഷ്ടമായില്ലെങ്കിൽ പിന്നെ അവളുടെ ഭാവമെന്താവും. അപ്പോൾ താനെങ്ങിനെയാവും പ്രതികരിക്കുക.

പിന്നെയും ചിന്തകൾ. സ്വയം വിലയിരുത്തലുകൾ.

ഒരുപാടായപ്പോൾ ഒടുവിലൊരു മുഖം മനസ്സിൽ തെളിഞ്ഞുവന്നു. ഏറെ വെറുതെ സങ്കല്പിച്ചുപോയ ആ മുഖം. സുപർണയുടെ മുഖം. ഇഷ്ടമാണെന്ന് ഒരായിരം തവണ മനസ്സിൽ പറഞ്ഞ മുഖം.

ഓഫീസ് വിട്ടിറങ്ങുമ്പോൾ പിന്നെയും മനസ്സിൽ വന്നുനിറഞ്ഞത് അച്ഛന്റെ കത്താണ്. ഒരിക്കലും കണ്ടിട്ടില്ലാത്ത ആ പെൺകുട്ടിയുടെ മുഖവും.

റോഡരികിലൂടെ നടക്കുമ്പോൾ അന്നാദ്യമായി എതിരെ കടന്നുപോകുന്ന പെൺകുട്ടികളെ ശ്രദ്ധിച്ചു. അവരുടെ ഉടുപ്പും നടത്തയും ശ്രദ്ധിച്ചു. അധികമൊന്നും അണിഞ്ഞൊരുങ്ങാത്തവരെ പ്രത്യേകം നോക്കിപ്പോയി. ഇതിലേതാവും ആ കുട്ടിയുടെ മുഖം. ഇതിലേത് വസ്ത്രങ്ങളാവും അവൾ അണിഞ്ഞിരിക്കുക. ഇങ്ങനെയൊക്കെതന്നെയാവുമോ അവളും നടന്നുനീങ്ങുക. ഏതൊക്കെയാവും അവൾക്ക് ഇഷ്ടപ്പെട്ട നിറങ്ങൾ.

സന്ധ്യയായി.

തന്റെ മുറി.

കിടക്കയിലേക്ക് ചായുമ്പോൾ താനേറെനേരം മറ്റേതോ ലോകത്തായിരുന്നുവെന്ന് മനസ്സിലാക്കി. അപരിചിതമായ ലോകം. എന്തൊക്കെയാണ് സംഭവിക്കാൻ പോകുന്നത്. എന്തു കരുതിയാണ് താനിതൊക്കെ ആലോ

ചിച്ച് കൂട്ടുന്നത്. ഒറ്റയ്ക്ക് തന്നെ കാറ്റിലും കോളിലും പെട്ട് മുങ്ങാൻപോകുന്ന തോണിയാണ് താൻ. ഒരാൾകൂടി തുണയായിട്ടാണെങ്കിലും വന്നു ചേരുമ്പൊഴോ. ഭീതിയോടെ കടന്നുപോകാറുള്ള മാസാവസാനത്തെ ദിനങ്ങളെ ഒറ്റയ്ക്ക് തന്നെ നേരിടാൻ താനശക്തനാണ്. ഒരാൾകൂടി അതിന്റെ പങ്കുപറ്റുമ്പോഴോ.

ബാധ്യതകൾ. ആരെയുമുപേക്ഷിക്കാൻ വയ്യ. ഓരോ മുഖവും തനിക്ക് പ്രിയപ്പെട്ടവയാണ്. വെയിലിലേക്ക് ചായുന്ന ശിഖരത്തിനെന്നപോലെ. ആ വെയിലില്ലെങ്കിലോ എല്ലാം മുരടിക്കും നിലംപതിക്കും അനാഥമാവും. വയ്യ. അതൊന്നും കാണാൻ വയ്യ.

കൈപ്പറ്റാൻ ആയിരത്തിയൊരുന്നൂറ്റിയമ്പത് രൂപ. അനുജത്തീടെ വിവാഹത്തിന് ലോണെടുത്ത വകയിൽ അതിൽ പകുതിയോളം ബാങ്കിൽ. ദീപുവിന് ഹോസ്റ്റൽചെലവിന്റെ ഒരു ഭാഗം. സ്വാമീടെ കടയിലെ പറ്റ്. അനുജത്തിയുടെ അടുത്തേക്ക് മാസത്തിലൊരിക്കലുള്ള പോക്കിൽ കൈമാറേണ്ട ഒരു ചെറിയ തുക. വീട്ടിൽപോയി വരുമ്പോഴൊക്കെ അമ്മ പ്രതീക്ഷിക്കാറുള്ള ഒരിത്തിരിരൂപ. എല്ലാമായി. ഔട്ട്ഹൗസിന് ഏറെനാളായി വാടക വാങ്ങാറില്ല. ഇനി എന്നാണ് എല്ലാമൊരുമിച്ച് ചോദിക്കുന്നതെന്നറിയില്ല. മതി. എല്ലാം തികഞ്ഞു. ഇതിലെവിടെയാണ് ഒരാൾക്ക്കൂടി ഒരിത്തിരി മാറ്റിവെയ്ക്കുക.

ജോലിയുള്ള കുട്ടിയാണത്രെ. എത്രയാവും. മുന്നൂറോ നാനൂറോ അതിലും താഴെ ആളെക്കിട്ടും, ഈ നഗരത്തിൽ. ഏത് ബിരുദം ചേർത്തും. എല്ലാം അസാധ്യമായ സ്വപ്നങ്ങളാണ്. സുഖമുള്ള കാഴ്ചകൾ. കണ്ടിരിക്കാനും ഇനിയാർക്കെങ്കിലും കപ്പം കൊടുക്കേണ്ടിവരുമോ. വലിയ സ്വപ്നങ്ങൾക്ക് വലിയ തുക. ചെറുതിന് ചെറുത്. സ്വപ്നങ്ങൾ കൂടി തനിക്ക് വിലക്കപ്പെട്ടിരിക്കുന്നു.

ഞായറാഴ്ച പുലർന്നു.

ഇന്നലെ വീട്ടിലെത്തിയപ്പോൾ ഇരുട്ടിയിരുന്നു. താമസിച്ചപ്പോൾ വരില്ലെന്ന് കരുതി വിഷമിച്ചിരിക്കുകയായിരുന്നു അച്ഛനുമമ്മയും. തന്റെ സമ്മതംതന്നെ അവരെ ഒരുപാട് സന്തോഷിപ്പിച്ചതുപോലെ തോന്നി. ഒരുപാട് നാളുകൾക്കുശേഷം വീട്ടിലെ രാത്രിക്ക് ഒരിത്തിരി ഒച്ചകൾ. സംസാരങ്ങൾ, തയ്യാറെടുപ്പുകൾ. ഇറയത്ത് തിണ്ണയിൽ മലർന്ന് കിടന്ന് ആകാശത്ത് അരുന്ധതിയെ തിരയുമ്പോൾ അകത്തെങ്ങോ അച്ഛനുമമ്മയും ഓരോന്നായി സംസാരിച്ചുകൂട്ടുന്നത് കേൾക്കാമായിരുന്നു. ഇത്രയൊക്കെ ഇതിനുമുൻപ് അവർ പരസ്പരം സംസാരിച്ച് കേട്ടിട്ടുണ്ടോ. സംസാരിക്കട്ടെ. താനൊരു നിമിത്തമാവുന്നു. ചെറിയ ചെറിയ ആഘോഷങ്ങൾ. നടക്കട്ടെ. നൽകി സന്തോഷിപ്പിക്കാൻ മറ്റെന്താണ് തനിക്കുമുള്ളത്.

രാവിലെതന്നെ അച്ഛൻ വിളിച്ചുണർത്തിയിരുന്നു. എട്ടരമണിക്ക് പുറപ്പെടണമെന്ന് അച്ഛൻ പറഞ്ഞു. ഒരു മണിക്കൂറിൽ കൂടുതലെടുക്കും അങ്ങെത്താൻ. ബസ് സമയത്ത് കിട്ടിയില്ലെങ്കിൽ പിന്നെയും വൈകും. ചാത്തന്നൂരിനടുത്ത് ഒരു സ്ഥലത്തിന്റെ പേരാണ് പറഞ്ഞത്. പത്തുമ

ണിക്ക് ചെല്ലാമെന്ന് പറഞ്ഞുറപ്പിച്ചിട്ടുണ്ട്.

ഏട്ടനെത്തുമ്പോൾ എട്ടുമണി കഴിഞ്ഞിരുന്നു. രാവിലെ അഞ്ചര യ്ക്കുള്ള ബസ്സിൽ പുറപ്പെട്ടതാണത്രേ. മലഞ്ചരിവുകളിലൂടെയുള്ള ആദ്യത്തെ ബസ്. ഇളയകുട്ടിക്ക് സുഖമില്ലാത്തതിനാൽ ഏട്ടത്തി കൂടെ വന്നില്ല. വരണമെന്നൊക്കെ അവർ ആഗ്രഹിച്ചിരുന്നുവെന്ന് ഏട്ടൻ പറ ഞ്ഞു. സ്ത്രീകളായി കൂട്ടത്തിലാരുമില്ല. അമ്മ നേരത്തെ തന്നെ വരി ല്ലെന്ന് വച്ചു. ആദ്യത്തെ പോക്കല്ലേ, പിന്നെയാകട്ടെയെന്ന് അച്ഛനും പറഞ്ഞു.

നടക്കുമെന്ന് ഉറപ്പുള്ളതുപോലെ എല്ലാരും സംസാരിച്ചു. അത് തന്നെ അത്ഭുതപ്പെടുത്തി. കല്യാണം എന്നത്തേക്കാവും എന്നൊക്കെ ഏട്ടനുമ ച്ഛനും വിലയിരുത്തി. പെട്ടെന്ന് നടത്താൻ പെൺകുട്ടിയുടെ വീട്ടുകാർക്ക് താല്പര്യമുണ്ടത്രെ.

ഒരുങ്ങിക്കഴിയുമ്പോൾ എല്ലാരും കാത്തിരുന്നത് പിള്ളയാശാനെയാ ണ്. പെൺകുട്ടിയുടെ വീട്ടിലേക്കുള്ള വഴി അറിയുന്നത് പിള്ളയാശാന് മാത്രം. ഒൻപത് മണിയാകാറായി പിള്ളയാശാൻ വന്നപ്പോൾ. പത്തുമ ണിക്കെത്താൻ കഴിയുമോയെന്ന് അച്ഛൻ തിരക്കി. ജംഗ്ഷനിലെത്തിയാൽ ഈ സമയത്ത് ബസ്സുണ്ടെന്ന് ആശാൻ പറഞ്ഞു.

തന്നെ കണ്ടപ്പോൾ അടിമുടി നോക്കി ഒന്നു വിലയിരുത്തുന്നതു പോലെ തോന്നി ആശാൻ. ഏറെ തൃപ്തിയൊന്നും ആ മുഖത്ത് തെളി ഞ്ഞുകണ്ടില്ല. തനിക്കതിൽ പക്ഷേ വിഷമവും തോന്നിയില്ല.

ഒരു നിർവ്വികാരത അപ്പോഴും മനസ്സിൽ നിറഞ്ഞുനിന്നു. ഒരു യന്ത്രം പോലെ താനൊരു കർമ്മത്തിന്റെ ഭാഗമാവുകയാണ്. ജീവിതങ്ങൾ കൊണ്ടുള്ള കർമ്മം. അഥവാ ജീവിതം. അപരിചിതരായ രണ്ടുപേർ. അറി യുകപോലുമില്ലാത്ത രണ്ടു ദേശങ്ങൾ. രണ്ടു വീടുകൾ. രണ്ടു സാഹച ര്യങ്ങൾ. രണ്ടുതരം മനസ്സുകൾ. സ്വപ്നങ്ങൾ. സ്വയമുൾക്കൊള്ളാൻ കഴി യാതെ ഒരു പർവ്വതംപോലെ അപ്പോൾ ചിന്തകൾ വളർന്നുനിന്നു.

യാത്രയിലുടനീളം തന്നെ കുഴക്കിയത് മറ്റൊരു ചിന്തയാണ്. എന്തിന് എന്ന ചിന്ത. അറിഞ്ഞുകൊണ്ടുതന്നെ പിന്നെയും കൂടുതൽ ആഴത്തി ലേക്ക് കാലുവെയ്ക്കുന്നതെന്തിനാണ്. അറിവില്ലുള്ള ആഴം തന്നെ തനി ക്കൊരു തടവാണ്. അതിജീവനത്തിന്റെ നിശ്വാസങ്ങൾ കുമിളകളായി ഉപരിതലങ്ങളിൽ മാത്രം തെളിഞ്ഞുമുറിയുന്നു. ഓരോ കുമിളയും ഓരോ വ്യർത്ഥചിന്തയാണ്. സ്വപ്നമാണ്. വിശ്വാസമാണ്. രക്ഷപ്പെടുമെന്ന വിശ്വാസം.

ഒരു വിശ്വാസം കൂടി ബലികഴിക്കയാണോ. അതോ കാലത്തിന്റെ കുത്തൊഴുക്കിൽ നിലയില്ലാതൊഴുകിപ്പോകുമ്പോൾ പിടിച്ചുനിൽക്കാൻ ഒരു പാഴ്വള്ളിയോ. തുണയുടെ അർത്ഥങ്ങളെന്താണ്. തണലോ, തല്പമോ, അതോ നിഴലോ.

വയ്യ. ഒരു മുഖം കൂടി കറുക്കുന്നത് കാണാൻ വയ്യ. ക്ഷമയെന്നു പറഞ്ഞ് അടക്കുന്നത് സഹിക്കാൻ വയ്യ. അമ്മയെപ്പോലെ മെലിഞ്ഞുണ

ങ്ങുന്ന ഒരു കോലം. കൂടുതൽ ഇരുണ്ട കോണുകളിലേക്ക് നീങ്ങി നിൽക്കാൻ. ഒച്ചയില്ലാതെ വിതുമ്പിക്കരഞ്ഞ് ഒരു ജന്മം കഴിക്കാൻ. വയ്യ. അച്ഛന്റെ കൂനും ചുമയും ഇനിയെന്നാണ് തനിക്കും വന്നുചേരുന്നത്.

പുറത്തെ ദൃശ്യങ്ങളിലായി അപ്പോൾ ശ്രദ്ധ. ദൂരെ ഒരു കായൽപ്പരപ്പിന്റെ കറുത്ത പച്ച. ചാഞ്ഞ തെങ്ങിൻ തലപ്പുകൾക്കപ്പുറത്ത് കടലിന്റെ നേർത്ത നീല. വെളുത്ത ആകാശം. പക്ഷികൾ. അറിയാത്ത ദിക്കുകൾ. ദൂരങ്ങൾ.

ചാത്തന്നൂരെത്തി. പറഞ്ഞുറപ്പിച്ച സമയം കഴിഞ്ഞിരിക്കുന്നു. ബസ്സിറങ്ങി. ഇടത്തോട്ടുള്ള റോഡിലെ തിരക്കിലേക്ക് പിള്ളയാശാന്റെ പിന്നിൽ അച്ഛന്റെയും ഏട്ടന്റെയും പിന്നിൽ ഞാൻ നടന്നു. ഇടയ്ക്കൊരു കടയിൽ കയറി കടക്കാരനോട് പിള്ളയാശാൻ വഴി തിരക്കി.

"പത്ത് മിനിട്ട് നടക്കണം.. ഒരു വണ്ടി പിടിച്ചാലോ.." പിള്ളയാശാൻ ചോദിച്ചു.

അച്ഛൻ ഏട്ടനെ നോക്കി. ഏട്ടൻ എന്നെയും.

"പിടിക്കാം.." ഞാൻ പറഞ്ഞു.

വണ്ടി നിന്നു.

പായൽപിടിച്ച് അങ്ങിങ്ങ് വലിയ വിടവുകളായി പൊളിഞ്ഞുകിടന്ന കൽമതിലാണ് ആദ്യം കണ്ടത്. പാതി തുറന്നു കിടന്ന തകരം പതിച്ച ഗേറ്റുകളിൽ തുരുമ്പിന്റെ ഭൂപടങ്ങൾ. അതിനുമുകളിൽ ഓടുമേഞ്ഞ മേൽക്കൂര. വഞ്ചിയുടെ ആകൃതിയിൽ രണ്ടറ്റം തുറന്നുപൊങ്ങിയ പഴയ ഉത്തരം.

പഴയപ്രതാപങ്ങളുടെ നിഴൽമാത്രം. മനസ്സിൽ കുറിച്ചു, അല്ലെങ്കിലെന്തിനാണ് നിസ്സ്വനായ കൊച്ചുരാഘവൻ കണക്കന്റെ മകനെ തേടിവന്നത്.

കാശ് കൊടുത്ത് വണ്ടി പറഞ്ഞുവിട്ടു. തിരികെ നടന്നുപോകാമെന്ന് പിള്ളയാശാൻ പറഞ്ഞു. ഞാൻ സമ്മതിച്ചു. ഒന്നും മിണ്ടാതെ നിന്ന അച്ഛന്റെയും ഏട്ടന്റെയും കണ്ണുകളിൽ ഒരമ്പരപ്പിന്റെ നേർത്ത അലകളുണ്ടായിരുന്നു. ഇല്ലായ്മയുടെ നിസ്സഹായത. വലിയ ആളുകൾ, വലിയ കുടുംബം, ബന്ധം ഇതൊക്കെയാവും ആ മനസ്സിൽ. പുറമെയുള്ള ഈ അവശിഷ്ടങ്ങളൊഴിച്ചാൽ മറ്റൊന്നുമില്ലെന്ന് ഞാനൂഹിച്ചു. അല്ലെങ്കിലെന്തിനാണ് ഈയൊരു ബന്ധം.

"വരൂ...വരൂ... കാത്തിരിക്കുകയായിരുന്നു.." ഗേറ്റ് തുറന്ന് പുറത്തിറങ്ങിയ വൃദ്ധൻ പറഞ്ഞു. ചുളിവ് നിവരാത്ത അയാളുടെ ഉടുപ്പിലും കോടിമുണ്ടിലും ഞാൻ കണ്ടത് അച്ഛന്റെ തന്നെ രൂപമാണ്.

"പെൺകുട്ടീടെ അച്ഛനാണ്".. പിള്ളയാശാൻ പറഞ്ഞു.

അച്ഛൻ കൈകൂപ്പി. ഏട്ടനോടൊപ്പം പിന്നാലെ അകത്തേക്ക് കയറുമ്പോൾ സിമന്റിളകിയ വിടവുകളുള്ള നീണ്ട വരാന്തയുടെ അങ്ങേയറ്റത്ത് ജിജ്ഞാസയുറ്റ ഏതോ കണ്ണുകൾ. പല പ്രായത്തിലുള്ള നാലഞ്ച് സ്ത്രീകൾ. ഒന്ന് കണ്ണോടിക്കുമ്പോഴേക്കും അവർ അകത്തേക്കൊതുങ്ങിനിന്നു.

തുറന്ന ഇറയത്ത് പഴകിയ ഗന്ധം നിറഞ്ഞുനിന്നു. കസേരകൾക്കും നടുക്കിട്ടിരുന്ന പീഠത്തിനും ഒരുപാട് കാലപ്പഴക്കം തോന്നിച്ചു. ചുവരിൽ വച്ചിരുന്ന മഹാലക്ഷ്മിയുടെയും പരമേശ്വരന്റെയും ചിത്രങ്ങൾക്കു മുന്നിലെ തടിത്തട്ടിൽ ഉണങ്ങിയ ചെമ്പരത്തിപ്പൂക്കൾ. പാതികരിഞ്ഞ ചന്ദനത്തിരികൾ.

"ഇരിക്കൂ.." പെൺകുട്ടിയുടെ അച്ഛൻ പറഞ്ഞു. ഏട്ടന്റെ പ്രായം തോന്നിക്കുന്ന ഒരാൾകൂടി അപ്പോൾ ഇറയത്തേക്ക് വന്നു. ഞങ്ങളെ അഭിവാദ്യം ചെയ്തു.

"കുട്ടീടെ ചെറിയമ്മാവനാ.." പിള്ളയാശാൻ പരിചയപ്പെടുത്തിത്തന്നു. "പുള്ളിയാ ഈ ബന്ധത്തെക്കുറിച്ച് പറഞ്ഞത്. പരമേശനറിയുമോ ആവോ നമ്മുടെ അമ്പലത്തില് കളിക്ക് വന്നിട്ടുണ്ട്. കഥകളിക്ക്.. മുരളിയെന്നാ പേര്... സ്ഥിരം സ്ത്രീവേഷമാ.." പിള്ളയാശാൻ പറഞ്ഞുചിരിച്ചു.

"ഒക്കെ മതിയാക്കി.." അയാൾ പെട്ടെന്ന് പറഞ്ഞു.. "അളിയന്റെ കൂടെ ഞാനും പണിക്ക് കൂടി.. കളിക്കൊക്കെ എപ്പോഴും വരുമാനമില്ലല്ലോ..." പരസ്പരം എല്ലാരും ചിരിച്ചു.

അത്ഭുതത്തോടെ അച്ഛനും ഏട്ടനും നോക്കിയിരുന്നു. പരിചിതമല്ലാത്ത ആദരപ്രകടനങ്ങൾ അവർ ഏറെ ആസ്വദിക്കുംപോലെ.

"ആരൊക്കെയാ... പരിചയപ്പെടുത്തിയില്ലല്ലോ...." പെൺകുട്ടിയുടെ അച്ഛൻ

"ഇത് അച്ഛനാ.. കൊച്ചുരാഘവൻ കണക്കനെന്ന് പറഞ്ഞാ നാട്ടുകാരറിയും.." പിള്ളയാശാൻ പറഞ്ഞു. "ഇത് മൂത്തയാളാ പരമേശനെന്ന് വിളിക്കും... വിജയനെന്നാ പേര്......" അച്ഛനും ഏട്ടനും എളിമയോടെ ചിരിച്ചിരുന്നു.

"ഏതോഫീസിലാ ജോലീന്ന് പറഞ്ഞത്.." പെൺകുട്ടിയുടെ ചെറിയമ്മാവൻ ചോദിച്ചു.

"തിരുവനന്തപുരത്ത് സാമൂഹ്യക്ഷേമവകുപ്പിന്റെ ഓഫീസിലാ.." മറുപടി പറഞ്ഞത് പിള്ളയാശാനാണ്.

കുറെ നിമിഷങ്ങൾ പിന്നെ നിശ്ശബ്ദതയായി. ഞാനൂഹിച്ചു, കാര്യത്തിലേക്ക് കടക്കുംമുൻപുള്ള നിശ്ശബ്ദത. ഇനിയാരെങ്കിലും അത് പറഞ്ഞ് തുടങ്ങും. പ്രത്യേകം കരുതിയ ശബ്ദഗൗരവത്തോടെ.

"എന്നാല് കാര്യങ്ങൾ അങ്ങോട്ട് പറഞ്ഞോളൂ.. "പിള്ളയാശാനാണ് മൗനം മുറിച്ചത്. പെൺകുട്ടിയുടെ അച്ഛനും ചെറിയമ്മാവനും മുഖത്തോടുമുഖം നോക്കി. ആര് അവതരിപ്പിക്കും എന്ന സംശയം അതിൽ നിഴലിച്ചു.

"എല്ലാം അറിയാമല്ലോ പിള്ളയാശാന്.." പെൺകുട്ടിയുടെ അച്ഛൻ പറഞ്ഞു. "ഇത് ഇളയ കുട്ടിയാ. രണ്ട് പെൺമക്കളുടെ കല്യാണം കഴിഞ്ഞു. അധികനാളായില്ല. മൂത്തയാള് മകനാ. കേരളത്തിന് പുറത്താ ജോലി. വിജയവാഡയില് ഒരു കമ്പനിയില്. അയാള് വന്നിട്ടില്ല..." ഒരുനിമിഷം നിർത്തി ആ വൃദ്ധൻ തുടർന്നു. "കൂടുതലൊന്നും തരാനും മറ്റുമില്ല. ഈ വീടും ചുറ്റുമുള്ള മണ്ണും മാത്രമേ ബാക്കിയുള്ളൂ. രണ്ട്പേരെ

അയച്ചപ്പോ ക്ഷയിച്ചു. തുറന്നുപറയാമല്ലോ എന്തെങ്കിലും കൂടുതല് പ്രതീക്ഷിച്ചാണെങ്കിൽ ഇല്ല...” പറഞ്ഞുനിർത്തി.

‘‘എന്തു പറയുന്നു..’’ പിള്ളയാശാൻ അച്ഛനോട് ചോദിച്ചു. “സ്വകാര്യകമ്പനീലാണെങ്കിലും കുട്ടിക്ക് ജോലിയുണ്ട്. അധികം ബുദ്ധിമുട്ടണ്ട.. പിന്നെ അഭിപ്രായം പറയേണ്ടത് നിങ്ങളാ.. പറഞ്ഞോളൂ..”

അച്ഛൻ എന്നെ നോക്കി. ഏട്ടനെയും.

“പ്രത്യേകിച്ചൊന്നും ഞങ്ങൾക്കും വേണ്ട.. കുട്ടിയെ മതി. അങ്ങനെ ചോദിക്കാൻ വന്ന ആളുകളല്ല ഞങ്ങള്..” അച്ഛൻ പറഞ്ഞു. “ഇവർക്കിളയത് ഒരുപെൺകുട്ടിയാ. അതിനെ അയച്ചതിന്റെ അനുഭവമുണ്ട്. ഒന്നും ചോദിക്കുന്നില്ല ഞങ്ങള്. കുട്ടിയെ കണ്ടാ മതി...”

ഞാനുദ്ദേശിച്ചതിനേക്കാൾ നല്ല വാക്കുകൾ. നല്ല ശബ്ദം. പെൺകുട്ടിയുടെ അച്ഛന്റെയും ചെറിയമ്മാവന്റെയും മുഖങ്ങൾ അത് കേട്ട് തെളിഞ്ഞു. ആ വൃദ്ധന്റെ കണ്ണുകളിൽ നനവ് പരന്നത് താൻ മാത്രമറിഞ്ഞു.

“എന്നാല്.. കുട്ടിയെ വരാൻ പറയൂ...” പിള്ളയാശാൻ പറഞ്ഞു. “കാർന്നോരോട് നേരത്തെ പറഞ്ഞില്ലേ.. ചോദിക്കാനുദ്ദേശിച്ച് ആരെയെങ്കിലും കൊണ്ടുവരോ ഞാൻ...” പിള്ളയാശാൻ ഒന്നു നിവർന്നിരുന്നു.

“മോളേ....നിർമ്മലേ.....” വൃദ്ധൻ അകത്തേക്ക് നോക്കി വിളിച്ചു. “മോളേ....”

“ഞാൻ വിളിക്കാം...” പെൺകുട്ടിയുടെ ചെറിയമ്മാവൻ അകത്തേക്ക് പോയി.

ചായക്കപ്പുകൾ അടുക്കുന്ന ശബ്ദം അകത്തെങ്ങോ കേട്ടു. അടക്കം പറച്ചിലുകൾ. ചെറിയ ചിരികൾ. പെട്ടെന്ന് എല്ലാമടങ്ങി. പാദസരത്തിന്റെ നേർത്ത കിലുക്കം വാതിലിനപ്പുറത്തെ മങ്ങിയ ഇരുളിനെ ജീവിപ്പിച്ചു.

വാതിൽപ്പാളിയിലെ ഇരുളിനെഭേദിച്ച് കുങ്കുമനിറമുള്ള കസവു സാരിയുടെ ഒരു നിഴൽ കണ്ണിൽ വീണു. ഞാൻ പെട്ടെന്ന് കണ്ണുകൾ തിരിച്ചു. ജാള്യത. ശരീരമാകെ ഒരു പ്രകമ്പനം. എല്ലാ കണ്ണുകളും തന്റെ നേർക്കാണോ. മുറ്റത്തെ ഇലപ്പടർപ്പുകളിൽ ഒരുവേള ഞാൻ കണ്ണുനട്ടു.

“വരൂ.. വന്നോളൂ...” പിള്ളയാശാന്റെ ശബ്ദം.

“അതവിടെ വച്ചോളൂ..” ആ വൃദ്ധന്റെ ശബ്ദം.

ഞാൻ മുഖം തിരിച്ചില്ല. ഒരുനിമിഷം കസവിന്റെ പഴകിയ മണം ശ്വസിച്ചു. ആ രൂപം തന്റെ അടുത്തെങ്ങോ ആണ്. ഒന്നു നോക്കിയാലോ.

“കുട്ടിയെ നോക്കിക്കൊള്ളൂ.. അജയൻ..” പിള്ളയാശാൻ ചിരിച്ചുകൊണ്ട് പറഞ്ഞു.

ഞാൻ പെട്ടെന്ന് തിരിഞ്ഞുനോക്കി. ആ മുഖത്ത് തന്നെ നോട്ടം പതിഞ്ഞു. ഒരുനിമിഷം. പിന്നെയും നിമിഷങ്ങൾ. ഉള്ളിലെങ്ങോ പെട്ടെന്നൊരു കൊള്ളിയാൻ മിന്നി. കണ്ണുകളിൽ ചൂട് പകർന്നു. ഹൃദയം നടുങ്ങി.

ഇതേത് മുഖമാണ്.

ഇതെവിടെയാണ് കണ്ട് മറന്നത്.

കൈകൂപ്പി പിരിഞ്ഞുപോയ ആ മുഖം...കണ്ണീർച്ചാലൊഴുകിയ അതേ കവിളുകൾ. വിതുമ്പിയ ചുണ്ടുകൾ. മുറിക്കുള്ളിലെ കട്ടിലിന് ചുവട്ടിൽ ചുവർചാരിയിരുന്ന് മയങ്ങിയ അതേ മുഖം.

എന്തൊരു വിധിയാണിത്.

ആ മുഖത്തും പെട്ടെന്നൊരു ഞെട്ടൽ പടർന്നുവോ. കണ്ണുകൾ ഈറ നണിഞ്ഞുവോ.

നഗരത്തിരക്കിലെങ്ങോ തന്നെ വെട്ടിച്ചു കടന്നുപോയ അതേ ഭാവം. അതേ തിടുക്കം.

അവൾ പെട്ടെന്ന് മുറിക്കുള്ളിലേക്ക് പിന്തിരിഞ്ഞു. വാതിലിന് പിന്നിൽ മറ്റാരുടെയൊക്കെയോ അടക്കംപറച്ചിലുകൾ. ഇരുൾമറവിൽ തന്റെ മുഖം തിരയുന്ന ഏതോ കണ്ണുകൾ.

നടുക്കം നിലച്ചിട്ടില്ല. ശരീരത്തിലാകെ പടർന്ന വിറയൽ മറ്റാരുമറി യരുത്. ഞാൻ ശ്വാസമെടുത്തു. അഗാധഗർത്തത്തിലെങ്ങോ അറിയാതെ പെട്ടെന്നകപ്പെട്ടതുപോലെ ഞാനിരുന്നു.

"ചായ കുടിച്ചോളൂ.." അവളുടെ അച്ഛൻ.

"ഉം..."

ചായക്കപ്പ് ഞാൻ കൈയിലെടുത്തു. അത് വിറയ്ക്കുന്നുണ്ടോ. ചുണ്ടോടടുപ്പിച്ച് രണ്ടു കവിൾ കുടിച്ചു. തൊണ്ട വരണ്ടിരിക്കുന്നു. ചായക്ക് തണുപ്പോ ചൂടോ. ഹൃദയമിടിപ്പ് ഇനിയും കുറഞ്ഞിട്ടില്ല. നെഞ്ചിലെങ്ങോ ഒരു വിങ്ങൽ.

"ചെറുക്കന് കുട്ടിയെ പ്രത്യേകം കാണണ്ടെയോ.." പിള്ളയാശാൻ എല്ലാരോടുമെന്നപോലെ പറഞ്ഞു. "അതാ ഇപ്പോഴത്തെ പതിവ്.." ആശാൻ ചിരിച്ചു.

"അതിനെന്താ.. ആവാല്ലോ.." അവളുടെ ചെറിയമ്മാവൻ. ഞാൻ പിന്നെയും നടുങ്ങി.

വയ്യ. ഒരു കൂടിക്കാഴ്ചകൂടി താങ്ങാൻ വയ്യ.

ആ മുഖം കണ്ടുനിൽക്കാൻ വയ്യ.

എങ്ങിനെയാണ് ഇവിടെനിന്ന് രക്ഷപ്പെടുക.

ഞാൻ വിയർത്തു.

"വരൂ.." ഇടതുവശത്തെ വാതിൽതുറന്ന് അവളുടെ ചെറിയമ്മാവൻ എന്നെ അകത്തേക്ക് ക്ഷണിച്ചു. ഞാൻ മടിച്ചിരുന്നു.

"വേണ്ട.......സാരമില്ല.." ഞാൻ വാക്കുകളുണ്ടാക്കി.

"പൊയ്ക്കൊള്ളൂ.. നാണിക്കണ്ട..." പിള്ളയാശാൻ.

"വരൂ.."

ഒരു യന്ത്രംപോലെ ഞാൻ ചലിച്ചു.

എന്റെ ശരീരം ചലിക്കുന്നുണ്ടോ. അതോ ആരെങ്കിലും തന്നെ കെട്ടി വലിക്കുന്നോ. തള്ളിനീക്കുന്നോ.

ഒന്നുമറിയാതെ ഞാൻ ചുവടുവച്ചു.

പ്രകാശം മങ്ങിയ ഒരു മുറി.

നീളമുള്ള ജാലകത്തിലെ അഴികളിൽ പുറത്തെ ചെടിപ്പടർപ്പുകളുടെ നിഴൽ. നിശ്ശബ്ദത.

കസേരയിൽ ഞാനിരുന്നു.

ആരാണ് മുന്നിൽ നിൽക്കുന്നത്. തലകുമ്പിട്ട ആ രൂപം ഏതാണ്.

അവളുടെ വിതുമ്പൽ ഞാൻ കേട്ടു. ഞാനെഴുന്നേറ്റു.

"നിൽക്കൂ......" അവളുടെ ശബ്ദം

ഞാൻ നിന്നു.

"ക്ഷമിക്കണം. നിങ്ങളാണെന്നറിഞ്ഞില്ല.." അവൾ പിന്നെയും വിതുമ്പി.

ഞാൻ വാതിൽക്കലേക്ക് നടന്നു.

"നിൽക്കൂ...." പിന്നെയും അവളുടെ ശബ്ദം.

വാതിൽപ്പടിയിൽ കൈയൂന്നി ഞാൻ നിന്നു.

"ഒന്നും അറിഞ്ഞുകൊണ്ടല്ല." അവളുടെ ശബ്ദം. അടക്കിയ വിതുമ്പൽ.. "വേണ്ടെന്ന് ഞാൻ തന്നെ പറഞ്ഞോളാം... ന്നാലും.." അവൾ പിന്നെയും വിതുമ്പി. "ഇവിടുള്ളവരോടെങ്കിലും അതൊന്നും പറയരുത്.. പറയരുത്.." അവൾ കരഞ്ഞു.

ഞാൻ വാതിലിന് പുറത്തിറങ്ങി.

അവളുടെ കരച്ചിൽ എന്റെ കാതുകളിൽ തങ്ങി.

14

പക്ഷികളുടെ ഒരു കൂട്ടം പറന്നുപോയി.

ആകാശത്ത് അങ്ങിങ്ങ് തങ്ങിനിന്ന നരച്ച മേഘങ്ങളിൽ കടുത്ത ചുവപ്പ് വീണു. അവയുടെ അരികുകളിൽ സ്വർണനിറമുള്ള പ്രകാശം മിന്നി. സൂര്യൻ പൂർണമായും താഴ്ന്നിരിക്കണം. പടർന്നുതിങ്ങിയ മേഘ മറവിൽ ഒന്നും വ്യക്തമല്ല. അന്തരീക്ഷത്തിന് ഒരു നിറംമാറ്റം. നേർത്ത ഇരുട്ട്. ഞാൻ മണൽപ്പരപ്പിലേക്ക് ചാഞ്ഞു.

പടർന്നുതിങ്ങിയ മറ്റൊരു മേഘം ഉദിച്ചുമിന്നിയ ഒരു താരകത്തെ മറച്ചുകളഞ്ഞു. പലരൂപങ്ങളിൽ അവ പരന്നുകിടന്നു. ഒഴിഞ്ഞ കോണുകളിൽ പോലും ഒരു താരകംകൂടി പിന്നെ ഉദിച്ചുകണ്ടില്ല.

ഇരുട്ട് കറുത്തുവന്നു. തണുത്ത കാറ്റ് കടലിന്റെ ഗന്ധം ചേർത്ത് തഴുകിപ്പോയി. തണുത്തു. കൈകൾ കോർത്ത് തലയണയാക്കി ഞാൻ കിടന്നു.

അടുത്തെങ്ങോ മണലിൽ പുതഞ്ഞ് കടന്നുപോകുന്ന കാൽപ്പാദങ്ങളുടെ ഞെരിപ്പ്. വ്യക്തമല്ലാത്ത പറച്ചിലുകൾ. നേർത്ത ചിരികൾ.

ഇന്ന് തിരക്ക് അധികമാണെന്ന് തോന്നുന്നു. അല്ലെങ്കിൽ ഈ ഒഴിഞ്ഞ ദൂരത്തേക്ക് അധികമാരും വരില്ല. ഞാനെഴുന്നേറ്റിരുന്നു. തിരയിറങ്ങിക്കിടക്കുന്നു. എത്ര ശാന്തമാണ് കടൽ. ഒടുവിൽ വരുമ്പോഴും പ്രക്ഷുബ്ധമായിരുന്നു.

എല്ലാം ഒതുക്കിക്കിടക്കയാവാം. ഒരുപാട് പ്രക്ഷുബ്ധമായതിന്റെ ശാന്തത. ക്ഷോഭങ്ങളുടെ അവസാനം. നിലവിളികളുടെ അന്ത്യം. ഒരു മുഖമറ, സ്വസ്ഥതയുടെ. ഒന്ന് അലറിക്കരയാത്തതെന്തേ.

ഇരുട്ട് മാത്രമായി.

ആകാശവും അന്തരീക്ഷവും ദിക്കുകളും കറുത്തുനിന്നു. കടലൊരു

കറുത്ത നിഴൽപോലെ. സമയമെടുത്തു ശ്വസിക്കുംപോലെ ഇടയ്ക്കെങ്ങോ ഒന്ന് വെറുതെ പതഞ്ഞ് പരന്ന ചെറിയ തിരയനക്കങ്ങൾ.

"നീ അന്ന് അങ്ങനെ പറഞ്ഞിട്ട് പോയത് നന്നായി." അച്ഛന്റെ എഴുത്ത്. "അല്ലെങ്കില് അവരുടെ അഭിപ്രായമറിയുംമുൻപ് നമ്മള് ചെന്നുപറഞ്ഞ് നാണംകെട്ടേനെ... ജാതകം അവര് നോക്കീട്ട് ചേരുന്നില്ലെന്നാ പറഞ്ഞത്.. മറ്റെന്തെങ്കിലുമാവും.. കൃഷ്ണൻ കണിയാന് തെറ്റാറില്ല.. വേറെ വലിയ ബന്ധങ്ങളേതെങ്കിലും വന്നുകാണും... സാരമില്ല.. എല്ലാത്തിനും ഒരു സമയമുണ്ട്.. അതെത്തുമ്പോ ഒക്കെ നടക്കും.. പിള്ളയാശാന് ആകെ വിഷമമായി...."

ഓർത്തു. ആ ബന്ധം നമുക്ക് വേണ്ടെന്നെഴുതിയ കത്ത് വീട്ടിലേക്ക് പോസ്റ്റുചെയ്യാൻ മറന്നതുനന്നായി. പിള്ളയാശാനോടെങ്കിലും വിശദീകരിക്കേണ്ടിവന്നേനെ.

ഒന്നും അറിഞ്ഞുകൊണ്ടല്ല .. അവളുടെ വാക്കുകൾ.

കുങ്കുമനിറമുള്ള പട്ടിൽ അവൾ മറ്റാരോ ആയിരുന്നിരിക്കണം. കണ്ണുനീരിന്റെ ചൂടിൽ നീറ്റേണ്ടത് ആരുടെ ഹൃദയത്തെയാണ്.

ഇരുട്ട് നിശ്ശബ്ദമായി.

മണൽപ്പരപ്പിനൊടുവിലെ കരിങ്കൽ മതിലിനപ്പുറത്ത് വാഹനങ്ങളുടെ തിരക്കും നിലച്ചിരിക്കുന്നു. ഇടയ്ക്കിടെ പിന്നെയും കടന്നുപോയവയുടെ പ്രകാശം ഇരുളിൽ ഒരു ചാലായൊഴുകി.

ഞാനെഴുന്നേറ്റു.

പോകാം. ഒടുവിലെ ബസ്സിന് സമയമായിട്ടുണ്ടാവും.

കൽമണ്ഡപത്തിലെ നിഴലുകൾക്കിടയിൽ മറയുന്ന രൂപങ്ങളിൽനിന്ന് കണ്ണെടുക്കുമ്പോളോർത്തു ഇത് മൂന്നാമത്തെ ദിവസം. സന്ധ്യ. കടൽ. മണപ്പുറം. ഇരുട്ട്.

നീണ്ടുനിവർന്ന് കിടക്കുന്ന മത്സ്യകന്യയുടെ നാഭിയിൽ തലചായ്ച്ച് ആരോ മയങ്ങുന്നു. മടിയിലുറക്കുംപോലെ. അഭയം. സുരക്ഷിതം. പ്രതിമയ്ക്ക് ജീവനുണ്ടോ..

അകലുന്തോറും പിന്നിൽ കടലുണർന്നുവിളിച്ചു. വരൂ.. വരൂ.. എന്ന് ഉറക്കെ. പിന്നെയും പിന്നെയുമുറക്കെ. ഞാൻ തിരിഞ്ഞുനോക്കി. പാദങ്ങളിൽ ഒരു തരിപ്പ് പടർന്നു. ശരീരം കുഴഞ്ഞു.

നഗരം ഉറങ്ങിയിട്ടില്ല.

മഴ നനഞ്ഞ് കുതിർന്ന നിരത്തുകളിൽ എങ്ങോ നിന്ന് പാറിവീണ പ്രകാശത്തിന്റെ നേർത്ത തരികൾ മിനുങ്ങിക്കിടന്നു. ഒറ്റപ്പെട്ടു കടന്നുപോകുന്ന വാഹനങ്ങൾ. ഇരുട്ടിൽ തിങ്ങിയ ശിഖരങ്ങളിൽ നേർത്ത ചിറകൊച്ച.

എന്റെ മുറി.

പ്രകാശം തെളിക്കുമ്പോൾ നിലത്തു വീണുകിടന്ന ഒരു ചെറിയ കുറിപ്പ് കണ്ടു. അതെടുത്തു. സിഗററ്റ് കവർ പാതി കീറിയെഴുതിയ കുറിപ്പ്. "അന്വേഷിച്ച് അരമണിക്കൂർ കാത്തുനിന്നു. ലീവെടുക്കാതെ കാണാഞ്ഞ

തിനാൽ പുതിയ സൂപ്രണ്ട് പറഞ്ഞുവിട്ടതാണ്. വന്നിട്ടുണ്ടെന്നറിഞ്ഞു. നാളെ കാണണം.” സദാശിവൻ.

എവിടെയായിരുന്നു ഈ ദിവസങ്ങളിലൊക്കെ താൻ. ഏതു ലോകത്തായിരുന്നു. ഒരിരുട്ടിൽ മടങ്ങിയെത്തിയതോർമ്മയുണ്ട്. ഉറങ്ങാതെ കിടന്നതോർമ്മയുണ്ട്. പകലുദിച്ചതും അസ്തമിച്ചതും ഇരുട്ട് പരന്നതും ഓർമ്മയുണ്ട്.

രണ്ടുമൂന്നു തവണയെങ്കിലും അതൊക്കെ ആവർത്തിച്ചിരിക്കണം. മറന്നതെന്തൊക്കെയാണ്. എന്തുപറ്റി തനിക്ക്.

തലയ്ക്കുള്ളിൽ ഒരു പെരുപ്പ് പടരുന്നു.

കിടക്കയിലിരുന്നു. കൂജയിലെ തണുത്ത വെള്ളം തൊണ്ടയിലേക്കൊഴിച്ചു. ഒരു പകുതി കുടിച്ചു. ചെറിയ ആശ്വാസം. കണ്ണുകളടച്ച് കിടക്കയിലേക്ക് ചാഞ്ഞു. കൈയെത്തിച്ച് വിളക്കണച്ചു. ഇരുട്ട്. പിന്നെയുമിരുട്ട്.

കണ്ണുകളിൽ നനവ്.

കരയണമെന്ന് തോന്നി. കഴിയുന്നില്ല. തൊണ്ടയിൽ നിന്ന് ഒരു വിങ്ങൽ വിട്ടുപോരുന്നില്ല. ശബ്ദം വരുന്നില്ല. ശരീരം തളർന്നുകിടന്നു. ഇടയ്ക്കിടെ വെറുതെ കിതച്ചു. ദീർഘം ശ്വസിച്ചു.

പുറത്ത് മഴയുടെ വരവ്.

മഴ പെയ്തുവീണു. നേർത്ത ഇരമ്പം. പതിഞ്ഞ സംഗീതംപോലെ മഴ പെയ്തു. തഴുകുംപോലെ.

കണ്ണുകളിൽ മയക്കംവീണു.

ഓഫീസിലെത്തുമ്പോൾ ഒരിക്കലും പതിവില്ലാതെ വൈകി. വിഷമം തോന്നി. സൂപ്രണ്ടിന്റെ മുറിയിലേക്ക് നടന്നുപോകുമ്പോൾ പലരും മുഖമുയർത്തി. ശ്രദ്ധിച്ചില്ല. അങ്ങനെ ശ്രദ്ധിക്കുകയില്ലായിരുന്നു മുൻപെങ്കിലും ഒരു വല്ലായ്മ തോന്നി.

സൂപ്രണ്ടിന്റെ സീറ്റ് ഒഴിഞ്ഞ് കിടന്നു. ലീവാവും. രജിസ്റ്ററിൽ ഇന്നത്തെ പേജിന്റെ അടയാളം കണ്ട് തുറന്നു. കഴിഞ്ഞ ദിവസങ്ങളിലേക്കുള്ള ലീവ് ലെറ്റർ പിൻചെയ്യാനൊരുങ്ങുമ്പോൾ മറ്റൊരപേക്ഷ കണ്ടു. വരികൾക്ക് താഴെ പത്മജയുടെ പേരും ഒപ്പും.

വാതിൽചാരി പുറത്തിറങ്ങുമ്പോൾ ചോദ്യം വന്നു.

“എന്തുപറ്റീ സാറിന്.. രണ്ടുമൂന്ന് ദിവസമായല്ലോ..” പ്യൂൺ.

“സുഖമില്ലായിരുന്നു.. സൂപ്രണ്ട് ലീവിലാണോ..”

“ങ്ഹാ.. ഏതോ കല്യാണമുണ്ടെന്ന് പറഞ്ഞു...”

പിന്നെയും ഇടയ്ക്കാരോ ചോദ്യമാവർത്തിച്ചു; ഉത്തരവും. അല്പമുറക്കെയാണ് ഉത്തരം പറഞ്ഞത്. ഒന്നുരണ്ടുപേർ കൂടുതൽ കേൾക്കട്ടെ. ചോദ്യം വരില്ലല്ലോ.

സീറ്റിലിരിക്കുമ്പോൾ സദാശിവൻ പുറത്തുനിന്ന് വന്നു. അയാൾ അഭിവാദ്യം ചെയ്തു. അടുത്ത സീറ്റിലിരിക്കാതെ അയാളടുത്തേക്ക് വന്നു.

“എന്തുപറ്റീ അജയന്..” അയാൾ ചോദിച്ചു.

“സുഖമില്ലായിരുന്നു... ഇങ്ങുവരെ വന്ന് അവധിയപേക്ഷിക്കാൻ

മടിച്ചു.. സുപ്രണ്ട് വല്ലതും പറഞ്ഞോ..."

"പുതിയ ആളല്ലേ... അജയന്റെ ഫയലുകൾ മുടങ്ങിയപ്പോഴാണ് പുള്ളി ശ്രദ്ധിക്കുന്നത്... സാരമില്ല, അങ്ങനെ ഉഴപ്പുന്ന ആളല്ലെന്ന് ഞാൻ പറഞ്ഞിട്ടുണ്ട്.." ഇടതുവശത്തുള്ള അയാളുടെ സീറ്റിലിരുന്നുകൊണ്ട് പിന്നെയും ചോദിച്ചു.

"സുഖമില്ലായിരുന്നെങ്കിൽ അറിയിക്കാമായിരുന്നില്ലെ..."

"മറന്നു.."

"ഇവിടുത്തെ കാര്യങ്ങളൊക്കെ അറിഞ്ഞില്ലേ.." സദാശിവൻ പറഞ്ഞു. "ഞങ്ങളിന്നലെയും പോയി കണ്ടു. കഷ്ടമായിപ്പോയി. കണ്ടു നിൽക്കാൻ ബുദ്ധിമുട്ടു തോന്നി..."

"എന്തേ.." ഞാൻ പെട്ടെന്ന് ചോദിച്ചു.

"അറിഞ്ഞില്ലേ അജയൻ പത്മജേടെ കാര്യം.."

"ഇല്ല.. എന്തുപറ്റീ അവർക്ക്..."

"കഷ്ടം.. അവര് നാട്ടിൽ പോയി വരുന്നവഴിക്ക് ഒരാക്സിഡന്റ്... ബസ് മറിഞ്ഞിട്ട്... നട്ടെല്ലിനാ ഒടിവ്.. കാലുകൾ തളർന്നുപോയി. മൂത്ത കുട്ടി കൂടെയുണ്ടായിരുന്നു. അവന് പരിക്കൊന്നുമില്ല..... ഇന്നലെ ഞങ്ങള് പോയപ്പോൾ അവര് കരഞ്ഞു.. കണ്ടുനിൽക്കാൻ പറ്റൂല്ലാ...."

നടുക്കത്തോടെ ഞാനത് കേട്ടിരുന്നു.

ഉള്ളിലെങ്ങോ ഒന്ന് നീറിയതുപോലെ. ഒരു വേദന.

നിശ്ശബ്ദതയായി, ഏറെനേരം.

"എവിടെയാ അവരിപ്പോ...." ഞാൻ ശബ്ദിച്ചു.

"മെഡിക്കൽകോളേജിലാ.. ഇന്നൊരുപക്ഷേ വീട്ടിലേക്ക് മാറ്റിയേക്കും.. വളരെ നാളത്തെ ചികിത്സ വേണ്ടിവരുമെന്നാ.. എന്നാലും പൂർണമായി..."

"കഷ്ടം"

ഫയലുകളിലേക്ക് മുഖംപൂഴ്ത്തുമ്പോൾ പെട്ടെന്ന് പത്മജയുടെ രൂപം തെളിഞ്ഞുവന്നു. ക്ഷണിക്കുന്ന കണ്ണുകളോടെ അവർ ചിരിച്ചു. വശ്യമായ വാക്കുകൾ പറഞ്ഞു. ഒന്നു സ്പർശിച്ചു. ഉരുമ്മി. പിന്നെയും ചിരിച്ചു. പരിഭവം പറഞ്ഞു. ഒരുപാട് നേരം.

ചിന്തകൾ ആ കണ്ണുകളുടെ തടവിലായി. അക്ഷരങ്ങൾ ആ വാക്കുകളുടേതായി. ഓരോ താളിലും ആ മുഖം. എന്തേ വരാത്തതെന്ന് പറഞ്ഞുമങ്ങുന്ന ആ മുഖം.

എവിടെയാണ് ഞാനൊളിച്ചിരിക്കുക.

ഓഫീസ് വിട്ടിറങ്ങുമ്പോൾ വൈകി.

അവധിയെടുത്ത ദിവസങ്ങളുടെ ഭാഗം പിന്നെയും ബാക്കി കിടന്നു. പ്യൂൺ വാതിലുകളടച്ച് തീരുംമുൻപ് എഴുത്തുനിർത്തി. ഫയൽക്കൂമ്പാരങ്ങൾക്കിടയിൽ അയാളൊഴികെ താനൊറ്റയ്ക്കായി.

തിരക്കിനിടയിലൂടെ ബദ്ധപ്പെട്ട് നടക്കുമ്പോൾ ഉള്ളിൽ ഒരു ഭീതി നിറഞ്ഞു. എന്തോ ഭയക്കുംപോലെ. ഏതോ കാഴ്ച. ഏതോ മുഖം. തല കുനിച്ചു നടന്നു. മിഴികളുയർത്തിയപ്പോഴൊക്കെ ഒരു രൂപവും ശ്രദ്ധിക്കാ

തിരിക്കാൻ ആവതു ശ്രമിച്ചു. കഴിഞ്ഞില്ല.

മെഡിക്കൽ കോളേജിനു മുന്നിൽ ബസ്സിറങ്ങി.

സന്ദർശനസമയമായതിനാൽ വഴികളിൽ തിരക്കുണ്ട്. വാർഡുകളിലെ അഴുക്കലിന്റെയും മരുന്നിന്റെയും മിശ്രിതഗന്ധം വല്യച്ഛനെ ഓർമ്മയിൽ കൊണ്ടുവന്നു. അപ്പോൾ മനസ്സ് കുഴങ്ങി. മറ്റൊരു കാഴ്ചകൂടി തന്നെ നടുക്കാൻ പാകത്തിന് ഇതാ കാത്തിരിക്കുന്നു.

എട്ടാം വാർഡിൽ പത്മജയുടെ കിടക്ക കണ്ടുപിടിക്കാൻ പ്രയാസമുണ്ടായില്ല.

അടുത്തേക്ക് ചെന്നപ്പോൾ കൂട്ടിരുന്ന സ്ത്രീ എഴുന്നേറ്റു. കഴുത്തറ്റം മൂടിയ വെളുത്ത പുതപ്പിനുമുകളിൽ മിഴികളടച്ച പത്മജയുടെ മുഖം. നിർവ്വികാരമായ മുഖം. വേദനയുടെ പൂർണ്ണഭാവം നിർവ്വികാരതയാണോ. അമ്പരപ്പോടെ ഞാൻ നിന്നു. മന്ദഹസിക്കുന്ന ആ മുഖം ഉള്ളിലെങ്ങോ തങ്ങി.

“ഇന്നൊരു ഓപ്പറേഷൻകൂടിയുണ്ടായിരുന്നു.” കൂടെയുള്ള സ്ത്രീ പറഞ്ഞു. “ബോധം തെളിഞ്ഞിട്ടില്ല.”

ഞാൻ മുരടനക്കി. വാക്കുകളൊന്നും പുറത്തുവരുന്നില്ല. ഒരു ചോദ്യവും വിമ്മിഷ്ടപ്പെടുത്തുന്നുമില്ല. ചോദ്യോത്തരങ്ങൾക്ക് എന്തു പ്രസക്തി.

തിരിച്ചു നടന്നു. ഉണരുമ്പോൾ അടുത്ത് താനുണ്ടാവരുത്. നനഞ്ഞ കണ്ണുകൾ ഞാൻ ഇറുകെ അടച്ചു.

ദിവസങ്ങൾ പുതിയ നടുക്കങ്ങൾ തരാതെ കടന്നുപോയി. ഉള്ളതിൽനിന്നൊരു മോചനം പക്ഷേ, ആശിക്കാനുമായില്ല. എവിടെയാണ് മോചനം. മനസ്സിലെ നീറ്റൽ അടങ്ങുന്നില്ല.

സന്ധ്യ.

ബുക്സ്റ്റാളിലേക്കുള്ള റോഡുതിരിഞ്ഞ് പത്മജയുടെ വീട്ടിലേക്കുള്ള ലെയിൻ നോക്കിനടന്നു. ഇന്നലെ അവരെ വീട്ടിലേക്കു മാറ്റിയെന്ന് സദാശിവൻ പറഞ്ഞിരുന്നു.

എങ്ങിനെയാണ് അവരെ അഭിമുഖീകരിക്കുക. എന്തൊക്കെയാണ് അവരോട് പറയേണ്ടിവരിക. ഏതുഭാവമാണ് മുഖത്ത് സൂക്ഷിക്കുക. ആശ്വസിപ്പിക്കുവാനുള്ള ഒരു വാക്ക് ഏതാണ്.

വീട് തെറ്റിയില്ല.

കാളിംഗ്ബെല്ലിൽ വിരലമർത്തുംമുൻപ് വാതിൽ തുറക്കപ്പെട്ടു. കാത്തിരുന്നതുപോലെ. അപരിചിതയായ ഒരു മധ്യവയസ്ക. പത്മജയുടെ ഛായയുണ്ട്. സഹോദരിയാവും. അവർ അകത്തേക്ക് വിരൽ ചൂണ്ടി.

മെല്ലെ അകത്തേക്ക് നടക്കുമ്പോൾ വശത്തുള്ള വരാന്തയിൽ പുസ്തകങ്ങൾ മറിച്ചുനോക്കിയിരിക്കുന്ന കുട്ടികളെ കണ്ടു. അപകടത്തിൽപ്പെട്ട മൂത്ത കുട്ടിയുടെ നെറ്റിയിൽ ഒരു നീണ്ട മുറിപ്പാട്.

കുട്ടികൾ എന്നെ കണ്ടതായി ഭാവിച്ചില്ല. ഒന്നു തിരിഞ്ഞുനോക്കി

യിട്ട് വീണ്ടുമവരുടെ ശ്രദ്ധ പുസ്തകങ്ങളിലായി. വാതിൽ തുറന്ന സ്ത്രീയെ പുറകിലോ സമീപത്തോ കണ്ടില്ല.

പാതി ചാരിയ വാതിൽ ഞാൻ ശബ്ദമില്ലാതെ തള്ളിനീക്കി. അടച്ച ചില്ലുജനാല ചേർത്തിട്ട കിടക്കയിൽ ഒരുടഞ്ഞ വിഗ്രഹംപോലെ ചലനമില്ലാതെ പത്മജ കിടന്നു. ഷീറ്റിന് വെളിയിൽകണ്ട കണങ്കാലുകളിൽനിന്ന് പാദങ്ങളോളം കട്ടിയുള്ള പ്ലാസ്റ്ററിട്ടിരിക്കുന്നു. മുഖം ചുവരിലേക്ക് തിരിഞ്ഞിരിക്കുന്നു. ഉറക്കമാണോ.

ഞാൻ നോക്കിനിന്നു.

ഒരുനിമിഷം മനസ്സും ശരീരവും നിശ്ചലമായിപ്പോയി. ഇമയനക്കം പോലുമില്ലാതായി. എണ്ണവറ്റിയ ഒരുദീപം മനസ്സിൽ മുനിഞ്ഞുകത്തി.

ഉണർത്തേണ്ട. തിരിച്ചുപോകാം.

വാതിൽ മെല്ലെ ചാരുമ്പോൾ ആ ശബ്ദം കേട്ടു.

"അജയാ..."

അവർ മുഖംതിരിച്ചു. ഞാനടുത്ത് ചെന്നുനിന്നു.

"ഇരിക്കൂ.." അവർ പറഞ്ഞു.

അടുത്തുള്ള സ്റ്റൂളിൽ ഞാനിരുന്നു. ആ മുഖത്ത് ഒരുപാട് ആഴമുള്ള ഒരു മന്ദഹാസം. അതിന് നനവുള്ളതുപോലെ.

"ഇപ്പോഴെങ്കിലും വന്നൂ...... അല്ലേ.."

ഞാൻ മുഖം കുനിച്ചു. ആ മിഴികൾ ഒരുപാടുതവണ അടഞ്ഞുചിമ്മി. കൺകോണുകളിൽ ഈർപ്പം പൊടിഞ്ഞു. ചുണ്ടുകൾ വിറപൂണ്ടു.

"കരയരുത്"

"ഇല്ല"

ടവലെടുത്ത് അവർ കണ്ണുകൾ തുടച്ചു. മുഖത്ത് പാറിക്കിടന്ന മുടിയിഴകൾ മാടിയൊതുക്കി.

"ഇന്നലെ വന്ന ആരോടോ ഞാൻ തിരക്കിയിരുന്നു, അജയനെപ്പറ്റി.." അവർ പറഞ്ഞു.

"സംഭവദിവസം രാത്രി ഞാൻ വീട്ടിലായിരുന്നു.. പിന്നെ രണ്ടുമൂന്നുദിവസം ലീവ്. അറിഞ്ഞപ്പോ അത്രയും വൈകി...ആശുപത്രീല് ഒരു ദിവസം വന്നിരുന്നു."

"അജയൻ വന്ന കാര്യം ആരും പറഞ്ഞില്ല." അവർ പറഞ്ഞു. "ഹോസ്പിറ്റലീന്ന് ഇന്നലെ ഇങ്ങ് പോന്നു... അവിടെത്തന്നെ കിടന്നിട്ട് കാര്യമില്ലാന്ന് ഡോക്ടർ പറഞ്ഞു....... തീർന്നിട്ടില്ല ചികിത്സകൾ..." അവർ വിതുമ്പി.

എന്തു പറഞ്ഞാണ് ആശ്വസിപ്പിക്കുക.

വാക്കുകൾ കിട്ടാതെ ഞാനിരുന്നു.

മച്ചിലെങ്ങോ മിഴിനട്ട് അവർ കിടന്നു. ഏറെനേരം.

ഇടയ്ക്കിടെ അവർ വിതുമ്പുകയും കണ്ണുനീർ തുടയ്ക്കുകയും ചെയ്തു. ഒരുപാട് പ്രായം ചെന്നപോലെ അവരുടെ മുഖം വാടിത്തളർന്നിരുന്നു. വന്നുചിരിച്ച് ക്ഷണിക്കാറുള്ള ആ മുഖം എന്റെ മനസ്സിൽ

തെളിഞ്ഞു. ഒളിപ്പിച്ചുവെച്ച ഒരുപാട് കണ്ണുനീരുണ്ടായിരുന്നോ ആ മിഴികളിൽ.

"അജയാ..."

"ഉം..."

"ഒരുപാട് തവണ ഞാൻ ക്ഷണിച്ചിട്ടുണ്ട്... അല്ലേ.." അവർ എന്റെ നേർക്ക് മുഖം തിരിച്ചു. "ഒരിക്കലും വന്നിട്ടില്ലല്ലോ അജയൻ.. ഇങ്ങനെ കാണാനാണോ വരാതിരുന്നത്".... അവരുടെ ശബ്ദമിടറി.. "ഒരുകപ്പ് ചായ പകരാൻകൂടി എനിക്കാവില്ലല്ലോ..." അവർ കരഞ്ഞു.

"വേണ്ട, കരയണ്ട.."

"ഇല്ല... കരയുന്നില്ല.." അവർ കണ്ണുകൾ തുടച്ചു.

വാതിൽക്കൽ കാൽപെരുമാറ്റം. നേരത്തെ കണ്ട സ്ത്രീ ഒരുനിമിഷം വന്നുനോക്കിയിട്ട് പോയി. ശബ്ദം കേട്ടാവും. കുട്ടികളോട് അവരെന്തോ പറയുന്നതും കേട്ടു.

സമയം കഴിയുന്നു.

കണ്ടിരിക്കുംതോറും ഓരോ ഭാവങ്ങൾ വന്നുമറയുന്നു, ഉള്ളിൽ. മുന്നിൽ, ഇത് കാണാത്ത ഭാവമാണ്. കണ്ടു തകരുന്ന ഭാവം.

ഞാനെഴുന്നേറ്റു.

"വരട്ടെ.."

"ഇരിക്കൂ.." അവരെന്റെ കൈകളിൽ സ്പർശിച്ചു. "വന്നതില് സന്തോഷമുണ്ടെനിക്ക്... ഇനി വരുമോ.."

"വരാം.."

ഏറെനിമിഷം ആ കണ്ണുകൾ എന്റെ മുഖത്ത് തങ്ങി. എന്തോ ഓർക്കുംപോലെ ഒരു മന്ദഹാസം ആ മുഖത്ത് തെളിഞ്ഞു. പെട്ടെന്ന് പിന്നെയും കണ്ണുകൾ നിറഞ്ഞു. ചുണ്ടുകൾ വിതുമ്പാനൊരുങ്ങി. അവർ മുഖം തിരിച്ചു.

"വരട്ടെ.."

എന്റെ കൈവിരലുകൾ ആ നെറുക സ്പർശിച്ചു.

ഇരുമ്പുഗേറ്റ് പിന്നിലടഞ്ഞു.

ഇരുട്ട് വീണ ഇടവഴിക്കപ്പുറത്തെ നേർത്ത പ്രകാശത്തിലേക്ക് ഞാൻ നടന്നു.

15

ഉത്തരമില്ലാത്ത ഒരുപാട് ചോദ്യങ്ങൾ അഗ്രം കൂർത്തു നീണ്ട മുള്ളുകൾപോലെ എങ്ങോ കോറിവരഞ്ഞു. ആഴമുള്ള കോറലുകൾ. അവയിൽനിന്ന് നിണം വാർന്നു. ഞാനാ നിണമൊഴുക്കിൽ നനഞ്ഞു. തോരാതെ അത് പെയ്തുനിറഞ്ഞു. ഞാനതിൽ മുങ്ങിനിവർന്നു.

സന്ധ്യ ചുവന്നു.

കറുത്തു.

ആകാശത്തിന്റെ അങ്ങേച്ചരിവിൽ, ഒരുപാടൊരുപാടകലത്ത് ഒരിത്തിരിവെട്ടം ശേഷിച്ചു. ഇനി അതും മറയും. മായും. മാഞ്ഞുപോകും മുൻപ് ആ ദൂരത്തെ എനിക്കൊന്ന് തൊടാൻ കഴിയുമോ. അതിൽനിന്ന് ഒരു നക്ഷത്രത്തെ ഉദിപ്പിക്കാൻ കഴിയുമോ. ഒരിറ്റ് വെളിച്ചം തന്ന് ഒരു രാവ് കാക്കാൻ.

"നിന്റെ നക്ഷത്രമേതാണ്.." മുതിർന്നപ്പൊഴും ഇടയ്ക്കൊക്കെ അമ്മൂമ്മ ചോദിക്കുമായിരുന്നു. അടുത്തിരുന്ന് അമ്മൂമ്മയുടെ ചുളിഞ്ഞു മിനുങ്ങിയ കൈത്തണ്ടയിലെ തൊലി നുള്ളിയെടുക്കുമ്പോഴൊക്കെ തന്റെ കൈത്തലം പിടിച്ചുമലർത്തി ഒന്നു പരതിനോക്കിയിട്ട് അമ്മൂമ്മ പിന്നെയും ചോദിക്കും, "നിന്റെ നക്ഷത്രമേതാണ്..."

"തിരുവാതിര.. എത്രതവണ പറഞ്ഞതാ.. മറന്നോ അമ്മൂമ്മ..." ഞാനാ നീണ്ടുതൂങ്ങിയ കാതുകളുടെ മൃദുത്വം ഞെക്കി നോവിക്കും.

"സന്ന്യാസിയപ്പൂപ്പന്റെ നക്ഷത്രാ... ദിവ്യനായിരുന്നു. മൂപ്പര്... എന്തൊരു തേജസ്സായിരുന്നു.." അമ്മൂമ്മപറയും. അതു പറയുമ്പോഴൊക്കെ അവരുടെ മുഖം അത്ഭുതം കൊണ്ടു വിടരുമായിരുന്നു.

പിന്നെയും പറയും, "നിനക്കാ രൂപമാ.. ആ നീളോം പൊക്കോമൊക്കെ..."

"എവിടെയാ ആ അപ്പൂപ്പനിപ്പോ...." തന്റെ ചോദ്യം. താനാവർത്തിക്കാറുള്ള ചോദ്യം.

"ങ്ഹാ.. അമ്മൂമ്മയ്ക്കറിയില്ല... ആണ്ടില് മുക്കാലും മൂപ്പര് യാത്ര ചെയ്യും.. പുണ്യതീർത്ഥങ്ങള്, ക്ഷേത്രങ്ങള്, പേരുകളോർക്കാത്ത ഒരു പാട് രാജ്യങ്ങള്, കൊട്ടാരങ്ങള്, യുദ്ധസ്ഥലങ്ങള്,.. ഒടുവില് പോയത് വടക്കോട്ടാ.. തിരിച്ചുവന്നില്ല.. ഞാനന്ന് ചെറുപ്പാ.." അമ്മൂമ്മയുടെ കണ്ണുകൾ നിറയും.. തന്റെ വിരലുകൾ അത് തഴുകിമായ്ക്കും.

.....പിന്നെയും തിരിച്ചുവരാതെ പോയതാരാണ്. യാത്രപറഞ്ഞു പിരിഞ്ഞവരാരാണ്.

അബുവോ

ഘനശ്യാമോ

ശിവരാമേട്ടനോ

...അബുവിന്റെ നക്ഷത്രമേതാണ്. തിരുവാതിരയാവുമോ. തന്നോളം പൊക്കവും നിറവുമുണ്ടവന്.

കടലൊന്നിരമ്പി.

അടങ്ങുന്നില്ല.. തിരയിളക്കംപോലെ ഓരോന്ന് തിങ്ങിവരുന്നു. ഒന്നിനുപുറകെ ഓരോന്നായി.

ഓരോ മുഖവും വന്നു ചോദിക്കുന്നു. നീയോയെന്ന്.

"നീയെന്തേ ഈ ഏകാന്തതയിലൊറ്റയ്ക്ക്. തണുത്തു വിറയ്ക്കാനൊരുങ്ങുന്ന ഈ രാത്രിയില് ഈ കടപ്പുറത്ത്. ഈ ചാറ്റൽമഴ നിന്നെ നനയ്ക്കുന്നില്ലെ. ഈ കാറ്റ് നിന്നെ തണുപ്പിക്കുന്നില്ലെ. ഈ തിരയിളക്കം നിന്നെ ഭയപ്പെടുത്തുന്നില്ലേ.. പോകൂ.. പൊയ്ക്കൊള്ളൂ.. പൊയ്ക്കൊള്ളൂ.."

ഇല്ല. പോകുന്നില്ല.

ഘനശ്യാം നീയെനിക്കൊരു കവിത പാടിത്തരൂ. ഈറനുണങ്ങാത്ത ഒരു കവിത. എന്റെ കണ്ണുകൾ തണുക്കട്ടെ, എന്റെ ഹൃദയം നനയട്ടെ. എനിക്ക് കാവലിന് നീയൊരു നക്ഷത്രം കണ്ടുവയ്ക്കണം. നീരദങ്ങളുടെ ഒരു തല്പമൊരുക്കിവയ്ക്കണം. പാനംചെയ്യാൻ എന്റെ കണ്ണുനീരിറ്റുവീഴാത്ത ഇത്തിരി ജലം കരുതണം.. നീയെന്റെ അടുത്ത് വരണം... വളരെ, വളരെ അടുത്ത്...

ആരാണത്..

ശിവരാമേട്ടനോ..

ഏട്ടാ... ഞാൻ തോറ്റുപോയി.

ഞാൻ ഒരുപാട് തോറ്റുപോയി.

കരയണഞ്ഞ ഒരു തിര കാല് നനച്ചു.

കണ്ണുകൾ തുറന്നു. ഇരുട്ട് കനത്ത് നിൽക്കുന്നു. മടങ്ങാം. ഞാനെ

ഴുന്നേറ്റുനടന്നു. മഴ നനഞ്ഞ് കുതിർന്ന മണപ്പുറം പരുക്കനായി. ഓരോ കാൽവെയ്പിലും അപ്പോൾ കരയടർന്നു.

നടന്നു.

അനന്തമായ മണപ്പുറം.

ഞാൻ നടന്നു. എവിടെയോ ഒരു വെളിച്ചമുണ്ടാവണം. ഒരഭയകൂടാരമുണ്ടാവണം. ആരോ മിഴിനട്ട് കാത്തിരിക്കുന്നുണ്ടാവണം. തന്റെ വരവ് കാത്ത്.

യാത്ര ഒടുങ്ങുന്നില്ലല്ലോ.

ഇരുട്ട് പടർന്ന മണപ്പുറം ദൂരദൂരം നീണ്ടുകിടന്നു.

പരന്നുനിറഞ്ഞ മണപ്പുറം. പിന്തുടരാൻ കാല്പാടുകളില്ലാത്തത് ഞാൻ കണ്ടു. പാദസ്പർശമേൽക്കാതെ ഈ മണൽത്തരികൾ എന്തേ കാത്തിരുന്നു.

തിരിഞ്ഞുനോക്കി. എനിക്കുപിന്നിൽ എന്റെ ചുവടുകൾ പതിഞ്ഞിരിക്കുന്നു. ഒരുനിമിഷം മുട്ടുകുത്തി ഞാനവയെ കൈകൊണ്ട് സ്പർശിച്ചു. അവ തണുത്തിരിക്കുന്നു.

നിവരുമ്പോൾ ശ്രദ്ധിച്ചു. അവയുടെ ദിശ പുറകിലോട്ടാണ്. അപ്പോൾ ഞാൻ നടന്നതെങ്ങോട്ടാണ്.

നടുക്കത്തോടെ ഞാൻ നിന്നു.

കിതച്ചു. ശ്വാസം മുട്ടി.

തലയ്ക്കുള്ളിലെങ്ങോ ഒരു പെരുമ്പറ.

ചുറ്റുമിരുള്.

എനിക്ക് ചുറ്റുമപ്പോൾ എല്ലാം ഭ്രമണം ചെയ്തു. കടൽ. മണപ്പുറം... ആകാശം.. കടൽ.. മണപ്പുറം.. ആകാശം.. കടൽ...മണപ്പുറം.. ആകാശം...

എവിടേക്കെന്നറിയാതെ ഞാനോടി.

കാലുകൾ മണലിൽ പുതഞ്ഞു. പാദങ്ങളിൽ മണൽത്തരികൾ പോറൽ തീർത്തു. ആ പോറലുകളിൽനിന്ന് നിണംവാർന്നു. പിന്നിട്ട കാല്പാടുകളിൽ ചോപ്പു പടർന്നു.

എപ്പൊഴോ പിന്തിരിഞ്ഞുനോക്കി.

എന്താണത്. കാഴ്ചയിലെന്തോ തടയുന്നു. ഒരവ്യക്തത.

പിന്നെയും തിരിഞ്ഞുനോക്കി.

ഒരുരൂപം.. അവ്യക്തമായ രൂപം.

ആരാണത്. എന്തിനാണ് തന്നെ പിന്തുടരുന്നത്. വേഗത കുറച്ചു. ആ രൂപം അടുത്തടുത്ത് വരുന്നു. കൂടുതൽ കൂടുതൽ കാഴ്ചയിലേക്ക് അത് തെളിഞ്ഞുവരുന്നു.

... ആരാണത്.

ഒരിക്കൽക്കൂടി ഒന്നുതിരിഞ്ഞുനോക്കാൻ മനസ്സുവന്നില്ല. എന്തേ ആ

രൂപം തന്നെ പിന്തുടരുന്നു, വയ്യ, കണ്ടുനിൽക്കാൻ വയ്യ. ഞാൻ പിന്നെയുമോടി.

ഒരിക്കൽ പക്ഷേ, അറിയാതെ തിരിഞ്ഞുനോക്കിപ്പോയി. അപ്പോൾ ആ ദൃശ്യം കൂടുതൽ ഭയാനകമായി.

ഉടലറ്റ ശിരസ്സ് തന്നെ പിന്തുടരുന്നു.

മുഖം മാത്രം.

... കണ്ണീർ പടർന്ന കവിളുകൾ.. വിതുമ്പുന്ന ചുണ്ടുകൾ.. ഭയപ്പാട്..

ഞാനോടിയകന്നു.

അപ്പോൾ, പിന്നിലെങ്ങോ അരുതെന്ന നിലവിളി. അരുതരുതെന്ന് പിന്നെയുമുറക്കെ... ഉറക്കെ..

ജലം സ്പർശിച്ചു.

തണുപ്പ്.

ഭൂമി പിന്നിട്ടിരിക്കുന്നു. ഇത് ജലമാണ്. അനന്തവിസ്തൃതമായ ജലം. ധ്യാനത്തിലെന്നപോലെ അത് നിറഞ്ഞ് മൗനം പൂണ്ടു.

ഞാൻ ചുവടുവെച്ചു.

പാദങ്ങൾ കവിഞ്ഞു.

പിന്നെ മുട്ടോളം.

ക്രമേണ ഞാനതിൽ മെല്ലെമെല്ലെ ആണ്ടു.

നെറുകയിൽ ഒരുകണ്ണീർ സ്പർശം.

ഇരുട്ട്.

കിതപ്പൊടുങ്ങാൻ സമയമെടുത്തു.

തൊണ്ട വരണ്ടിരിക്കുന്നു. കൈയെത്തി വിളക്ക് തെളിച്ചു. താനാകെ വിയർത്തിട്ടുണ്ട്. കൂജയിലെ വെള്ളം വായിലേക്കൊഴിച്ചു. മുഴുവനും.

ആശ്വാസം. പിന്നെയും ദാഹം തോന്നി.

തോർത്തെടുത്ത് വിയർപ്പ് തുടച്ചു. കിടക്കയിലും നനവ് സ്പർശിച്ചു. സമയമെന്തായും. മേശതുറന്ന് വാച്ചെടുത്തു. നാലര കഴിഞ്ഞിരിക്കുന്നു. പുലരാനിനിയും സമയമുണ്ട്.

ചുവർചാരി കിടക്കയിലിരുന്നു.

തുറന്നിട്ട ജാലകത്തിനപ്പുറത്ത് ദൂരെ ആകാശത്ത് സ്വർണമുരുക്കിത്തൊട്ടതുപോലെ ഒരു ചന്ദ്രക്കല. അതിൽനിന്ന് തെറിച്ചുവീണ ഒരു ബിന്ദുപോലെ അരികിലൊരു നക്ഷത്രം. അഴികളിലൂടെ അതിന്റെ നേർത്ത വെട്ടം വീണുപരന്ന ചെടിപ്പടർപ്പുകൾ കണ്ടു.

തണുത്ത കാറ്റുവീശി.

ജനൽപ്പാളികൾ ശബ്ദത്തിലടഞ്ഞു തുറന്നു.

നക്ഷത്രം ഇരുളിൽ മറഞ്ഞു. ചന്ദ്രക്കലയെ മേഘം മറച്ചു. പിന്നെയും

കാറ്റുവീശി. മഴയാവും.

ആദ്യത്തെ മഴത്തുള്ളികൾ ശബ്ദത്തോടെ വീണു.

പിന്നെയും മഴത്തുള്ളികൾ. അത് മഴയായി. പെരുമഴയായി.

അഴികൾക്കുപിന്നിൽ മഴ കരഞ്ഞു.

ഇടയ്ക്കിടെ നിലവിളിച്ചു.

പിന്നെയും കരഞ്ഞു.

നിലവിളിച്ചു.

“ഏട്ടാ..”

“ഹരീ..”

“ഏട്ടാ..”

16

“ഒരുപാട് നന്ദിയുണ്ട്...” തോണിക്കാരനോട് പറഞ്ഞു.

“സാറിന്റെ ഭാഗ്യം...” അയാൾ പറഞ്ഞു. “ഈ സമയത്ത് തോണി കിട്ടാറില്ല. നാലുമണികഴിഞ്ഞ് ബോട്ട് സർവ്വീസുമില്ല. ഇവിടെ വരുന്നവരൊക്കെ അതിന് മുൻപ് വരും...”

“സന്തോഷമുണ്ട്..ഇതിരിക്കട്ടെ..” അഞ്ചുരൂപയുടെ ഒരു നോട്ട് ഞാൻ നീട്ടി.

“വേണ്ട സാർ..” അയാൾ നിരസിച്ചു. “ഇവിടുത്തേക്ക് വന്നതല്ലേ, വേണ്ട...”

“വാങ്ങിച്ചോളൂ.”

“വേണ്ട.. ഞാനീ ഭാഗത്തുള്ളതല്ല. വേറൊരാവശ്യത്തിന് തോണിയുമായി വന്നതാ...” അയാൾ പറഞ്ഞു. “ഞങ്ങടെ സ്ഥലത്തൂന്നും ആൾക്കാര് വരണുണ്ടിവിടെ... വലിയ കാര്യാ എല്ലാർക്കും... വരട്ടെ..” പുകക്കറയിൽ കറുത്ത ചുണ്ടുകൾ കോണിച്ച് അയാൾ ചിരിച്ചു. ചുളിവുകളുള്ള നെറ്റിക്കുതാഴെ ചെറിയ കണ്ണുകളിൽ വിനയത്തിന്റെ തിളക്കം... ഒരു പുണ്യം ചെയ്തതുപോലെ.

തോണി അടുത്ത തിരിവിലേക്ക് മറയുംവരെ നോക്കിനിന്നു. പച്ചനിറം പൂണ്ട ജലം മഞ്ഞിച്ച വെയിലിൽ തിളങ്ങി. ശാന്തമായ ജലോപരിതലത്തിൽ ഒരു തണുത്ത കാറ്റ് ചെറുതരംഗങ്ങൾ തീർത്തു.

തോണി തിരിഞ്ഞുപോയ ദിക്കിൽ നിന്നാവണം പുഴയുടെ ഒഴുക്ക്. അണക്കെട്ടിലേക്ക് ജലം ഒഴുകിയെത്തുന്ന മറ്റൊരു കൈവഴി വടക്കുകിഴക്കായി കാണുന്ന ആ തിരിവായിരിക്കണം. ജലാതിർത്തിയുടെ വളഞ്ഞ മറവുകളിൽ മങ്ങിയ വെയിലിൽ കറുത്ത പച്ചക്കാടുകളുടെ നിഴൽ നീണ്ടു. നടുക്കുള്ള കാട്ടുപൊന്തകൾക്കുള്ളിലെങ്ങോനിന്ന് ഉയരുന്ന പുകപടലം.

ദൂരെ സൂര്യൻ താണിരിക്കുന്നു.

കാട്ടുകുറ്റിച്ചെടികൾ അതിരിട്ട വഴിയിലേക്ക് ചുവടുവെയ്ക്കുമ്പോൾ ഒരിക്കൽകൂടി തിരിഞ്ഞുനോക്കി. ദൂരെ അണക്കെട്ടിന്റെ കൂറ്റൻ കരിങ്കൽഭിത്തികൾക്കു മുകളിലെ കൽത്തൂണുകളിൽ വെളിച്ചം തെളിഞ്ഞിരിക്കുന്നു. ജലം കൂടുതൽ കറുത്തിരിക്കുന്നു. ജലാശയത്തിന്റെ വിസ്തൃതമായ പരപ്പും ആഴവും ഓരോ നിമിഷവും സ്വയം വിസ്മരിപ്പിക്കുന്നു. ഉള്ളിലേക്ക് ക്ഷണിക്കുന്നു. ഒരുതരം കാന്തശക്തിപോലെ.

ഒന്നുകൂടി നോക്കിയില്ല.

തോണിയിൽ യാത്ര ചെയ്തുപോരുമ്പോൾ ദൃഷ്ടികൾ എപ്പോഴും കരയിലേക്ക് തിരിച്ചുവെച്ചിരുന്നു. ജലപ്പരപ്പിൽ അത് വന്നുപെട്ടപ്പോഴൊക്കെ വല്ലാതെ അമ്പരക്കുകയും ഹൃദയം നടുങ്ങുകയും ചെയ്തിരുന്നു. ആഴത്തെക്കുറിച്ച് വെറുതെ ചിന്തിച്ചപ്പോഴൊക്കെ മനസ്സ് നിശ്ചലമായി.

നടത്തത്തിനു വേഗം കൂട്ടി.

വളഞ്ഞുതിരിഞ്ഞ നടപ്പാതയ്ക്കരികിൽ പിന്നെയുമൊരു ചെറിയ ബോർഡു കണ്ടു. സ്നേഹാലയം എന്നു ചൂണ്ടിയ മഞ്ഞനിറമുള്ള ബോർഡ്. കുറച്ചകലെ വൃക്ഷങ്ങൾക്കിടയിലൂടെ അപ്പോൾ പുൽമേഞ്ഞ കുടിലുകളുടെ മേൽക്കൂര തെളിഞ്ഞു. അതിനിടയിലെങ്ങോ നിന്നുയരുന്ന ചെറിയ പുകച്ചുരുളുകൾ.

കൂടുതൽ അടുത്തേക്ക് നടന്നപ്പോൾ പുൽക്കുടിലുകൾക്ക് വലിപ്പം കൂടിവന്നു; എണ്ണവും. സ്നേഹാലയം എന്നെഴുതിയ ബോർഡു തറച്ച കവാടം അപ്പോൾ നേർക്കുകണ്ടു. മണ്ണുകൊണ്ടുള്ള തൂണുകൾക്കു മുകളിൽ പുൽമേഞ്ഞ മേൽക്കൂര. കവാടത്തിനരികിൽ ഒന്നുരണ്ടുപേർ നിൽക്കുന്നുണ്ട്. അവർ തന്നെ കണ്ടുവെന്ന് തോന്നുന്നു. അസമയത്തുള്ള വരവായതിനാലാവാം അവർ തന്നെത്തന്നെ ഉറ്റുനോക്കിനിന്നു.

കവാടത്തിനടുത്ത് അവരുടെ അരികിലേക്കുതന്നെ നടന്നുചെന്നു. ഒരാൾ മധ്യവയസ്കനാണ്. കാവിനിറമുള്ള മുണ്ടും മാറ് പുതച്ച് അതേ നിറത്തിലുള്ള തോർത്തുമാണ് വേഷം. കട്ടിയുള്ള കണ്ണടയ്ക്കുള്ളിൽ സൂക്ഷ്മം നോക്കുന്ന കണ്ണുകൾ. കുറെക്കൂടി ചെറുപ്പം തോന്നിച്ചു മറ്റേയാൾക്ക്. കറുത്ത് നീണ്ട ദീക്ഷ അയാളെ വ്യത്യസ്തനാക്കി. നരച്ച നിറമുള്ള ജൂബയും കോടിമുണ്ടുമായിരുന്നു അയാൾക്ക് വേഷം.

"എന്തേ.. വൈകി..." മധ്യവയസ്കൻ ചോദിച്ചു.

"വൈകിയാണ് പുറപ്പെട്ടത്.." ഞാൻ പറഞ്ഞു.

"നേരത്തെ അറിയിച്ചിരുന്നുവോ.." അയാൾ ചോദിച്ചു.

"ഇല്ല..." ഞാൻ പറഞ്ഞു.

ഒരുനിമിഷം അയാൾ എന്തോ ഓർത്തുനിന്നു.

"സാരമില്ല.." അയാൾ പറഞ്ഞു. "പക്ഷേ നിങ്ങളെ കണ്ടിട്ട്.."

"എനിക്കൊരു സുഹൃത്തുണ്ടിവിടെ..." ഞാൻ പെട്ടെന്ന് പറഞ്ഞു.

"ആരാ..."

"ദാസൻ.. രാമദാസൻ.." ഞാൻ പറഞ്ഞു.

അതുവരെ അശ്രദ്ധനായിരുന്ന മറ്റെയാൾ പെട്ടെന്നെന്റെ മുഖത്ത് നോട്ടം കൂർപ്പിച്ചു. അവർ തമ്മിൽ മുഖത്തേക്ക് മുഖം നോക്കി. നിമിഷങ്ങൾ ഒന്നുരണ്ട് കഴിഞ്ഞു.

"വരൂ.." മധ്യവയസ്ക്കൻ പറഞ്ഞു.

അയാൾക്ക് പുറകിൽ ഞാൻ നടന്നു.

കവാടത്തിന് തൊട്ടടുത്ത് നീണ്ട ഒരു ഹാളാണ്. ഇടയ്ക്കിടെ വെള്ളതേച്ച മൺഭിത്തികൾക്കുമുകളിൽ വൃത്തിയായി പുൽ മേഞ്ഞിരിക്കുന്നു. ഹാളിനു പുറത്തെ നീണ്ട വരാന്തയിലും അകത്തും അങ്ങിങ്ങായി പല പ്രായത്തിലുള്ള ആളുകളുണ്ടായിരുന്നു. അവരിൽ പലരും വായനയിലോ പുറംകാഴ്ചകളിലോ ശ്രദ്ധിച്ചിരുന്നു. ഒന്നുരണ്ടുപേർ തറയിൽ വിരിച്ച പുൽപ്പായമേൽ നീണ്ടുനിവർന്ന് കിടന്നിരുന്നു.

ഹാളിനപ്പുറത്ത് ചെറിയൊരു കുടിലിനുമുന്നിൽ ഞങ്ങൾ നിന്നു. മധ്യവയസ്കനായ ആൾ മാത്രമേ അപ്പോൾ ഒപ്പമുണ്ടായിരുന്നുള്ളൂ. മറ്റെയാൾ ഇടയ്ക്കെങ്ങോ മറഞ്ഞിരുന്നു. താനറിയാതെ.

"അകത്ത് കയറി പറഞ്ഞുകൊള്ളൂ.. അന്തേവാസികളുടെ രജിസ്ട്രാറാണവിടെ..." അയാൾ പറഞ്ഞു.

"താങ്കൾ...." ഞാൻ ചോദിച്ചു.

"പരിചയപ്പെടാം..പോയിവരൂ.."

ഞാനകത്തേക്ക് കയറി.

കാല്പെരുമാറ്റം കേട്ട് അകത്ത് നിന്നയാൾ തിരിഞ്ഞുനോക്കി. അരയോളം പൊക്കമുള്ള ഒരു മരമുട്ടിന്മേൽ ഒരു വലിയ കുമ്പിൾപോലെ തോന്നിച്ച ഏതോ കായയുടെ തോടിനകത്ത് കട്ടിയുള്ള തിരിനിർത്തി എണ്ണ പകരുകയായിരുന്നു അയാൾ. തന്നെ ഒന്നുകൂടി ശ്രദ്ധിച്ചുനോക്കിയിട്ട് അയാൾ വിളക്കുതെളിച്ചു.

ദീപം തെളിഞ്ഞു. ചുറ്റും പ്രകാശം പരന്നു.

അയാൾ എനിക്കഭിമുഖമായി. മുടിപറ്റെ മുറിച്ച് രോമം കളഞ്ഞ മുഖത്ത്നോക്കി അയാളുടെ പ്രായം കണക്കാക്കാൻ ബുദ്ധിമുട്ടി. വിശാലമായ നെറ്റിക്ക് നടുക്ക് ഒരു ഭസ്മക്കുറി തെളിഞ്ഞുകണ്ടു.

വലത് വശത്ത് ഒരു ചെറിയ മേശയും, അതിന് ചുറ്റും നാലഞ്ച് ചൂരൽ കസേരകളുമായി ആ മുറി നിറഞ്ഞുവെന്ന് തോന്നി. മരമുട്ടിന് മുകളിലെ കുമ്പിളിൽനിന്ന് പ്രകാശത്തിന്റെ തോത് വർദ്ധിച്ചുവന്നു.

"ഇരിക്കൂ..." അയാൾ പറഞ്ഞു. പതിഞ്ഞ സ്വരം

ഞാനിരുന്നു. എനിക്കഭിമുഖമായി അയാളുമിരുന്നു. പ്രകാശംതീണ്ട ആ മുഖം തൊട്ടുമുമ്പുകണ്ടതിലും ഭംഗി തോന്നിച്ചു. കണ്ണുകളിൽ ഒരനുകമ്പ തങ്ങിനിന്നു. വാചാലമായ മന്ദഹാസം.

"എവിടെനിന്നാണ്.." അയാൾ ചോദിച്ചു.

"ഇവിടെ, നഗരത്തിൽനിന്ന്..."

"ആദ്യമായിട്ടാണോ ഈ സ്ഥലത്ത്..."

"ഉം..."

"നേരത്തെ അറിയിച്ചിരുന്നില്ല... അല്ലേ..."

"കഴിഞ്ഞില്ല..

"സാരമില്ല.. ഈ രജിസ്റ്ററിൽ പേരെഴുതി ഒപ്പിട്ടോളൂ.. താങ്കളിവിടെ ഒരംഗമാവുകയാണ്.." അയാൾ രജിസ്റ്റർ മുന്നിലേക്ക് നീക്കിവെച്ചു. പ്രകാശത്തിന്റെ നേർക്കിരുന്നതിനാൽ എന്റെ നിഴൽ രജിസ്റ്ററിൽ വീണു. ഒന്നു ചരിഞ്ഞിരുന്ന് ഞാൻ പേരെഴുതി ഒപ്പിട്ടു.

"എനിക്കൊരു സുഹൃത്തുണ്ടിവിടെ....." ഞാൻ പറഞ്ഞു.

"പേര്......"

"രാമദാസൻ...... ഒന്നു കാണാനാവുമോ....."

"ക്ഷമിക്കണം.. അദ്ദേഹം യാത്രയിലാണ്. ഒരുപക്ഷേ നാളെ ഉച്ചകഴിഞ്ഞ് വന്നേക്കണം..."

"ഒരുമിച്ച് പഠിച്ചതാ.."

"ങ്ഹും.."

രജിസ്റ്റർ അടച്ചുവച്ച് അയാൾ എഴുന്നേറ്റു. അടുത്തുനിന്നപ്പോൾ എന്നേക്കാൾ പൊക്കം തോന്നിച്ചു. നിമിഷങ്ങൾ കഴിയുന്തോറും അയാളുടെ രൂപം ഒരാകർഷണമായി.

"വരൂ........" അയാൾ പറഞ്ഞു.

പുറത്തിറങ്ങുമ്പോൾ ചുറ്റുമുള്ള കുടിലുകളിലും ഹാളിനുപുറത്തും വെളിച്ചം തെളിഞ്ഞുകണ്ടു. മുറിക്കുള്ളിൽ കണ്ട മാതിരിയുള്ള മരമുട്ടുകളും കുമ്പിളുകൾക്കുള്ളിലെ ദീപവും എങ്ങും നിരന്നിരുന്നു. പ്രകാശം ചുറ്റും പരന്നു. ഗാഢവും പവിത്രവുമായ ഒരു ഗാംഭീര്യം അതിൽ നിറഞ്ഞു.

ഹാളിന് മറുവശത്തെ കുടിലുകൾക്ക് മുന്നിൽ അയാളെന്നെ എത്തിച്ചു. അവയിൽ കൂടുതൽ കുടിലുകൾക്കുള്ളിലും വെളിച്ചവും ആൾപ്പെരുമാറ്റവുമുണ്ടായിരുന്നു. ആരും അധികം ഉച്ചത്തിൽ സംസാരിക്കാത്തത് എനിക്കപ്പോൾ ആശ്ചര്യമായി. നേരത്തെ കണ്ടു സംസാരിച്ചവരും ഈ മനുഷ്യനുമൊക്കെ ഒരു പതിഞ്ഞസ്വരം കാത്തുസൂക്ഷിച്ചു. ഇലയനങ്ങും പോലെ.

"ഈ കുടിലുകളിലൊന്ന് നിങ്ങൾക്കുപയോഗിക്കാം.." അയാൾ പറഞ്ഞു. "അത്യാവശ്യമുള്ളതൊക്കെ ഉള്ളിലുണ്ടാവും.. പ്രത്യേകിച്ചെന്തെങ്കിലും വേണമെങ്കിൽ പറഞ്ഞോളൂ.. ഇവിടുള്ളതെന്തും ലഭ്യമാക്കാം..."

"മതി.. ധാരാളം.." ഞാൻ പെട്ടെന്ന് പറഞ്ഞു.

"ശരി..." ആ മുഖത്ത് ഒരു ചിരിവിടർന്നു.

അയാൾ പിന്തിരിയുമ്പോൾ ഞാൻ പിന്നിൽനിന്ന് ചോദിച്ചു.

"സ്നേഹസ്വരൂപൻ..."

"വിളിക്കപ്പെടും.. ഒരുപക്ഷേ പുലർന്നേക്കും.."

വെളിച്ചംകുറഞ്ഞ ഒരു ദിക്കിലേക്ക് അയാൾ നടന്നു. ഒരല്പമകലെ കത്തിനിന്ന ദീപം അയാളുടെ രൂപത്തെ ഇരുളിൽ വരച്ചു.

ആൾപ്പെരുമാറ്റമില്ലാത്ത ഒരു കുടിലിനടുത്തേക്ക് ഞാൻ നടന്നു. അടുക്കുന്തോറും ഇരുട്ട് കനത്തുവന്നു. ഒരുനിമിഷം നിന്നു. അപ്പോൾ

പിന്നിൽനിന്ന് വെളിച്ചവും കാല്പെരുമാറ്റവും വന്നു. ഞാൻ തിരിഞ്ഞു നോക്കി.

"ഇതാ വെളിച്ചം..." പുതിയൊരാൾ. വാതിൽ തുറന്ന് അയാൾതന്നെ അകത്ത് മരമുട്ടിൻമേലുള്ള കുമ്പിളിൽ വെളിച്ചം പകർന്നു. "സൗകര്യം പോലെ അണയ്ക്കുകയോ തെളിക്കുകയോ ചെയ്യാം.. വേണ്ടതൊക്കെ ഉള്ളിലുണ്ടാവും.. വിശ്രമിച്ചോളൂ.." അയാൾ നടന്നകന്നു.

കുടിലിനുള്ളിൽ വെളിച്ചം നിറഞ്ഞു. ഒരു പരന്ന പീഠം. ചൂരൽകൊണ്ടുള്ള ഒരു ചെറിയ കസേര. വസ്ത്രങ്ങളിടാൻ പാകത്തിന് ഈറകൾ രണ്ടെണ്ണം ചരടിൽ കോർത്തിട്ടിരിക്കുന്നു. ഒരു മൂലയ്ക്ക് മടക്കിവച്ച പുൽപ്പായ. ഉള്ളിൽതലയണയുണ്ടാവണം. പായയ്ക്ക് കനമുണ്ട്.

തുണിസഞ്ചി ഈറയിൽ തൂക്കി. ഉടുപ്പഴിച്ച് ചെറിയ കസേരയിൽ ഇരിക്കാൻ തുടങ്ങുമ്പോൾ പുറത്ത് കാല്പെരുമാറ്റം. കുടിലിന്റെ വാതിൽ ഞാൻ മലർക്കെ തുറന്നു.

നേരത്തെ ദീപം കൊണ്ടുവന്ന ആൾ.

"സന്ധ്യക്ക് ധ്യാനം പതിവുണ്ടെങ്കിൽ കൂടാം.." അയാൾ പറഞ്ഞു. "ഇല്ലെങ്കിൽ അതുകഴിഞ്ഞുള്ള രാത്രിഭക്ഷണത്തിന് കൂടിക്കൊള്ളൂ.. ഭക്ഷണം എല്ലാർക്കുമൊരുപോലാണ്. അസൗകര്യങ്ങളെന്തെങ്കിലുമുണ്ടെങ്കിൽ പറയണം.. മടിക്കണ്ട..."

ഞാൻ നന്ദി പ്രകാശിപ്പിച്ച് ചിരിച്ചു.

ആഗതൻ തിരിച്ചുനടന്നു.

"നിൽക്കൂ... ധ്യാനവും ഭക്ഷണവുമൊക്കെ..." ഞാൻ ചോദിച്ചു.

"ഹാളിനുള്ളിലാണ്.. വന്നോളൂ.."

അയാൾ പ്രകാശവലയത്തിനപ്പുറത്തേക്ക് നടന്നു.

കുടിലിനുള്ളിലേക്ക് തിരിയുമ്പോൾ പുറത്തൊരു കോണിൽ വലിയൊരു മൺപാത്രത്തിൽ നിറയെ ജലം കണ്ടു. അടുത്ത് ചിരട്ടകൊണ്ടുള്ള ഒരു കോരികയും.

വെള്ളം കോരിയെടുത്ത് ഞാൻ മുഖത്ത് തളിച്ചു. നല്ല തണുപ്പ്. കണ്ണുകളിൽ പിന്നെയുമൊഴിച്ചു. ഒരു പുതിയ ഉണർവ്.

തുണിസഞ്ചിയിൽ നിന്നെടുത്ത തോർത്തിൽ മുഖം തുടയ്ക്കുമ്പോൾ പുറത്തൊരു മണിനാദം കേട്ടു. രണ്ടുതവണ. ഇമ്പമുള്ള സ്വരം. ഏതോ വിരലുകൾ അറിയാതെ ഒരു വീണക്കമ്പിയെ സ്പർശിച്ചതുപോലെ. ധ്യാനത്തിനുള്ള സൂചനയാവാം.

പുറത്ത് അകലുന്ന കാൽപെരുമാറ്റങ്ങൾ. ചെറിയ ചെറിയ ശബ്ദങ്ങൾ. കസേര വാതിൽക്കലേക്ക് നീക്കിയിട്ട് ഞാനതിലിരുന്നു.

അല്പമകലെ ഹാളിനുള്ളിലെ വെളിച്ചത്തിലേക്ക് കയറിപ്പോകുന്ന രൂപങ്ങൾ കണ്ടു. പല പ്രായത്തിലുള്ളവർ. പലപ്രകാരത്തിലുള്ള നടത്തം. വേഷവിധാനത്തിലും ഒരുപാട് വൈവിധ്യം. ഉദ്ദേശിച്ചതിലും ഒരുപാട് പേരുണ്ടെന്ന് തോന്നുന്നു. ഇനിയും രൂപങ്ങൾ നടന്നടുക്കുന്നു.

ഹാളിനുള്ളിലേക്കുള്ള നീക്കങ്ങൾ ക്രമേണ നിന്നു. കാല്പെരുമാറ്റം

നിലച്ചു. അനക്കങ്ങളില്ലാതായി. എങ്ങും ഒരു നിശ്ശബ്ദത നിറഞ്ഞു. നീണ്ട നിശ്ശബ്ദത.

ഹാളിനടുത്തേക്ക് ഞാൻ മെല്ലെ ചുവടുകൾ വെച്ചു. പുറത്തെ വെളിച്ചം മങ്ങിയ കോണിൽ ഞാൻ നിന്നു. അകത്തെ കാഴ്ചകൾ പൂർണ്ണ മായിട്ടല്ലെങ്കിലും കണ്ടുനിന്നു.

നിശ്ശബ്ദമായ ധ്യാനം.

ആൾക്കൂട്ടത്തിന് മുന്നിൽ ഒരല്പമകലത്തിൽ ഒരു പീഠത്തിന്മേൽ കൊളുത്തിവച്ച നിലവിളക്ക്. എണ്ണയിട്ടു തെളിയിച്ച മൂന്നുതിരികൾ. കൈകൾ കൂപ്പുംപോലെ അവ കത്തി നിന്നു.

ആൾക്കൂട്ടത്തിൽ ചിലർ മുട്ടുകുത്തി. ചിലർ ചമ്രം പടിഞ്ഞു. ചുവ രോട് ചേർന്ന ഇടങ്ങളിൽ ആരൊക്കെയോ നിന്നു.

എങ്ങും നിശ്ശബ്ദത.

ഇലകൾപോലും അനങ്ങിയില്ല. കാറ്റ് നിലച്ചതുപോലെ.

പുറത്തങ്ങിങ്ങ് മരമുട്ടുകളിന്മേൽ കുമ്പിളുകളിൽ കൊളുത്തിയ ദീപ ങ്ങൾ നീട്ടിവരച്ച ഒരു ചന്ദനക്കുറിപോലെ നേർത്ത് കത്തിനിന്നു. അവയും ധ്യാനത്തിലെന്നപോലെ.

അതിലൊരു ദീപം എന്റെ മിഴികളിൽ തങ്ങി. അത് നിശ്ചലം കത്തി നിന്നു. സ്വസ്ഥതയോടെ.

ഞാൻ കണ്ണുകളടച്ചു.

ഉള്ളിലൊരു ദീപം.

ഉണർന്നു.

ഒരു തണുത്ത സ്പർശം.

മെല്ലെ തിരിഞ്ഞുനോക്കി. മന്ദഹസിക്കുന്ന ഒരു രൂപം. കണ്ണുകളടച്ച് തുറന്നു. താനെവിടെയാണ്.

“ക്ഷമിക്കണം.....” ശബ്ദം. “ഒരുപാട് പുലർന്നുകഴിഞ്ഞു. താങ്കൾ ഉണരാത്തത് ഒരാകാംക്ഷയായി.. കിടന്നോളൂ.” ഒരു മധ്യവയസ്കൻ.

“സാരമില്ല... ഞാനെഴുന്നേല്ക്കുകയാണ്..” ഞാൻ പറഞ്ഞു.

വാതിൽതുറന്ന് ആ രൂപം പുറത്തേക്ക് പോയി.

ഞാൻ പുൽപ്പായിലെഴുന്നേറ്റിരുന്നു. കുടിലിനുള്ളിൽ പുറത്തെ പകൽ വെളിച്ചത്തിന്റെ പ്രതിഫലനം. വെയിലുറച്ചിരിക്കുന്നു.

ഞാൻ വാതിൽ തുറന്നു.

ഒരു പുതിയ പ്രകൃതി. പുതിയ നിറങ്ങൾ. പുതുഗന്ധം. കുളിർമ്മ യുള്ള വായു. പൂമണമുള്ള കാറ്റ്.

മുറ്റത്തെ മൺകലത്തിൽനിന്ന് വെള്ളംകോരി മുഖം കഴുകി. തണുത്തു. പിന്നെയും വെള്ളം തളിച്ചു. പുറത്തെ രോമകൂപങ്ങൾ എഴുന്നു നിന്നു.

സൂര്യൻ ഒരുപാടുയർന്നിരിക്കുന്നു.

എന്തൊരുറക്കമായിരുന്നു താൻ. സ്വയം മറന്നുള്ള ഉറക്കം. എത്ര സ്വസ്ഥമാണ് മനസ്സിപ്പോൾ. മൂടുപടമിട്ട് മറച്ചതുപോലെ എന്തൊക്കെയോ

നിശ്ചിതമല്ലാത്ത അകലത്തിലുണ്ടെന്ന് തനിക്കറിയാം. എങ്ങോ. എല്ലാം മറക്കുകയാണ്. ഇവിടെ എല്ലാം മറക്കപ്പെടുകയാണ്.

കുടിലുകൾക്ക് പിന്നിൽത്തന്നെ ശൗചത്തിനും മറ്റുമുള്ള സൗകര്യങ്ങൾ ഒരുക്കിയിരുന്നു. കൃത്യമായ ഒരുക്കൂട്ടലുകൾ. ഒന്നിനും ഒരലച്ചിലില്ലാതെ. ഒന്നു സംശയിച്ചു നിൽക്കുമ്പോൾ മനസ്സു വായിച്ചതുപോലെ ആരൊക്കെയോ സഹായം നീട്ടിവരുന്നു. അതിശയിപ്പിക്കുന്ന ഔചിത്യത്തോടെ.

ഏലത്തിന്റെ ഗന്ധവും രുചിയുമുള്ള ചായ മൊത്തിക്കുടിക്കുമ്പോൾ ദിനപ്പത്രം വന്നു. പത്തുമിനിട്ടാണ് അതു വായിച്ചുതീർക്കുവാൻ ഇപ്പോൾ തനിക്കുള്ള ഊഴം. ഒന്നോടിച്ചു നോക്കി. അപകടമരണങ്ങൾ വായിച്ചതേയില്ല.

പത്രം മടങ്ങി. പിന്നെയും വെറുതേയിരുന്നു.

രാത്രി കണ്ട കാഴ്ചകൾക്ക് പകൽ വെളിച്ചത്തിൽ കൂടുതൽ ഭംഗി തോന്നി. ഓരോ കാഴ്ചകളും പക്ഷേ ഏറെ പുതിയതായിരുന്നു. കടന്നുപോയ മുഖങ്ങളിലൊക്കെ തെളിഞ്ഞുകണ്ട ശാന്തതയും തൃപ്തിയും എന്നിലാദരവുളവാക്കി. ആരും തിടുക്കം കാണിച്ചില്ല. ഉച്ചത്തിൽ സംസാരിച്ചില്ല. പക്ഷേ, സ്വയം നിയന്ത്രിച്ചും കണ്ടില്ല. കുടിലുകൾക്കൊപ്പം ചുറ്റുമുള്ള വൃക്ഷങ്ങളും ദൂരെത്തെളിഞ്ഞുകണ്ട മേഘങ്ങൾമൂടിയ മലകളും ഒരു നീണ്ട ധ്യാനത്തിലെന്നപോലെ സ്വസ്ഥം നിന്നു.

“ഒന്നു കുളിച്ചുവരാം.. വരുന്നോ...” ഇന്നലെ ആദ്യം കണ്ട മധ്യവയസ്കൻ.

“ആവാം..” ഞാനെഴുന്നേറ്റു. തോർത്തെടുത്ത് അദ്ദേഹത്തോടൊപ്പം നടന്നു.

“ഇവിടെ അടുത്തൊരു ജലപാതമുണ്ട്.. ചെറുതാ.. ഒരു രണ്ടാൾ പൊക്കം... പക്ഷേ എപ്പോഴും ഒഴുക്കുണ്ട്..” അദ്ദേഹം മുന്നിൽ നടന്നു. “വരൂ..”

കാട്ടുവഴികളിലൂടെ നടക്കുമ്പോൾ അദ്ദേഹം പലപ്പോഴും തിരിഞ്ഞു നോക്കി. വഴിമുടക്കിക്കിടന്ന വലിയ ഉരുളൻകല്ലുകളിലും വൃക്ഷങ്ങളുടെ കനമുള്ള വേരുകളിലും ചുവടുകളുറപ്പിക്കാൻ ഞാൻ ബുദ്ധിമുട്ടി. ചിലപ്പോഴൊക്കെ അദ്ദേഹം കൈ തന്ന് സഹായിച്ചു. കയറിയിറങ്ങേണ്ട വിധം പറഞ്ഞുതന്നു.

കൂടുതൽ നടന്നപ്പോൾ എങ്ങും പച്ചയായി. ഉൾക്കാട്. മുകളിൽ ആകാശം നഷ്ടപ്പെട്ടു. ഇടയ്ക്കിടെ പടർന്നു പന്തലിച്ച മരച്ചില്ലകൾക്കിടയിലൂടെ പ്രകാശം ഊർന്നുവീണു.

ഒരിത്തിരി ദൂരത്തിനപ്പുറത്ത് പെട്ടെന്നൊരു വെളിച്ചം കണ്ടു. വൃക്ഷങ്ങൾക്കിടയിൽ ഒരു വലിയ വിടവ്. നിറഞ്ഞ പ്രകാശം. അപ്പോൾ ജലം പതിക്കുന്ന ഇരമ്പൽ കേട്ടു. അടുത്തേക്ക് ചെന്നപ്പോൾ അതൊരു പാറക്കെട്ടാണെന്ന് വ്യക്തമായി. തൂക്കായ പാറക്കെട്ട്. മുകളിൽനിന്ന് പാറക്കെട്ടിലൂടെ ഒഴുകിയിറങ്ങി താഴേക്ക് ജലം പതിച്ചു. ഒരേ അളവിലുള്ള

പ്രവാഹം. ജലംപതിച്ചിടത്ത് ഒരു ചെറിയ തടാകം. കാൽമുട്ടോളം തെളിഞ്ഞ ജലം. മഞ്ഞയും കറുപ്പും കലർന്ന ഉരുണ്ട കല്ലുകൾ ആരോ അടുക്കിവച്ചതുപോലെ കൃത്യതയോടെ അടിത്തട്ടിൽ പതിഞ്ഞുകിടന്നു.

"കുളിച്ചോളൂ..." അദ്ദേഹം പറഞ്ഞു.

"താങ്കൾ"

"വരാം.. ഇത്തിരി പച്ചിലകൾ ശേഖരിക്കണം.. അതു കഴിയട്ടെ.. കുളിച്ചോളൂ..".

തോർത്തുടുത്ത് ചെറിയ തടാകത്തിന്റെ അരികിലേക്ക് മെല്ലെ കാൽവച്ചു. ചെറിയ വഴുക്കലുണ്ട്. കാൽവണ്ണകളിൽ തണുപ്പരിച്ചുകയറി.

"പേടിക്കണ്ട.." ഒരു പാറമറവിൽനിന്ന് അദ്ദേഹത്തിന്റെ ശബ്ദം. "അപകടമൊന്നുമില്ല.."

മെല്ലെ ജലപാതത്തിന് കീഴിലേക്ക് ഞാൻ നടന്നു.

നെറുകയിൽ ജലം സ്പർശിച്ചു. പ്രതീക്ഷിച്ച ശക്തി തോന്നിയില്ല. ആരോ കോരിയൊഴിക്കുംപോലെ. ദേഹം തണുത്തു.. കുറച്ചുനിമിഷങ്ങൾകൊണ്ട് ആകെ കുളിരിന്റെ ഒരു കവചമായി. തണുത്ത വിരലുകൾകൊണ്ട് ഉഴിയുംപോലെ. ജലപാതത്തിന്റെ നടുക്കലേക്ക് ഞാൻ നിന്നു.

ജലം ഒരു മറപോലെ എന്നെ പൊതിഞ്ഞു. ഇടതടവില്ലാത്ത പ്രവാഹം. ഒരു സംഗീതം പോലെ നേർത്ത ഇരമ്പൽ. മൃദുവായ ഒരാവരണം. ജലം ഒരു പുതപ്പായി. സ്വയം മറന്നു.

കണ്ണുകളിൽ തെല്ല് മയക്കം വീണു.

മിഴികളടഞ്ഞു.

ഉള്ളിൽ ഒരു വെണ്മ. ഭാരമില്ലായ്മ.

എങ്ങോ തങ്ങി.

കൈകൾ നെഞ്ചോട് പിണച്ചുവച്ച് പിഞ്ചുകാലുകൾ ഉടലോട് ചേർത്തു മടക്കി കണ്ണുകളടച്ച് സ്വസ്ഥതയോടെ താൻ കിടന്നു. ജലസ്പർശത്തിന്റ മധ്യത്തിലേക്കാഴ്ന്നപ്പോൾ ഇടയ്ക്കെപ്പോഴോ കൂടുതൽ ഒന്നിളകി. അപ്പോൾ ജലസ്പർശത്തിനപ്പുറത്തെ കവചത്തിന് മുകളിൽ ഒരു തഴുകൽ. "ഉണ്ണിക്കുട്ടാ.." ഇമ്പമുള്ള ശബ്ദം... താനൊന്നനങ്ങി.. "ഉണ്ണിക്കുട്ടാ."പിന്നെയും ശബ്ദം. പിന്നെയും തഴുകൽ. താനുറങ്ങി.

ആരോ ഉടലിൽ സ്പർശിച്ചു.

"ഒന്ന് നീങ്ങിനിന്നോളൂ.. ഞാനുമുണ്ട്..." അദ്ദേഹം. "ജലത്തിൽ ആകെ ലയിച്ച മട്ടാണല്ലോ..."

തിരികെ നടക്കുമ്പോൾ അദ്ദേഹം ചോദിച്ചു.

"എങ്ങനെയുണ്ട് സ്നാനം.."

"നന്നായി.." ഞാൻ പറഞ്ഞു.

"പുനർജനിയെന്നാണ് ഈ പ്രവാഹത്തെ സ്നേഹസ്വരൂപൻ വിളിക്കാറ്. ഓരോ സ്നാനത്തിലും പുനർജ്ജനിക്കുന്നു."

അപ്പോൾ മൗനമായി.

കാട്ടുവഴികളിലൂടെ നടക്കാൻ ഇങ്ങോട്ടുള്ള ബുദ്ധിമുട്ട് തോന്നിയില്ല. വലിപ്പമുള്ള പാറകളും വൃക്ഷങ്ങളുടെ കട്ടിയുള്ള വേരുകളും ആയാസമില്ലാതെ നടന്നുകയറി. ഏറെ പരിചയംപോലെ.

ആകാശം തെളിഞ്ഞപ്പോൾ ദൂരെ മേഘങ്ങൾ മൂടിയ നീലനിറമുള്ള ഒരു ഗിരിശിഖരം കണ്ടു. താഴെ ഉയർന്നും താഴ്ന്നും മലമടക്കുകൾ. മരങ്ങൾക്കിടയിലൂടെ മഞ്ഞിച്ച താഴ്‌വാരം കണ്ടു. കാഴ്ചകൾ മറ്റൊരു ലോകമായി. മറ്റൊന്നുമറിയാത്ത ലോകം.

"അഗസ്ത്യകൂടമാ അത്.." ദൂരെ പൊക്കമുള്ള ഗിരിശിഖരം ചൂണ്ടി അദ്ദേഹം പറഞ്ഞു. "അഗസ്ത്യർ ഈ വഴി നടന്നിരിക്കണം.."

"താങ്കൾ പോയിട്ടുണ്ടോ, അങ്ങോളം..."

"ഉണ്ട്.. നിരവധി തവണ..."

ഞാൻ ഒന്നുകൂടി നോക്കിനിന്നു. മേഘങ്ങൾ അകന്നിരിക്കുന്നു. അഗസ്ത്യമുടി കൂടുതൽ തെളിഞ്ഞിരിക്കുന്നു. നീണ്ട തപസ്സിലെന്നപോലെ അഗസ്ത്യർ നിന്നു. ഞാൻ മനസ്സിൽ കൈകൂപ്പി.

"താങ്കളെ പരിചയപ്പെട്ടില്ലല്ലോ.." ഞാൻ പറഞ്ഞു.

"ഔപചാരികമായ പരിചയപ്പെടുത്തലുകളൊന്നും ഇവിടില്ല. ഒരു അധികപ്പറ്റല്ലേ അത്..." അദ്ദേഹം പെട്ടെന്ന് പറഞ്ഞു. "താങ്കൾ ചോദിച്ചതുകൊണ്ടുപറയാം, ഞാൻ നരേന്ദ്രൻ... താങ്കളുടെ സുഹൃത്ത് രാമദാസനെപ്പോലെയെന്ന് കരുതിക്കോളൂ.." അദ്ദേഹം നടന്നു.

ഞാൻ ഒരു ചുവട് പിന്നിലായി. എന്റെ ചോദ്യം അനവസരത്തിലായോ. സന്ദേഹത്തോടെ അദ്ദേഹത്തിനുപിന്നിൽ ഞാൻ നടന്നു.

വഴി തെറ്റിയോ. നേരത്തെ വന്ന വഴിയല്ലിത്. ഇത്രദൂരം നേരത്തെ നടന്നതുമില്ലല്ലോ. സമയമൊരുപാടായിരിക്കുന്നു.

അപ്പോൾ വെയിൽ പരന്ന ഒരു പുൽപ്പരപ്പ് കണ്ടു. ഒരു മൈതാനം പോലെ. അങ്ങിങ്ങ് കുറ്റിച്ചെടികൾ.. പാഴ്പുറ്റുകൾ.

പുൽപ്പരപ്പിന്റെ ഒരു കോണിൽ ഒരുപാട് വിസ്തൃതിയിൽ പടർന്നുപന്തലിച്ച ഒരു വൻവൃക്ഷം നിന്നു. അതിന്റെ ശിഖരങ്ങൾ ഒരേ വലിപ്പത്തിലും ആകൃതിയിലും പരന്നുനിന്നു. ശിഖരങ്ങൾക്ക് നരച്ച നിറം. ഇലകൾ തളിർത്തതുപോലെ മഞ്ഞിച്ച പച്ചനിറത്തിൽ നിറഞ്ഞുനിന്നു.

വെയിൽപ്പരപ്പിൽനിന്ന് വൃക്ഷച്ചുവടിലേക്ക് നടക്കുമ്പോൾ ഏതോ സന്നിധിയിലേക്ക് നടക്കുംപോലെ തോന്നി. പുൽപ്പരപ്പിനപ്പുറത്തെ കടുത്ത മൗനത്തിന് മുന്നിൽ പടർന്നുപന്തലിച്ച ആ വൃക്ഷം ധ്യാനിച്ചു നിൽക്കും പോലെ. വൃക്ഷച്ചുവട് ഏതോ വൃദ്ധതാപസനെപ്പോലെ മെലിഞ്ഞ ഉടലോടെ ദൃഢമായിരുന്നു.

എനിക്ക് മുന്നിൽ അദ്ദേഹം ആ വൃക്ഷച്ചുവട്ടിൽ കൈകൾ പിണച്ച് തലകുമ്പിട്ട് നിന്നു. താഴെ ചാഞ്ഞുനിന്ന ചില്ലകൾ അനുഗ്രഹിക്കുംപോലെ തോന്നി, അദ്ദേഹത്തെ.

ഞാൻ ശിരസ്സുയർത്തി. ശിഖരങ്ങളുടെ പിരിവുകൾ അവിശ്വസനീയമാംവിധം കൃത്യതയോടെ വിഘടിച്ചു മുന്നേറി. ഓരോ നേർരേഖയും

രണ്ടു രേഖകളായി പിരിഞ്ഞു. അതിലോരോ രേഖയും പിന്നെയും രണ്ടായി പിരിഞ്ഞു. ആ പിരിയലുകളിൽനിന്ന് പിന്നെയും പിരിയലുകൾ. അങ്ങനെ അനേകശതം പിരിയലുകൾ. പരമ്പരകൾ. ഒരുനിമിഷം ആ കാഴ്ച ഒരമ്പരപ്പായി. ചുവടിൽ ഭൂമി നഷ്ടപ്പെടുംപോലെ തോന്നി. ഞാൻ മിഴികളടച്ചു.

"വരൂ..." അദ്ദേഹം പറഞ്ഞു. "നടന്നു ക്ഷീണിച്ചുവോ..."

"ഇല്ല.. ഈ കാഴ്ചകൾ ഒരനുഭവം തന്നെ.."

"നന്നായി.." അദ്ദേഹം പറഞ്ഞു. "പ്രകൃതിയും ധ്യാനവുമാണ് എന്റെ വിഷയങ്ങൾ. അതിൽ സ്നേഹം കണ്ടെത്താനുള്ള ശ്രമമാണ് സ്നേഹ സ്വരൂപന്റേത്... ഒരു പരീക്ഷണം. ഒരു ശ്രമവും പരാജയപ്പെടുന്നില്ല.. ഒര നുഭവം എന്ന് നിങ്ങൾ പറഞ്ഞല്ലോ. നല്ലത്.. നടന്നോളൂ.." അദ്ദേഹം മുന്നിൽ നടന്നു. " സ്നേഹം കരുണയും അഭയവുമാണ്... സന്ദേഹമി ല്ലാത്ത ഒരു ദയ... ചോദിച്ചുവാങ്ങാനും അടിച്ചേല്പിക്കാനും അതിന് കഴി യില്ലല്ലോ.. സ്വയം കണ്ടെത്തണം.. അത് തന്നിലോ അപരനിലോ ആവാം.. ഒരു ശ്രമം.. ഇവിടം പവിത്രമാണ്. കളങ്കമേശാത്ത പച്ചപ്പ്... ശുദ്ധമായ വായു.. ജലസ്പർശം.. ഒരു മടക്കമാണ് ഈ സാന്നിദ്ധ്യം.. പിറവിയിലേ ക്കുള്ള മടക്കം. വിലയിരുത്തലുകളില്ലാത്ത സ്നേഹം മറ്റെങ്ങാണ്. നട ന്നോളൂ.." അദ്ദേഹം പറഞ്ഞു.

പിന്നിൽനടന്ന എന്നെ അദ്ദേഹം ഒപ്പം കൂട്ടി. ചുമലിൽ കൈ ചേർത്തു. തണുത്ത കാറ്റ് ഞങ്ങളെ തഴുകി.

"ഉച്ചഭക്ഷണത്തിനുള്ള സമയമായിരിക്കുന്നു.." ഒരാൾ വന്നറിയിച്ചു മടങ്ങി.

"നിൽക്കൂ.." ഞാൻ പറഞ്ഞു. അയാൾ നിന്നു.

ഇന്നലെ രാത്രിയിൽതന്നെ ഈ കുടിലിൽ കൊണ്ടുവന്നുപോയ മനു ഷ്യൻ. മന്ദഹസിക്കുന്ന അതേ മുഖം.

"എന്തേ"..... കനിവുള്ള ശബ്ദം.

"എപ്പോഴാവും സ്നേഹസ്വരൂപനെക്കാണുവാൻ എനിക്കുള്ള സമ യം..." ഞാൻ പതിയെ ചോദിച്ചു.

"ക്ഷമിക്കണം..." അയാൾ പറഞ്ഞു. "താങ്കളുടെ സമയം പുലർച്ചെ യായിരുന്നു. ഈ കുടിലോളം അദ്ദേഹം വന്നിരുന്നു. ഈ തിണ്ണയിൽ താങ്കളുണരുന്നതുംകാത്ത് അദ്ദേഹം ഇരിക്കുകയും ചെയ്തിരുന്നു.. വളരെ നീണ്ട ഒരുറക്കത്തിലായിരുന്നു താങ്കൾ.. ഒരുപാടു നാൾ ഉറങ്ങാതെ കഴിച്ചുകൂട്ടിയതുപോലെ. താങ്കളുടെ നീണ്ട ഉറക്കം താങ്കൾക്ക് കൂടുതൽ ഉന്മേഷം തരുമെന്ന് അദ്ദേഹം പറയുന്നതും കേട്ടു..." അയാൾ തുടർന്നു. "ഇനിയിപ്പോൾ അദ്ദേഹം മറ്റു തിരക്കുകളിലാവും. സന്ദർശകരായി മുൻകൂട്ടി അറിയിച്ച വിദേശികളടക്കം വന്നിട്ടുണ്ട്. ഗ്രന്ഥരചനകൂടി മുട ങ്ങിയിരിക്കുന്നു.." ഒരുനിമിഷം നിർത്തി മന്ദഹാസത്തോടെ അയാൾ പിന്നെയും പറഞ്ഞു. "കാത്തിരിക്കാൻ താങ്കൾക്ക് സമയമുണ്ടാവുമെന്ന് പ്രതീക്ഷിക്കുന്നു.. അദ്ദേഹം വിളിക്കുകയോ വരികയോ ചെയ്യും.. അതിൽ

മറവിയുണ്ടാവില്ല. വന്ന് ഭക്ഷണം കഴിച്ചോളൂ..." അയാൾ തൊഴുകൈയോടെ മടങ്ങിപ്പോയി.

ഭക്ഷണം കഴിഞ്ഞപ്പോൾ ഉച്ച വൈകി.

ഹാളിന് പുറത്തിറങ്ങി എങ്ങോട്ടെന്നില്ലാതെ നടന്നു. കുറച്ചുചെന്നപ്പോൾ ഇടതൂർന്ന കാടായി. എങ്ങും പച്ച. തണുപ്പുള്ള തണലുകൾ.

പുൽപരന്നു കിടന്ന ഒരു മരച്ചുവട്ടിൽ ഞാനിരുന്നു.

ചുവന്ന പൂങ്കുലകൾ നിരന്ന ശിഖരങ്ങൾ. ഇലകൾ നന്നേ ചെറുതാണ്. അവ ശിഖരങ്ങളാകെ പടർന്നുനിന്നു. ചുവട്ടിൽ വീണുകിടന്ന പൂവുകൾ ഞാനെടുത്തു. അവയ്ക്ക് അപൂർവ്വഗന്ധം.

ശിഖരങ്ങളിൽ ഏതോ പക്ഷികൾ ചിലച്ചു. എന്റെ സാന്നിദ്ധ്യം കൊണ്ടാവാം. അവ മറ്റെങ്ങോ പറന്നുപോയി.

ഞാനൊറ്റയ്ക്കായി.

രാത്രി.

മരമുട്ടുകളിലെ കുമ്പിളുകളിൽ വെളിച്ചമുണർന്നു.

എന്തേ ദാസനിനിയും വന്നില്ല.. എന്തുപറ്റിക്കാണുമവന്. എന്തേ സ്നേഹസ്വരൂപൻ എന്നെ വിളിച്ചില്ല. എന്റെ അടുത്ത് വന്നില്ല.

17

നേരം പുലരുന്നതേയുള്ളൂ.

ആരാണ് തന്നെ ഉണർത്തിയത്.

തൊട്ടുണർത്തുംപോലെ തോന്നി. ഞെട്ടിയുണരുമ്പോൾ നേർത്തയിരുട്ടിൽ ആരെയും കാണാനുണ്ടായിരുന്നില്ല. ഏറെനേരം വെറുതെ കിടന്നു. പക്ഷികളുടെ ചിറകടികേട്ടാണ് നേരം പുലരാറായെന്നറിയുന്നത്. അപ്പോൾ മനസ്സിലെങ്ങോ അസ്വാസ്ഥ്യത്തിന്റെ ഒരു കനൽ വീണു. അറിയാതെ.

പിടഞ്ഞെണീറ്റു.

മടങ്ങണം. അതിന് സമയമായിരിക്കുന്നു. ഉള്ളിലെങ്ങോ വീണ കനൽ ഇനി ഊതിപ്പെരുകുകയേ ഉള്ളൂ. തനിക്കറിയാം. അതൊരു പതിവാണ്. ഒരോർമ്മപ്പെടുത്തൽ. ഇനി സ്വസ്ഥതയുണ്ടാവില്ല. ഒന്നിനും ഒരു നിയന്ത്രണമുണ്ടാവില്ല. ശീലിച്ചുപോയ പതിവുകൾ മാത്രമേ അപ്പോൾ രക്ഷയ്ക്കെത്തുള്ളൂ. അതൊരു വിശ്വാസമായിത്തീർന്നിരിക്കുന്നു.

മടങ്ങണം. വരദാനംപോലെ ലഭിച്ച ഈ സ്വസ്ഥത കൂടി തനിക്കൊരു തടവാകുകയാണോ. തനിക്ക് പരിചിതമല്ലാത്ത ഒരു തടവ്. ഇല്ല. കഴിയില്ല. കനൽകൂമ്പാരത്തിനുള്ളിൽ വെന്തുനീറുമ്പോഴേ തനിക്ക് സ്വസ്ഥത ലഭിക്കുള്ളൂ. ഭ്രാന്തമായ സ്വസ്ഥത.

ഉടുപ്പണിയുമ്പോളോർത്തു. തന്നെ തൊട്ടുണർത്തിയത് ആരുടെ വിരൽസ്പർശമാണ്. തന്നെ വിളിച്ചുണർത്തിയത് ആരുടെ ശബ്ദമാണ്. കനൽ പതിപ്പിച്ചത് ആരുടെ കണ്ണുനീരാണ്. മനസ്സിൽ പിന്നെയും പിന്നെയും വന്നു വിതുമ്പുന്നത് ആരാണ്. മുഖം തിരിച്ചകലുന്നത് ആരാണ്.

തുണിസഞ്ചി തോളിലിട്ട് കുടിലിന്റെ വാതിൽ തുറക്കുമ്പോളാഗ്ര

ഹിച്ചു ആരും കാണരുത്. അറിയരുത്. ചുവടുകൾ വയ്ക്കുമ്പോൾ സ്വയം തിരുത്തി. ഇവിടെ ആരും ആരെയും തടയുന്നില്ലല്ലോ.

ഹാളിനടുത്തും ചുറ്റുമുള്ള കുടിലുകളിലേതോ ഒന്നിലും ആളനക്കം. ആരും തന്നെ ശ്രദ്ധിക്കുന്നില്ല. മെല്ലെ നടന്നു. ഇടയ്ക്കിടെ ചുറ്റും നോക്കി. ആരെങ്കിലും അറിയുന്നുണ്ടോ.

കവാടം കടന്ന് കാട്ടുവഴിയിലേക്കിറങ്ങുമ്പോൾ ഒരല്പംകൂടി നേരം വെളുത്തുവെന്ന് തോന്നി. ഏറെ പിന്നിടും മുൻപ് തിരിഞ്ഞുനോക്കി. അഭയം തന്ന കുടിലുകളും വൃക്ഷങ്ങളും പ്രകൃതി ഒന്നാകെയും മൗനത്തോടെ തന്നെ യാത്രയാക്കുന്നുവോ. നെറുകയിൽ ജലസ്പർശം. കണ്ണുകൾ ഈറനായി.

കടവിലേക്ക് നടന്നടുക്കുമ്പോളോർത്തു. ഈ സമയത്ത് എങ്ങനെ മറുകര കാണാനാവും. തോണികൾ പോലും ഈ പുലർച്ചയ്ക്ക് കടന്നുവരില്ലല്ലോ. താനെന്തിനാണ് ഇങ്ങനെ പുറപ്പെട്ടത്.

ചുവടുകൾ മന്ദമായി.

തിരികെ പോയാലോ. നേരം വെളുക്കട്ടെ. എട്ടുമണി കഴിയണം ബോട്ടുവരാൻ. സ്നേഹാലയത്തിലേക്കുള്ള ആദ്യത്തെ ബോട്ട്. ഈ സമയത്തിനി മുന്നോട്ടുപോയിട്ടെന്താണ്.

ചുവടുകൾ പിന്തിരിയുന്നില്ല.

മെല്ലെ നടന്നു.

ദൂരെ അണക്കെട്ടിന്റെ കൂറ്റൻ ചുവരുകൾ കറുത്തുനിന്നു. മുകളിൽ വരിവരിനിന്ന കൽത്തൂണുകളിലെ വെളിച്ചം അണഞ്ഞിട്ടില്ല. ജലാശയത്തിലങ്ങിങ്ങ് അത് പ്രതിഫലിച്ചു.

ജലപ്പരപ്പ് കണ്ണുകളിൽ നിറഞ്ഞുതുടങ്ങി. അത് കറുത്തുകിടക്കുന്നു. കൂടുതൽ അടുത്തപ്പോൾ ഉള്ളിലൊരു ഭീതി ഉണർന്നു. എങ്ങനെയാണ് മറുകരയെത്തുക.

ജലാശയത്തിന്റെ വിസ്തൃതിയും പരപ്പും കാഴ്ചയിൽ കൂടുതൽ വന്നുനിറഞ്ഞു. ഉള്ളിൽ ഒരു നടുക്കമായി. കാലുകളിൽ ഒരു വിറയൽ പടർന്നു.

കടവിലേക്കുള്ള കൽപ്പടവുകൾക്ക് മുകളിലെത്തുമ്പോൾ താഴെ ആരോ ജലമിളക്കുന്ന ശബ്ദം കേട്ടു. പെട്ടെന്ന് നിന്നുപോയി. ആരാവും ഈ സമയത്ത്. ആൾപ്പെരുമാറ്റമോ അതോ കാട്ടുമൃഗങ്ങളോ. ഹൃദയം ഉച്ചത്തിൽ മിടിച്ചു.

ഒന്നുരണ്ടു പടവുകൾ ശബ്ദമുണ്ടാക്കാതെ മെല്ലെയിറങ്ങി. അപ്പോൾ ജലത്തിൽ മുങ്ങിനിവരുന്ന ഒരാൾരൂപം കണ്ടു. ആശ്വാസം തോന്നി. അനങ്ങാതെ ആ പടവിൽതന്നെ നിന്നു. നേർത്ത ഇരുട്ടിൽ ആ രൂപം വ്യക്തമായില്ല. ദീർഘകായനായ ഒരാൾ. മെലിഞ്ഞ ഉടൽ. ഒരല്പം നീണ്ട മുടിയും താടിയും. ഒന്നുരണ്ടു പടവുകൾ കൂടി ഞാനിറങ്ങി. പിന്നെയും നിന്നു. തന്നെ കാണുമ്പോൾ എന്താവും അയാൾ വിചാരിക്കുക. ആരോടും പറയാതെയുള്ള ഈ പുറപ്പെടൽ അയാളെ തെറ്റിദ്ധരിപ്പിക്കില്ലേ. ഞാൻ

ചിന്തിച്ചുനിന്നു.

ആൾരൂപം കുളികഴിഞ്ഞ് തോർത്ത് പിഴിഞ്ഞ് തുടയ്ക്കുകയാണ്. മറ്റാരും കൂടെയില്ല. ഞാൻ ചുറ്റും നോക്കി. ഒരല്പമകലെ കരയോട് ചേർത്ത് ഒരു മരത്തിൽ കയറ്കൊണ്ട് ബന്ധിച്ചിട്ട ചെറിയ തോണി.

ഒരു പടവ് കൂടിയിറങ്ങിയപ്പോൾ കാൽപെരുമാറ്റം കേട്ട് അയാൾ തിരിഞ്ഞുനോക്കി. എന്നെ കണ്ട് കുറച്ചുനിമിഷം നോക്കിനിന്നു. തോർത്തുപിഴിഞ്ഞ് ജലത്തിൽനിന്ന് കരയിലേക്ക് കയറുമ്പോൾ ഞാൻ ഒടുവിലെ പടവിലെത്തി.

അപ്പോൾ ആ രൂപം വ്യക്തമായി കണ്ടു. അങ്ങിങ്ങ് നരകളോടിയ മുടിയും താടിയും. ദുർമേദസ്സില്ലാത്ത ശരീരം ദൃഢമായിരുന്നു. ദീർഘകായനായ അയാളുടെ മുഖത്ത് ഒരു തേജസ്സ് നിറഞ്ഞുനിന്നു. പ്രായം ഒരമ്പതു കഴിയണം.

എന്നെ ഒന്നു പാളിനോക്കി. അനുകമ്പ നിറഞ്ഞ കണ്ണുകൾ.

"താങ്കൾ പുറപ്പെടുകയാണോ....." അയാൾ ചോദിച്ചു. തീരെ പതിഞ്ഞ സ്വരം.

"അതെ..."

"ഈ നേരത്ത്.." അയാൾ സംശയിച്ച് മുഖമുയർത്തി.

"തോണിയുണ്ടാവുമോ.." ഞാൻ തിരക്കി.

"തോണിയുണ്ട്..." അയാൾ മെല്ലെ പറഞ്ഞു. "തുഴക്കാരനില്ല... ഒരല്പംകൂടി വെളുത്താൽ ആളെത്തും.. താങ്കൾക്ക് തിടുക്കമുണ്ടോ..." അയാൾ ചോദിച്ചു.

ഞാൻ മറുപടി പറഞ്ഞില്ല.

ആ കണ്ണുകൾ എന്റെ മുഖത്തുതന്നെ തങ്ങിനിന്നു. പിന്നെ എങ്ങോ നോക്കി ആലോചനയായി. എന്റെ മുഖത്ത് തിടുക്കവും വിഷമവുമൊക്കെ പടർന്നിരിക്കണം. തനിക്കത് മറയ്ക്കാനറിയില്ലല്ലോ. ഞാൻ ശങ്കിച്ചുനിന്നു.

"ഞാൻ താങ്കളെ സഹായിക്കാം.. വരൂ..." അയാൾ പറഞ്ഞു. "ഈ തോണി ഞാൻ തന്നെ തുഴയാം. താങ്കൾ ബുദ്ധിമുട്ടേണ്ടതില്ല. വന്നോളൂ.." അയാൾ തോണിയുടെ അടുത്തേക്ക് നടന്നു.

"വേണ്ട... സാരമില്ല.." ഞാൻ പറഞ്ഞു. "ഞാൻ കാത്തുനിന്നോളാം. ആൾ വരട്ടെ.. താങ്കളുടെ സന്മനസ്സിന് നന്ദി.."

"ഇല്ല.. വരൂ.. ഒരുപക്ഷേ തുഴക്കാരൻ വൈകിയാലോ.. താങ്കളുടെ തിടുക്കം അയാളെങ്ങിനെ അറിയുവാനാണ്.." അയാൾ പറഞ്ഞു. "താങ്കൾ വിഷമിക്കുന്നത് എനിക്ക് മനസ്സിലാവും.. വന്നോളൂ.."

തോണി അയാൾ പുഴയിലേക്ക് മെല്ലെ തള്ളിയിറക്കി. എനിക്ക് കയറാൻ പാകത്തിന് അത് കല്പടവിനോട് ചേർത്തു നിർത്തി. ഞാൻ മെല്ലെ കയറി. തോണി ഉലഞ്ഞു.

അയാൾ തുഴയെറിഞ്ഞു.

"വീതികുറഞ്ഞ ഭാഗത്തേക്ക് ഞാൻ തുഴയാം..." അയാൾ പറഞ്ഞു. "അതുതന്നെ പതിനഞ്ച് മിനിട്ടോളമെടുക്കും.. അവിടെനിന്ന് ഒരല്പംകൂടി

താങ്കൾക്ക് നടക്കേണ്ടിവന്നേക്കും.. ബുദ്ധിമുട്ടില്ലല്ലോ..."

"ഇല്ല..ഇതുതന്നെ വലിയ സഹായം.."

ആ മുഖത്ത് ഒരു മന്ദഹാസം വിടർന്നു.

തോണി മെല്ലെ മുന്നോട്ടു നീങ്ങി. മിഴികൾ ഒരുനിമിഷം ജലോപരിതലത്തിൽ തങ്ങി. പേടിച്ചതുപോലെ ഞാൻ മുഖം തിരിച്ചു. ദൃഷ്ടികൾ ദൂരെയെങ്ങോ പതിപ്പിച്ചു. ജലപ്പരപ്പിന്റെ വിസ്തൃതിയും ആഴവും ഞാൻ മറക്കാൻ ശ്രമിച്ചു. വൃഥാ.

"എന്തേ ഇവിടെ വന്നു.." അയാൾ ചോദിച്ചു.

പെട്ടെന്നുത്തരം നൽകാൻ തനിക്കായില്ല. കരുണ നിറഞ്ഞ ആ മുഖം എന്റെ നേർക്കുയർന്നു. എന്തേ താനിവിടെ വന്നു.

"മറ്റെങ്ങും പോകാനില്ലായിരുന്നു.." ഞാൻ മറുപടി പറഞ്ഞു.

മനസ്സിനുള്ളിൽ ഒരാധിയുണർന്നു. ഒരു തിരപ്പാച്ചിൽ. പ്രകമ്പനം. എന്തേ താനിവിടെ വന്നു.

ആ മുഖം കൂടുതൽ കരുണാമയമായി. എന്റെ മറുപടി ആ മനുഷ്യനെ തൃപ്തിപ്പെടുത്തിയിരിക്കണം.

കുറച്ചുനിമിഷങ്ങൾ മൗനമായി.

"ഇനിയൊരിക്കലോ...." അയാൾ ചോദിച്ചു. ഒരുപാടാഴത്തിൽ നിന്നെങ്ങോ ഉണർന്ന വാക്കുകൾ.

"അറിയില്ല..." മറുപടി പെട്ടെന്നായി.

"അറിവില്ലായ്മ.. അല്ലെ..." അയാളുടെ മുഖം വിടർന്നു. "അറിവിലുള്ളതൊക്കെ എന്താണ്.. പറയൂ.." ചോദ്യം.

ഉത്തരം മുട്ടി. എന്താണ് മറുപടി പറയുക. മൗനമായാലോ. ആവില്ല. സൗമ്യമായ ആ സ്വരം ഒരു മറുപടിക്ക് നിർബന്ധിതമാക്കുന്നു. അലിവുള്ള ആ കണ്ണുകൾ എന്റെ ഹൃദയം തുറക്കുന്നു. കനിവുനിറഞ്ഞ ആ മുഖം എന്നെ അടുത്തേക്ക് ക്ഷണിക്കുന്നു.

എന്താണ് തന്റെ അറിവുകൾ. അവസാനമില്ലാത്ത അറിവുകൾ.

"പറഞ്ഞോളൂ.." പിന്നെയുമാ ശബ്ദം. ഏറെ അടുത്ത ആരുടെയോ ശബ്ദം.

"പറയാം.. ഒരറിവ്, ജീവിതം ഒരു തടവാണെന്ന അറിവ്..."

"എന്തിന്റെയൊക്കെ.."

"എന്നെ ചൂഴ്ന്ന എല്ലാത്തിന്റെയും.."

"പറയൂ.."

വാക്കുകൾ തിരയുയർത്തി. കരകവിഞ്ഞു.

"പറയാം.. പറയാം.. എന്റെ ബദ്ധപ്പാടുകൾ.. എന്റെ ചുറ്റുപാടുകൾ, അനുഭവങ്ങൾ.. എന്റേതുമാത്രമായ ചില അറിവുകൾ.. ഒരു കനൽകുമ്പാരംപോലെ ഞാനതിനുള്ളിൽ നീറിപ്പുകയുന്നു. വീർപ്പുമുട്ടുന്നു.." ഒന്നു നിർത്തി. തൊണ്ടയിലെന്തോ കുരുങ്ങുന്നു.. "പറയാം. എനിക്കുവേണ്ടി നിശ്ചയിക്കപ്പെട്ടതുപോലെ ചില വഴികൾ.. എനിക്ക് വേണ്ടി തയ്പ്പിച്ചുവച്ചതുപോലെ ചില വേഷങ്ങൾ.. ഞാൻ മാത്രം പറയേണ്ട ചില ദൗത്യ

ങ്ങൾ.. ഞാൻ മാത്രം കരഞ്ഞുതീർക്കേണ്ട അനുഭവങ്ങൾ... വയ്യ. തളർന്നു പോകുന്നു.. ഒഴുകിപ്പരക്കാൻ വെമ്പുന്ന ഒരു പ്രവാഹംപോലെയാണ് ഞാൻ... അതറിയാൻ ആരാണുള്ളത്..” എന്റെ സ്വരമിടറിയോ. “വേദനിപ്പിച്ചവരൊക്കെ പിന്നെയും മറ്റൊരു വേദനയാവുകയാണ്... കീഴടക്കുകയാണ്.. വെറുക്കപ്പെട്ടവർകൂടി വേദന തന്ന് അടിമപ്പെടുത്തുകയാണ്.. ഏറ്റു മുന്നേറാൻ എന്നെ നീറ്റിയ കൊച്ചുകൊച്ചു പകകളുണ്ടായിരുന്നു പണ്ടൊക്കെ, ഞാൻ സ്വപ്നംകണ്ട പകവീട്ടലുകൾ.. തോറ്റുപോയി... ഞാനൊരുപാട് തോറ്റുപോയി.. സ്നേഹംതന്നവർക്കുകൂടി പകരം കൊടുക്കുവാൻ ഞാൻ മറന്നുപോയി...” എന്റെ ശബ്ദമുയർന്നുവോ.. “ഒരു ഘടികാരം പോലെ ഞാൻ ചലിക്കണം.. മിനിട്ടിന് മിനിട്ട്.. മണിക്കൂറുകൾക്ക് മണിക്കൂറുകൾ.. എവിടെയാണ് ഒരുനിമിഷം സ്പന്ദിക്കാതെ ഞാനൊന്ന് ശ്വാസമെടുക്കുക.. വയ്യ, തളർന്നുപോയി... ഞാനൊരു ഭീരുവായിരുന്നു എന്നും. ജയിലുകൾക്ക് സ്വയം പിടികൊടുത്ത ഭീരു.. പടപൊരുതാതെ ആയുധം വെച്ച് തൃപ്തിപ്പെട്ട ഒരു വിഡ്ഢി... മരിക്കാനും കൂടി ത്രാണിയില്ലാതെ പോയ ഒരു പരാജിതൻ.. എവിടെയാണ് ഞാനൊളിച്ചിരിക്കുക.. രക്ഷപ്പെടുക.. ഭയംകൊണ്ട് ഓടിയൊളിക്കുവാൻ ശ്രമിക്കുകയാണ് ഞാനിപ്പോ.. ഏതോ മുഖങ്ങളെ, ഏതോ കണ്ണുനീരിനെ.. രക്ഷയില്ല.. ഒരിടത്തും രക്ഷയില്ല.. ഞാനെവിടെയാണ് എന്നെ നഷ്ടപ്പെടുത്തുക.. മോചിപ്പിക്കുക..” ഞാൻ വിതുമ്പി. കണ്ണുകൾ പൊത്തി.

“അനുജാ...” ആ മനുഷ്യന്റെ ശബ്ദം.

ഞാൻ വിതുമ്പലടക്കി. നടുക്കത്തോടെ ഇരുന്നു.

എന്തുപറ്റി തനിക്ക്, എന്തിനാണിതൊക്കെ വിളിച്ചുപറയുന്നത്. ഇത്രമാത്രം പറയാൻ എന്താണുണ്ടായത്. എന്തേ താനിത്ര വികാരാധീനനായി. സ്വയംമറന്നുപോയി. എന്തൊക്കെയാണ് ഈ മനുഷ്യനോട് പറഞ്ഞുകൂട്ടിയത്.. ഇതൊക്കെ കേൾക്കാൻമാത്രം ആരാണീ മനുഷ്യൻ.. ഒരപരിചിതനോട് പാലിക്കേണ്ട അടക്കവും വിനയവും താൻ മറന്നതെന്തേ.. ഏത് ലോകത്തായിരുന്നു കുറച്ച് മുൻപ് താൻ. ഒന്നു സഹായിക്കാൻ കരുണ കാണിച്ച ഈ മനുഷ്യനോട് ഇങ്ങനെ പെരുമാറിയതെന്തിനാണ്. എന്താവും അദ്ദേഹം വിചാരിച്ചിരിക്കുക.

ഞാനാ മുഖത്ത് നോക്കി.

സ്വസ്ഥമാണ് ആ മുഖം. എന്റെ പെട്ടെന്നുള്ള വികാരക്ഷോഭം ആ മനുഷ്യനെ തെല്ലും അലോസരപ്പെടുത്തിയിട്ടില്ല. ആ കണ്ണുകളിൽ അലിവ് നിറഞ്ഞുനിന്നു. മുഖത്തെ തേജസ്സിൽ കാരുണ്യം പരന്നുനിന്നു. ആ മുഖം ഒരുവേള എന്നെ തൃപ്തനാക്കി..... വയ്യ, ഈയൊരു ഭാവത്തിനുമുന്നിൽ ഒന്നുമൊളിക്കാൻ വയ്യ. ഒന്നും പറയാതിരിക്കാൻ വയ്യ. അദ്ദേഹം വിളിച്ചതെന്താണ് അനുജായെന്ന്. ഒരിക്കൽക്കൂടി ആ വിളികേൾക്കാൻ വെമ്പലായി. ആഗ്രഹമായി.

കണ്ണുകൾ അറിയാതെ നിറഞ്ഞുപോയി..

“അനുജാ” ആ ശബ്ദം.

"ഓ.." വിളികേട്ടു.

"അനുജാ.. അടക്കുക. എല്ലാമടക്കുക... എത്ര വലിയ ആഴത്തിന് മുകളിലാണ് നമ്മളിപ്പോൾ.. ഈ മരത്തോണി അങ്ങ് തകർന്നുപോയാലോ.. ജീവിതമല്ലേ ഇത്.. ഈ ആഴം ഒരു ദുഃഖമായാലോ.. അടക്കുക.. എല്ലാമടക്കുക."

കുറച്ചുനിമിഷങ്ങൾ അദ്ദേഹം എന്തോ ഓർത്തിരുന്നു.

തോണി ജലാശയത്തിനു നടുവിലാണിപ്പോൾ. ദൂരെ മറുകര. എത്ര വിസ്തൃതമാണ് ജലപ്പരപ്പ്. എന്തുമാത്രം ആഴം വരുമതിന്. ഞാൻ ജലത്തെ സ്പർശിച്ചു. ഒരുനിമിഷം ഭയമില്ലാതായി.

"അനുജാ" അദ്ദേഹം. "ഒന്നു രണ്ട് ഗ്രാമങ്ങളെങ്കിലുമുണ്ടാവണം ഈ ആഴത്തിനടിയിൽ.. ഒരു ജനത.. ഒരു സംസ്കാരം... അവരുടെ സ്വപ്നങ്ങൾ.. അവരുടെ ദുഃഖങ്ങൾ.. എത്ര വലുതാണത്.." അദ്ദേഹം പറഞ്ഞു.

"ക്ഷമിക്കണം.." ഞാൻ പറഞ്ഞു. "ഞാനെന്തൊക്കെയോ കൂടുതൽ പറഞ്ഞു. അറിയാതെ... പെട്ടെന്ന് അടക്കാൻ കഴിഞ്ഞില്ല.. എങ്ങോ തടഞ്ഞുനിന്നത് അങ്ങ് പൊട്ടിയൊഴുകിയതുപോലെ..."

"നന്നായി.." അദ്ദേഹം പറഞ്ഞു. "അനുജാ..."

"ഓ...."

"നോക്കൂ, ഒരരുവിയായിരുന്നു ഈ ജലപ്രവാഹം.... സ്വതന്ത്രമായി ഒഴുകിപ്പോന്ന ഒരു കൊച്ചരുവി.. ഒന്നുമറിയാതെ ഒരു ബാലകനെപ്പോലെ... ഒഴുകിയൊഴുകി ഒരു വലിയ നദിയായിത്തീരേണ്ട ജന്മം. ഒരു തീരാപ്രവാഹമായി ഒരുപാട് കരകൾ കാണേണ്ട ജീവിതം.. കഴിഞ്ഞോ.. ഈ അണക്കെട്ട് എത്ര വലിയ ദുഃഖമാണ്.. ഈ കെട്ടി നിൽക്കുന്നത് ബന്ധിക്കപ്പെട്ട ആ ബാലകന്റെ കണ്ണുനീരല്ലേ.. എത്രമാത്രം അത് വളർന്നിരിക്കുന്നു. ഒരുപക്ഷേ അത് കൗമാരവും യൗവ്വനവും താണ്ടിയിരിക്കണം. ഈ ബന്ധനത്തിൽതന്നെ... ഈ കണ്ണുനീർ തോരുന്നതെന്നാണ്... ഒഴുകിപ്പരക്കാനുള്ള ഈ വെമ്പൽ അവൻ നിറവേറ്റുന്നതെന്നാണ്.. അനുജാ..."

"ഉം..."

"നാമൊരു ബന്ധിക്കപ്പെട്ട അരുവിതന്നെയല്ലേ.. എവിടെയാണ് നാമൊഴുകിപ്പരക്കുക.. ഈ ബന്ധനം ഒരു സത്യമാണ്. ഈ സത്യത്തോട് പൊരുത്തപ്പെടേണ്ട സമയം വരുന്നു... അത് തിരിച്ചറിയാനുള്ള കാലതാമസം മാത്രം... അനുജാ, നീ ഒറ്റയ്ക്കല്ലല്ലോ..." അദ്ദേഹത്തിന്റെ കണ്ണുകൾ നനഞ്ഞുവോ. സ്വരമിടറിയോ.. "ഈ ബന്ധനമില്ലെങ്കിലോ.." അദ്ദേഹം പിന്നെയും പറഞ്ഞു. "ഇതിനെ ആശ്രയിക്കുന്നവർക്ക് ആരാണ് അഭയം കൊടുക്കുക... രക്ഷിക്കുക... ഈ ബന്ധനത്തിൽനിന്ന് പാനം ചെയ്യുന്നവർ.. വിതയ്ക്കുന്നവർ.. നെയ്യുന്നവർ.. പണിശാലകൾ, പട്ടണങ്ങൾ, നഗരങ്ങൾ, ജനതതികൾ... അനുജാ, ബന്ധിക്കപ്പെട്ട ഈ നദി നീതന്നെയല്ലേ... ഈ ബന്ധനത്തെ ആശ്രയിക്കുന്നവർ നിന്റെ തന്നെ സ്വന്തമല്ലേ.. ഈ ബന്ധനം എത്ര പുണ്യമാണ്."

എന്റെ കണ്ണുകൾ ഈറനായി.

ജലാശയത്തിൽ എന്റെ മുഖം പ്രതിഫലിച്ചു. ഞാനെന്റെ മുഖം കണ്ടു. എത്ര മനോഹരമാണ് ആ മുഖം. ഇതെന്റെ മുഖമാണോ?

"അനുജാ.."

"ഓ..."

"ഈ ആഴത്തിനടിയിലടിഞ്ഞുപോയ ഗ്രാമങ്ങൾ, ജന്മങ്ങൾ.. പൂക്കളിടേണ്ട സസ്യങ്ങൾ, അപൂർവ്വ വൃക്ഷങ്ങൾ, ആരുടെയൊക്കെയോ സ്വപ്നങ്ങൾ... അനുജാ, എല്ലാം നിന്റെ തന്നെ സ്വന്തമല്ലേ.. നീയെത്ര മഹാത്മാവാണ്.." ഇടറിയ വാക്കുകൾ.

എന്റെ ചുണ്ടിൽ ഒരു വിതുമ്പലൊതുങ്ങി.

എങ്ങോ നഷ്ടപ്പെട്ട് ഞാനിരുന്നു. രോമകൂപങ്ങൾ എഴുന്നുനിന്നു. ശരീരം വിറകൊണ്ടു. എവിടെയോ ഒരാനന്ദത്തിന്റെ നേർത്ത ഉറവ..

"അനുജാ.."

"ഉം.."

"തോണി തീരമടുക്കുന്നു.."

"ഉം"

"എന്റെ വാക്കുകൾ നിന്നെ എത്രമാത്രം സാന്ത്വനപ്പെടുത്തിയെന്ന് എനിക്കറിയില്ല... പൂരിപ്പിക്കേണ്ട വാക്കുകൾ ഇനിയുമുണ്ടാവണം.. ഒരു ദർശനവും പൂർണമല്ലല്ലോ.. അനുജാ..

"ഓ.."

"ഈ തോണിയാത്ര, ജീവിതയാത്ര തന്നെയല്ലേ.. മറുകരയെത്തുമെന്ന് എന്താണുറപ്പ്.. അഥവാ മറ്റൊരു മറുകരയിലാണ് എത്തുന്നതെങ്കിലോ... മറുകര തന്നെ ഇല്ലാതാവുമെങ്കിലോ..." അദ്ദേഹം പിറുപിറുത്തു.

ആ മിഴികൾ ഏറെനേരം മറ്റെങ്ങോ നട്ടിരുന്നു.

തോണി തീരമടുത്തു.

"പൂരിപ്പിക്കാനെന്തോ ബാക്കിയുണ്ടാവണം.." അദ്ദേഹം പറഞ്ഞു. "നീ തന്നെ അതന്വേഷിച്ച് കണ്ടുപിടിക്കണം.. ഒരു ചെറിയ വാക്കെങ്കിലും ഒന്നു പൂരിപ്പിക്കാനുതകിയാൽ അതൊരു പിടിവള്ളിയായി... ആ വാക്ക് തേടിയാവുമോ നീ വന്നത്.."

"അറിയില്ല.. ഒന്നുമറിയില്ല.."

"അറിയണം.. നീയതന്വേഷിക്കണം.."

മൗനമായി. ഏറെനേരം ആ കണ്ണുകൾ എന്റെ മുഖത്തു തങ്ങി. എത്ര കരുണാർദ്രമാണ് ആ കണ്ണുകൾ. എത്ര ആഴവും പരപ്പുമാണവയ്ക്ക്... രണ്ടു ജലാശയങ്ങൾ..

ഞാൻ കണ്ണുകൾ തുടച്ചു.

"അനുജാ..ഈ വാക്കുകളോ കണ്ടുമുട്ടലോ ഒരവസരത്തിൽ നിനക്ക് പ്രയോജനമായേക്കാം.. നിന്റെ അന്വേഷണം തുടരുക..."

ഏറെനേരം പിന്നെയും തോണിയിൽ തന്നെയിരുന്നു.

ദൂരെ പച്ചക്കാടുകൾക്കും നീലമലകൾക്കും മുകളിൽ അഗസ്ത്യർ

പ്രാർത്ഥിച്ചുനിന്നു. അതിന് മുകളിൽ നിന്ന് സൂര്യന്റെ ആദ്യകിരണം വീണു.

"ഇറങ്ങിക്കൊള്ളൂ.." അദ്ദേഹം പറഞ്ഞു.

ഞാൻ മെല്ലെ തോണിയിൽ നിന്നിറങ്ങി. തോണി ചെറുതായുലഞ്ഞു. ഒന്നുരണ്ട് ചുവടുകൾ വച്ച് മെല്ലെ തിരിഞ്ഞുനോക്കി.

അദ്ദേഹം തോണി തിരിച്ചു.

"അങ്ങയുടെ പേരെന്താണ്."

പെട്ടെന്ന് ഞാൻ ചോദിച്ചു.

അദ്ദേഹം മന്ദഹസിച്ചു. പിന്നെ പറഞ്ഞു.

"ജയച്ചന്ദ്രനെന്നാണ് എന്റെ പേര്.. "സ്നേഹസ്വരൂപനെന്ന് ഇപ്പോൾ അടുപ്പമുള്ളവർ".

ഒരുനിമിഷം ഞാൻ സ്തബ്ധനായി. ശ്വാസം നിലച്ചു. നെഞ്ചുമിടിച്ചു. സ്നേഹസ്വരൂപൻ...

കണ്ണുകൾ പെട്ടെന്ന് നിറഞ്ഞു.

ഞാൻ കൈകൂപ്പി.

ചുണ്ടുകളിൽ ഏതോ വാക്ക് തടഞ്ഞു..

"ജ്യേഷ്ഠാന്ന് വിളിച്ചോളൂ.." അദ്ദേഹം പറഞ്ഞു.

"ജ്യേഷ്ഠാ.."

"നടന്നോളൂ.."

ഞാൻ കൈകൂപ്പി നിന്നു.

18

ലീവെഴുതിക്കൊടുക്കുമ്പോൾ സൂപ്രണ്ട് പുരികങ്ങളുയർത്തി. ഇഷ്ട പ്പെടാത്തതുപോലെ.

"എന്തേ.. ഇത്തവണ..." സൂപ്രണ്ട് ചോദിച്ചു.

"ഒരു യാത്രയുണ്ട്.. അത്യാവശ്യമായി.."

"ഈയിടെ ഒരുപാട് ആബ്സെന്റാകുന്നു, അജയൻ.." സൂപ്രണ്ട് പറ ഞ്ഞു. "ഞാൻ കേട്ടിടത്തോളം അങ്ങിനെയുള്ള ആളല്ലല്ലോ." സൂപ്രണ്ട് അലോസരപ്പെട്ടു.

"ഈ യാത്ര ഒഴിവാക്കുവാൻ വയ്യ.."

കൂടുതൽ വിശദീകരിക്കാൻ നിൽക്കാതെ സൂപ്രണ്ടിന്റെ മുറിക്കു പുറ ത്തിറങ്ങി. സീറ്റിലിരിക്കുമ്പോൾ സദാശിവൻ കണ്ടു ചിരിച്ചു. എന്തോ പറയാനുള്ള ഭാവം.

"പിന്നെയും അവധിയെടുക്കുകയാണോ... ഒരുപാടായല്ലോ..."

"ങ്ഹാ..."

"എന്തേ.. എന്തുപറ്റീ.." അയാൾ ചോദിച്ചു.

"ഒന്നുമില്ല, ഒരു യാത്രയുണ്ട്.."

"എവിടേക്ക്..."

"കണ്ണൂരോളം.."

"അവിടെ.."

"ഒരാളെ കാണേണ്ടതുണ്ട്..."

"ആരാ അവിടെ.."

"പരിചയമുള്ള ഒരാൾ.."

എന്റെ മുഖഭാവം കണ്ടാവാം സദാശിവൻ കൂടുതലൊന്നും ചോദി ച്ചില്ല. അയാൾ നാവടക്കി. തന്റെ ശബ്ദത്തിൽ പാരുഷ്യം കലർന്നുവോ?

അതു പാടില്ലായിരുന്നു.

സദാശിവനെ നോക്കി. മറ്റെങ്ങും ശ്രദ്ധിക്കാതെ അയാൾ ഫയൽ പഠിച്ചെഴുതുകയാണ്. ഏറെ സ്വസ്ഥതയോടെ.

രാവിലെ ഉണരുമ്പോൾ ഒരു വെളിപാട് പോലെയാണ് അത് തോന്നിയത്. ഒരു യാത്ര. കണ്ണൂർക്ക്. സംശയിച്ചുനിൽക്കാൻ പിന്നെ മനസ്സിനിടം കൊടുത്തില്ല. റെയിൽവേ സ്റ്റേഷനിലെത്തി ടിക്കറ്റ് ബുക്കുചെയ്യാനുള്ള ക്യൂവിൽനിൽക്കുമ്പോൾ, പക്ഷേ ഒന്ന് പതറിപ്പോയി.

എന്തിനാണ് പോകുന്നത്. ക്ഷണിക്കപ്പെട്ടപ്പോഴൊക്കെ തനിക്ക് പോകാനായില്ലല്ലോ. ഒരു മുന്നറിയിപ്പില്ലാതെ ഈ യാത്രയെന്തിനാണ്. എങ്ങനെയാവും താനവിടെ സ്വീകരിക്കപ്പെടുക. വേണ്ടെന്ന് വെച്ചാലോ. അരുത്. പെട്ടെന്ന് ചിന്തിച്ചു. പോകണം. പോയേ തീരൂ.

ഏറെ എളുപ്പത്തിൽ പൂരിപ്പിക്കാനുതകുന്ന ഒരു വാക്കാണത്. ദുർഗ്രഹമല്ലാത്ത ഒരു വാക്ക്. അതെന്തിനാണ് ബാക്കിവയ്ക്കുന്നത്. എല്ലാത്തിനുമുപരി ഒരൊഴുകിപ്പരക്കലാണ് ഈ യാത്ര. അനുവാദമില്ലാത്ത ഒരൊഴുകിപ്പരക്കൽ. ഒരു തീരം തേടൽ. അഭയപ്പെടൽ. ഇനിയുമുണങ്ങാത്ത ഒരു നനവോ കരിഞ്ഞുതീരാത്ത ഒരിത്തിരി പച്ചയോ ആണത്. ഒന്നു സ്പർശിക്കണം. ഒരു വെറും സ്പർശനം.

ഓഫീസ് വിട്ടിറങ്ങി. തിരക്കിലൂടെ ബുദ്ധിമുട്ടി നടക്കുമ്പോളോർത്തു മുൻപെന്നത്തെയും പോലെ എന്റെ നഗരം. ഇടതടവില്ലാതെ പായുന്ന വാഹനങ്ങൾ. തമ്മിൽ കൂട്ടിമുട്ടാതെ നടക്കാൻ പറ്റാത്തത്ര തിരക്കുള്ള നടവഴികൾ. അതിനിടയിൽത്തന്നെ വഴിവാണിഭക്കാർ, സമരക്കാർ. ഒരു മാറ്റവും വരുന്നില്ല. സെക്രട്ടറിയേറ്റിനു മുന്നിലെ വേലുത്തമ്പിദളവയുടെ പ്രതിമയ്ക്കു മുകളിലൂടെ കൃത്യതയുള്ള ടവർ ക്ലോക്ക് കാണാം. അഞ്ചര കഴിയുന്നു സമയം.

ബുക്സ്റ്റാളിലേക്ക് തിരിയുന്ന വഴിയെത്തുമ്പോളാലോചിച്ചു, പത്മജയുടെ വീട്ടിലേക്കുള്ള വഴി. ഒന്നു പോയാലോ. ചിന്തിച്ചുനിന്നു. വേണ്ട ഇന്നതിനുള്ള സമയമില്ല. ആ കാഴ്ച കണ്ടുനിൽക്കാൻ ഇനിയും തനിക്ക് കരുത്ത് വന്നുചേർന്നിട്ടുമില്ല. ഓരോ സന്ദർശനവും അതിനപ്പുറം ഒരോർമ്മപ്പെടുത്തൽ കൂടിയാണ്. അവരുടെ പഴയ ദിനങ്ങൾ. അപ്പോൾ അവർക്ക് വേദനിച്ചാലോ. പോകണ്ട. പോകാതിരുന്നാലോ അവരെ ഉപേക്ഷിച്ചുവെന്നുവരില്ലേ. ഒരു വ്യക്തിയോട് ഏറ്റവും കടപ്പെടേണ്ടത് ഈയവസരങ്ങളിലല്ലേ. നാളെ താനല്ലെന്ന് എന്താണുറപ്പ്.

നടന്നു.

ഏഴുമണിക്കാണ് ട്രെയിൻ.

ദീപുവിന്റെ ഹോസ്റ്റലിലേക്കുള്ള പാതിവഴിയെത്തുമ്പോഴാണ് മനസ്സിന് വെളിവുണ്ടായത്. ഇന്നലെ താൻ തന്നെയല്ലേ അവനെ ബസ് കയറ്റിവിട്ടത്. ഇനിയൊരാഴ്ച അവനവധിയാണ്. ഇളയവന് ഒരുടുപ്പുകൂടി താൻ വാങ്ങിക്കൊടുത്തിരുന്നു.

തിരിച്ചുനടന്നു.

തന്റെ മുറി.

സമയം ആറ് കഴിയുന്നു. പെട്ടെന്നൊരുങ്ങണം. റെയിൽവേ സ്റ്റേഷനിലേക്ക് ഒരോട്ടോ പിടിക്കാം. നടക്കാൻ വയ്യ ഇനി. നടന്നാൽ ഒരു ഇരുപത് മിനിട്ടെടുക്കും. പഴയ തോൽസഞ്ചിയിൽ ഒന്നുരണ്ടുജോടി വസ്ത്രങ്ങളെടുത്തുവച്ചു. ടൂത്ത്ബ്രഷ്, പേസ്റ്റ് മറ്റു സാമഗ്രികൾ. മുഷിഞ്ഞ വിയർപ്പുമണമുള്ള ഈ ഷീറ്റ് കൂടി കരുതണമോ. ഒരുപക്ഷേ യാത്ര ദീർഘിച്ചാലോ. അവധികളടക്കം അഞ്ചുദിവസങ്ങളാണ് മുന്നിൽ.

വാതിലിൽ മുട്ടുകേട്ടു.

പാതിതുറന്ന വാതിൽ തള്ളിനീക്കി പ്രസാദ് മുറിയിലേക്ക് വന്നു. അവന്റെ കൈയിൽ വിവാഹക്കുറി.

"അജയേട്ടനെങ്ങോട്ടാ.." അവൻ ചോദിച്ചു.

"ഒരു യാത്രയുണ്ട്, കണ്ണൂർ വരെ.. ആരുടെ കുറിയാ.."

"എന്റെ തന്നെ....." അവൻ സന്തോഷത്തോടെ പറഞ്ഞു.

"നന്നായി, കുട്ടിയെന്ത് ചെയ്യുന്നു.."

"പഠിക്കുന്നു. ഇവിടെ വിമെൻസ് കോളേജിലാ.. അജയേട്ടൻ ഉണ്ടാവുമല്ലോ.. അടുത്ത പത്താം തീയതിയാ.."

"ഉണ്ടാവും.. മുൻകൂറായി ആശംസകൾ.."

"താങ്ക് യു.." അവൻ പുറത്തിറങ്ങി.

കല്യാണക്കുറി ഒന്നു വെറുതെ ഓടിച്ചുവായിച്ചു. അനഘ എന്നാണ് പെൺകുട്ടിയുടെ പേര്. നല്ലത് വരട്ടെ.

റെയിൽവേ സ്റ്റേഷനിലെത്തുമ്പോൾ ട്രെയിൻ പുറപ്പെടാൻ കാത്തുനിന്നു. അഞ്ചുമിനിട്ടേ അവശേഷിക്കുന്നുള്ളൂ. എസ് അഞ്ച് കണ്ടുപിടിക്കാൻ ബുദ്ധിമുട്ടിയില്ല. നടുക്കുള്ള ബോഗി.

അകത്ത് കയറി സീറ്റ് നമ്പർ കണ്ടുപിടിച്ചു. ജനാലയ്ക്കരികിലുള്ള സീറ്റാണ്. നമ്പർ ഇരുപത്തിമൂന്ന്. ആശ്വാസമായി. ഒറ്റപ്പെട്ടിരിക്കാൻ മറ്റൊരു സീറ്റിലും കഴിയില്ല. ഈ സീറ്റിൽ തന്നെയാവും താൻ രാത്രിയും കഴിക്കുക. ലോവർ ബെർത്താണ് അനുവദിച്ചിട്ടുള്ളത്. മറ്റൊന്നും ശ്രദ്ധിക്കാതെ ബാഗ് സീറ്റിൽ വച്ച് പുറത്തേക്ക് നടന്നു. പുറപ്പെടേണ്ട സമയമായിരിക്കുന്നു. എന്തേ ട്രെയിൻ പുറപ്പെടുന്നില്ല.

പുറത്തിറങ്ങി. വാതിലിനരികിൽത്തന്നെ നിന്നു. കുറച്ചുനേരം കൂടി പുറംവായു ശ്വസിക്കാം. പുറപ്പെടാൻ വൈകുന്നതിൽ അക്ഷമരായ മുഖങ്ങൾ ജനാലകളിലൂടെ പുറത്തേക്ക് ഉറ്റുനോക്കുന്നു.

ഒടുവിൽ അനൗൺസ്മെന്റ് വന്നു, ട്രെയിൻ ഇതാ പുറപ്പെടുന്നു . പതിനഞ്ചുമിനിട്ടോളം വൈകിയിരിക്കുന്നു.

ഞാൻ ട്രെയിനിനുള്ളിലേക്ക് കയറി.

എന്റെ സീറ്റിനടുത്തേക്ക് മെല്ലെ നീങ്ങുമ്പോൾ പെട്ടെന്ന് എതിരെ ഇരിക്കുന്ന മുഖം കണ്ടു.

ഒരുനിമിഷം ഉള്ള് പിടഞ്ഞു.

കണ്ണുകളിൽ ചൂടുരുകി.

ആ മുഖം.

കണ്ണീർവാർത്ത് അരുതെന്ന് പറഞ്ഞ ആ മുഖം. മുഖംതിരിച്ച് ഓടിയകന്ന ആ രൂപം. അവൾ, നിർമ്മല.

എന്തൊരു കണ്ടുമുട്ടലാണിത്.

എവിടേക്കാണ് താൻ രക്ഷപ്പെടുക.

ഇടനാഴിയിലെ വാതിലിന്നരികിലേക്ക് മാറിനിന്നു. ഹൃദയം ഉച്ചത്തിൽ മിടിക്കുന്നുവെന്ന് തോന്നി.

തുറന്നിട്ട വാതിലിനരികിലൂടെ അവളുടെ പാതിമുഖം കാണാം. ഞാൻ നോക്കിനിന്നു. ഇത്ര വ്യക്തമായി ആദ്യമായിട്ടാണ് ആ മുഖം കാണുന്നത്. അസ്വസ്ഥമാണ് ആ മുഖം. കണ്ണുകൾ കലങ്ങിയിട്ടുണ്ടോ. തന്നെയവൾ കണ്ടിട്ടുണ്ടാവുമോ.

ഒരുനിമിഷം ചിന്തിച്ചു.

എന്തിനാണ് താനാ മുഖത്തെ ഒളിക്കുന്നത്. എന്തിനാണ് ഈയൊരു കണ്ടുമുട്ടലിനെ താൻ ഭയപ്പെടുന്നത്. ഭയക്കേണ്ടതും ഒളിക്കേണ്ടതും ഞെട്ടേണ്ടതുമൊക്കെ അവൾ തന്നെയല്ലേ. താനെന്തിനാണ് ഭീരുവാകുന്നത്. രക്ഷിക്കുവാൻ മാത്രമല്ലെ താൻ ശ്രമിച്ചിട്ടുള്ളൂ. നശിപ്പിച്ചതും ശിക്ഷിച്ചതുമൊക്കെ തനിക്ക് ചുറ്റുമുള്ളവരല്ലേ. താനല്ലല്ലോ. എന്തിനാണ് അതിന്റെ പാപത്തിൽ തന്റെ മനസ്സുരുക്കുന്നത്. ഇവിടെ ഭയക്കേണ്ടതില്ല. ഒളിക്കേണ്ടതില്ല. തന്റെ മനസ്സ് ശുദ്ധമാണ്. അവളെ രക്ഷപ്പെടുത്തുമ്പോഴും അഭയം നൽകുമ്പോഴുമൊന്നും താനൊരു ഭീരുവായിരുന്നില്ലല്ലോ. ഭയപ്പെട്ടിരുന്നില്ലല്ലോ. പിന്നെയൊരു പെണ്ണുകാണൽ. മറവിയിലേക്ക് അതെന്നേ താൻ വലിച്ചെറിഞ്ഞിരിക്കുന്നു.

ഒരിക്കൽകൂടി ആ മുഖത്തേക്ക് എന്റെ മിഴികൾ പാറി.

മറവിയിലേക്ക് എപ്പോഴെങ്കിലും ഈ മുഖത്തെ വലിച്ചെറിഞ്ഞിട്ടുണ്ടോ താൻ. കണ്ടതിൽ പിന്നെ. ഭീതിയുടെ മുള്ളുകൊണ്ട് ഇടയ്ക്കിടെ തന്നെ കുത്തിനോവിച്ചത് ഈ മുഖംതന്നെയല്ലേ.

ഞാൻ മെല്ലെ സീറ്റിലേക്ക് നടന്നു.

എന്നെ കണ്ടിട്ടാവണം അവൾ പുറത്തേക്ക് മുഖം തിരിച്ചു. ആ രൂപം കൂടുതൽ അസ്വസ്ഥപ്പെടുന്നതുപോലെ തോന്നി. രക്ഷപ്പെടാൻ അവൾക്കും വഴികളില്ലല്ലോ.

പുറത്ത് ഇരുട്ട് കനത്തു.

ഓടിയകലുന്ന വെളിച്ചപ്പൊട്ടുകൾ. കടന്നുപോകുന്ന ചെറിയ ചെറിയ പട്ടണങ്ങൾ. ഇടയ്ക്കിടെ അഗാധമായ ഇരുട്ട്. അതിനുള്ളിലെങ്ങോ തെളിഞ്ഞുമറയുന്ന ഒരു തുള്ളിവെട്ടം. ആകാശവും മേഘാവൃതമായിരിക്കണം. ഇരുട്ടിൽ അത് വേർതിരിച്ചറിയാനായില്ല.

അടുത്ത സീറ്റുകളിൽ മധ്യവയസ്കരായ ദമ്പതികളാണ്. ഏതോ തീർത്ഥാടനത്തിനുള്ള യാത്രയാണെന്ന് തോന്നുന്നു. അവരുടെ സംഭാഷണങ്ങളിൽനിന്ന് അത് വെളിവായി. തമിഴ് കലർന്ന് മലയാളമായിരുന്നു അവരുടെ ഭാഷ.

"എവിടേക്കാ..." അടുത്തിരുന്നയാൾ ചോദിച്ചു.

"കണ്ണൂരിലേക്ക്... താങ്കളോ.."

"മംഗലാപുരത്തിറങ്ങണം.. മൂകാംബികയിലേക്കാ.. തീർത്ഥാടനം.."

ഇടയ്ക്കെപ്പോഴോ അവളുടെ മിഴികൾ തന്റെ മുഖത്തേക്ക് പാറിവീണുവോ. അടുത്തിരുന്ന ദമ്പതികളിലൊരാൾ അവളോട് എന്തൊക്കെയോ ചോദിക്കുന്നുണ്ട്. ആ മനുഷ്യർ അവളുടെ ആരുമല്ലെന്ന് നേരത്തെയുള്ള കാഴ്ചയിൽത്തന്നെ താൻ മനസ്സിലാക്കിയിരുന്നു.

ട്രെയിൻ കൊല്ലം സ്റ്റേഷൻ വിട്ടു.

പുറത്ത് രാത്രി കൂടുതൽ ഇരുണ്ടു.

എപ്പോഴോ ഒന്നു തിരിഞ്ഞപ്പോൾ പാദങ്ങൾ അവളുടെ പാദങ്ങളെ സ്പർശിച്ചു. ക്ഷമാപണം പോലെ ഞാനവളെ നോക്കി. അവളും.

ആദ്യമായിട്ടാണ് അത്തരമൊരു അഭിമുഖം. എത്ര ദൈന്യമാണ് ആ മുഖം. എന്താണ് അവളെ അലട്ടുന്നത്. ഈ കണ്ടുമുട്ടലാവുമോ? അതോ തന്റെ മുന്നിൽ അവൾ അനാവൃതയാവുന്നുവെന്ന തോന്നലോ? നേരത്തെ കണ്ടതിലും നോവു നിറഞ്ഞിരിക്കുന്നു മുഖത്ത്. ഭയമോ ആകാംക്ഷയോ ആ കണ്ണുകളെ വല്ലാതെ കുഴയ്ക്കുന്നതുപോലെ. ഇടയ്ക്കിടെ പുറത്തേക്കു നോക്കിയും മിഴികളടച്ചും ചാഞ്ഞും ചരിഞ്ഞും ദീർഘം ശ്വസിച്ചും അവളേറെ അസ്വസ്ഥതപ്പെട്ടു.

ഒരുപാടുനേരം അവളറിയാതെ ഞാനവളെത്തന്നെ നോക്കിയിരുന്നു. എത്ര വലിയ ആഴമാണ് അവളുടെ ദുഃഖങ്ങൾക്ക്. ഞാനോർത്തു. നിണമുണങ്ങാതെ മുറിപ്പെട്ട അവളുടെ ഹൃദയം ഒരുവേള മനസ്സിൽ കണ്ടു. ആരാണ് അവളെ രക്ഷിക്കുക. ആക്രമിക്കപ്പെട്ട അവളുടെ മനസ്സിന് ആരാണ് അഭയം കൊടുക്കുക.

പിന്നെയും ചിന്തിച്ചു. എങ്ങോട്ടാണ് ഒറ്റയ്ക്കുള്ള ഇവളുടെ യാത്ര. ഏതാവും അവളുടെ ലക്ഷ്യം. യാത്രയാക്കാൻ മറ്റാരെയും പുറപ്പെട്ടപ്പോൾ കണ്ടില്ലല്ലോ. ഏറെ ഒറ്റയ്ക്കാണ് അവളെന്ന് തോന്നി, പിന്നെയും ശ്രദ്ധിച്ചപ്പോൾ. സ്വയമൊളിക്കാൻ ഒരുപാട് ശ്രമിക്കുംപോലെ അവൾ ഒതുങ്ങിയിരുന്നു. ആ ഒരു രൂപം അവിടുണ്ടെന്ന് ആർക്കുമൊരു തോന്നലുണ്ടാക്കാതെ.

ട്രെയിൻ ചൂളംവിളിച്ച് പാഞ്ഞു. ദീനമായ ഒരു നിലവിളിപോലെ അത് തോന്നിച്ചു. ഉള്ളിൽ ഒരഗ്നിയുണ്ടാവണം ട്രെയിനിന്. കിതച്ച് പായുമ്പോഴും എല്ലാ ഭാരവും സ്വയം വഹിക്കുമ്പോഴും കത്തിനിൽക്കുന്ന ഒരഗ്നി. അണയാത്ത അഗ്നി.

പെട്ടെന്ന് തോന്നി അവളോട് ഒന്നുരണ്ട് വാക്കുകളെങ്കിലും പറഞ്ഞാലോ. ഒറ്റയ്ക്കുള്ള ഈ യാത്രയെക്കുറിച്ച് അന്വേഷിച്ചാലോ.

തനിക്കിണയാവേണ്ട പെണ്ണായിരുന്നില്ലെ അവൾ. എല്ലാം തകർത്തെറിയാൻ ആ ഒരു രാത്രി സംഭവിച്ചില്ലായിരുന്നുവെങ്കിൽ തന്റെ അരികിലിരുന്ന് സ്വസ്ഥതയോടെ യാത്ര ചെയ്യേണ്ട ഒരു മുഖമായിരുന്നില്ലേ അത്. തന്റെ മടിയിൽ തലചായ്ച്ചുറങ്ങേണ്ട ഒരു രൂപമായിരുന്നില്ലേ, അത്.

കണ്ണുകൾ നനഞ്ഞു.

അറിയാതെ ഒരനുകമ്പ ഉള്ളിൽ വളർന്നു.

നാവ് എന്തോ പറയാൻ തുടിച്ചു.

"നീ എങ്ങോട്ടാണ്.." ഒടുവിൽ ഞാൻ ചോദിച്ചു.

ചോദ്യംകേട്ട് അവൾ ഞെട്ടിയതുപോലെ തോന്നി. ഒന്നുരണ്ടുനിമിഷം എന്റെ മുഖത്ത് അവളുടെ നോട്ടം തങ്ങി. നിരാലംബമായ മിഴികൾ.

മടിച്ച് മടിച്ച് എങ്ങോ നോക്കിയും നോക്കാതെയും അവൾ മറുപടി പറഞ്ഞു. "മംഗലാപുരത്തേക്ക്..."

"അവിടെ..." ഞാൻ ചോദിച്ചു.

അവൾ പിന്നെയും ഞെട്ടിയോ.

"മറ്റൊരു ജോലി ശരിയായിട്ടുണ്ട്.." അവൾ പറഞ്ഞു. ആ ശബ്ദം എത്ര പതിഞ്ഞതും ദീനവുമാണ്.

"എവിടെ..."

"ഒരു സ്വകാര്യകമ്പനീല്.."

മൗനമായി.

മറ്റൊരു നഗരം. മറ്റൊരു മഹാനഗരം. ഒറ്റയ്ക്ക് ഇവളെങ്ങിനെയാവും അവിടെ അന്വേഷിച്ചറിയുക. ഇതിന് മുൻപവൾ പോയിട്ടുണ്ടാവുമോ.

"എന്തേ ഒറ്റയ്ക്ക്.." ഞാൻ പതുക്കെ ചോദിച്ചു.

മുഖത്തേക്ക് ഒന്നു നോക്കിയതല്ലാതെ അവൾ മറുപടി പറഞ്ഞില്ല. അവൾ കൂടുതൽ അസ്വസ്ഥപ്പെട്ടതുപോലെ.

എന്റെ ചോദ്യം കേൾക്കാത്തതുപോലെ, പിന്നെ അവളിരുന്നു. തീരെ അശ്രദ്ധയായി.

"എന്താ.. പറഞ്ഞുകൂടെ.." ഞാൻ ചോദ്യം ആവർത്തിച്ചു.

അവളുടെ മുഖം ക്രമേണ ശാന്തമായി. മറുപടി പറയാൻ വാക്കുകൾ തേടുകയാണ് അവളുടെ മനസ്സെന്ന് തോന്നിച്ചു. ഇടയ്ക്കിടെ ആ മിഴികൾ എന്റെ മുഖത്ത് വന്നുവീണു.

"ഒറ്റയ്ക്കാണ് പുറപ്പെട്ടത്.." അവൾ പറഞ്ഞു. "യാത്രയാക്കാൻ വേണ്ടി ആരോടും പറഞ്ഞില്ല.." വാക്കുകളിടറി.

"എന്തേ..."

"ഇത്രയും ദൂരെ ഒരു സ്ഥലത്ത്.. ആർക്കുമിഷ്ടമില്ലായിരുന്നു... ചോദിച്ചിട്ടും പോകാനനുവാദം തന്നില്ല.. ഞാൻ.." വാക്കുകൾ മുഴുമിച്ചില്ല. അവൾ വിതുമ്പി.

ആരും കാണാതെ അവൾ മുഖം തിരിച്ചു.

ആ വാക്കുകൾ എന്റെ മനസ്സിൽ പോറലുണ്ടാക്കി. എന്താണിവളുടെ ലക്ഷ്യം. എങ്ങോട്ട് രക്ഷപ്പെടാൻ ശ്രമിക്കുകയാണിവൾ. ഇവളുടെ മനസ്സിലെന്താണ്..

"എന്തേ ഇങ്ങനെയൊക്കെ.." ഞാൻ ചോദിച്ചു.

അവൾ മൗനം പാലിച്ചു.

എന്റെ നേർക്ക് തിരിഞ്ഞ അവളുടെ മുഖത്ത് അതുവരെയില്ലാത്ത

ഒരു ക്ഷോഭം നിറഞ്ഞുനിന്നു. കൺപീലികളിൽ ഒരുതുള്ളി കണ്ണുനീർ തങ്ങി.

പിടഞ്ഞ മനസ്സോടെ ഞാനിരുന്നു.

എന്താണ് ഇവൾക്ക് സംഭവിക്കാൻ പോകുന്നത്. ഈ ഒളിച്ചോട്ടം എവിടെയാണ് ഇവളെ എത്തിക്കുക. ആരെയാണിവൾ ഭയപ്പെട്ടോടുന്നത്. ഇത് മറ്റൊരു നാശത്തിലേക്കുള്ള പോക്കാവാം.

അസ്വസ്ഥതയോടെ ഞാനിരുന്നു.

പുറത്ത് പിന്നെയും പട്ടണങ്ങൾ തിളങ്ങിയും ബഹളംകൂട്ടിയും മറഞ്ഞുപോയി. ഇടയ്ക്കെവിടെയൊക്കെയോ മറ്റു ട്രെയിനുകൾക്ക് കടന്നുപോകാൻ ട്രെയിൻ നിർത്തിയിട്ടിരുന്നു.

അടുത്ത സീറ്റിലെ ദമ്പതികൾ പരസ്പരം നിർത്താതെ സംസാരിച്ചുകൊണ്ടിരുന്നു. മറ്റൊന്നും അവർ ശ്രദ്ധിച്ചതേയില്ല. അവരുടെ സംഭാഷണം എത്ര ഉറക്കെയാണ് എന്ന് അപ്പോഴാണ് താനറിയുന്നത്. ഒരുപാട് പുണ്യതീർത്ഥങ്ങളും ദൈവനാമങ്ങളും യാത്രകളും അവരുടെ പറച്ചിലുകളിൽ കലർന്നുകിടന്നു.

ഞാനോർത്തു.

ഏത് ദൈവമാണ് ഈ പെൺകുട്ടിയെ രക്ഷിക്കുക. ഏത് ദിക്കിലേക്കാണ് അതിനവൾ യാത്ര ചെയ്യേണ്ടത്. ഏത് പുണ്യതീർത്ഥത്തിലാണ് ഇവളുടെ കളങ്കം കഴുകിക്കളയേണ്ടത്.

മനസ്സ് നീറിക്കിടന്നു.

നോവുനിറഞ്ഞ ആ മുഖം ഉള്ളിൽ കാത്തുവച്ച് പുറത്തേക്ക് നോക്കി ഞാനിരുന്നു. സ്റ്റേഷനുകൾ പിന്നെയും കടന്നുപോയി. നിർത്താതെപോയ ഓരോ സ്റ്റേഷനിലും പച്ചവെളിച്ചം കത്തിച്ച് ആരോ നിന്നിരുന്നു. കടന്നുപോകാനുള്ള സൂചന. എത്ര ദൂരത്തേക്കാണ് ഈ ട്രെയിൻ കിതച്ചുപായുന്നത്. രോദനം പോലെ അപ്പോൾ ട്രെയിൻ ചൂളംവിളിച്ചു.

ബാഗിൽ നിന്നെടുത്ത ബ്രഡ്ഡും പഴവും അവളെന്റെ നേർക്ക് നീട്ടി. ഞാനത് നിരസിച്ചു. നന്ദിയോടെ. ശാന്തമായിരിക്കുന്നു അവളുടെ മുഖം. ആ മിഴികളിൽ സ്നേഹം വിടർന്നു.

പിന്നെയവൾ നീട്ടിയത് ചോക്ലേറ്റുകളാണ്. ഞാനത് സ്വീകരിച്ചു. എത്ര ശാലീനമാണ് അവളുടെ ഭാവം.

അവളറിയാതെ ഞാൻ നോക്കിയിരുന്നു.

പാവം പെൺകുട്ടി.

"ഞാൻ ചോദിച്ചോട്ടെ.."

"ചോദിച്ചോളൂ" അവളുടെ മറുപടി ശാന്തമായിരുന്നു. പറയുവാൻ കാത്തിരുന്നതുപോലെ തിടുക്കത്തിൽ. പുറത്തെങ്ങോ നോക്കി അവളിരുന്നു കേൾക്കാനുള്ള തയ്യാറെടുപ്പ് പോലെ.

"എന്തിനാണ് നമ്മുടെ നഗരംവിട്ട്, ഇത്ര ദൂരത്തേക്ക്, പരിചയമില്ലാത്ത ഒരു മഹാനഗരത്തിലേക്ക്.." ഞാൻ ചോദിച്ചു.

"എല്ലാം മറക്കാൻ..." അവൾ പെട്ടെന്ന് പറഞ്ഞു. "എന്നെ നോവിച്ച

നഗരം.. വേദനകൾ തന്ന നഗരം.. ഏറെ വെറുത്തുപോയി. അവിടെനിന്നാൽ ഇനിയുമൊരുപക്ഷേ ഞാൻ നശിക്കുകയേ ഉള്ളൂ.. പിന്നെ."

"പറയൂ.."

"നിങ്ങൾവന്ന് കണ്ടുമടങ്ങിയപ്പോൾതന്നെ ഞാൻ കരുതി ലോകത്തോട് എല്ലാം നിങ്ങൾ വിളിച്ചുപറയുമെന്ന്.. നിങ്ങളത് പറയില്ലെന്നും പക്ഷേ, എന്റെ ഉള്ളിലൊരു വിശ്വാസമുണ്ടായിരുന്നു..." അവൾ പറഞ്ഞു. "മറ്റൊരാളായിരുന്നെങ്കിലോ, ലോകത്തോട് എന്തെല്ലാമയാൾ വിളിച്ചുപറഞ്ഞേനെ. അറിയാത്ത ഒരാൾതന്നെ വന്നാലോ, പിന്നൊരിക്കലറിയുമ്പോൾ എല്ലാം തകരില്ലേ..." ഒന്നുനിർത്തി അവൾ തുടർന്നു. "നശിക്കാൻ സ്വയം തീരുമാനിച്ചവളാണ് ഞാൻ.. കഴിഞ്ഞില്ല.. എന്റെ അച്ഛന്റെ മുഖം.. അമ്മയുടെ മുഖം...പിന്നെ" അവളുടെ വാക്കുകളിടറി. ശബ്ദമുയർന്നു.

ആരെങ്കിലും കേട്ടുവോ. ഞാൻ ചുറ്റുംനോക്കി. മറ്റുള്ളവർ പിന്നെയും അവരുടേതുമാത്രമായ വിഷയങ്ങളിലാണ്. ഒരു ഹൃദയം തുറന്നൊഴുകുന്നത് ആരും കേൾക്കുന്നില്ല. കാണുന്നില്ല, ശരീരങ്ങൾ തമ്മിലുള്ള ചെറിയ അകലം എത്ര വലുതാണ്.

"അപരിചിതമായ ആ നഗരത്തിൽ നീ ഒറ്റയ്ക്ക് എങ്ങിനെ അന്വേഷിച്ചു കണ്ടുപിടിക്കും.." ഞാൻ ചോദിച്ചു. "നിന്നെ സഹായിക്കാൻ ആരാണുള്ളത്.."

"അറിയില്ല.." അവളുടെ സ്വരംമങ്ങി. കണ്ണുകൾ നിറഞ്ഞു.

ആ ഉത്തരത്തിന് മുന്നിൽ പിന്നെയൊരു ചോദ്യം നഷ്ടപ്പെട്ട് ഞാനിരുന്നു. എല്ലാമായി. ഇനി എന്താണ് ചോദിക്കുക. ഒരമ്പരപ്പ് അപ്പോൾ എങ്ങോ നിറഞ്ഞു.

കണ്ണുകളടച്ച് തലകുമ്പിട്ട് ഞാനിരുന്നു.

എരിയുന്ന തീക്കുണ്ഡം. ആരാണ് അതിൽച്ചാടാൻ ഒരുങ്ങിനിൽക്കുന്നത്.

ഒരു മെഴുതിരിവെട്ടം. അഭയം കൊതിച്ച് ഏത് ശലഭമാണ് പറന്നടുക്കുന്നത്.

ജനാലയിൽ മുഖംചേർത്ത് ദൂരെയെങ്ങോ മിഴിനട്ട് അവളിരുന്നു. ട്രെയിനിന്റെ താളബദ്ധമായ ഉലച്ചിലിൽ അവളുടെ ശിരസ്സ് കുലുങ്ങി. കാറ്റിൽ കുറുനിരകൾ പാറി. നനഞ്ഞ മിഴികൾ ഇടയ്ക്കിടെ അടഞ്ഞ് തുറന്നു.

"ആരെയുമറിയിക്കാതെ ഇങ്ങനെ പുറപ്പെടാൻ എന്തേ നിനക്ക് തോന്നി.." ഞാൻ മെല്ലെ ചോദിച്ചു.

മറുപടിക്ക് അവൾ സമയമെടുത്തു.

"എനിക്ക് പുറപ്പെടണമായിരുന്നു... എന്നെ അറിയുന്ന ആരുമില്ലാത്ത ഒരു ദിക്ക്.. എന്നെ നശിപ്പിച്ചവരില്ലാത്ത സ്ഥലം.. എത്ര കൊതിച്ചതാണെന്നോ ഈ യാത്ര..." അവൾ പറഞ്ഞു. "എവിടെയെങ്കിലും ജീവിച്ചിരിക്കുന്നുവെന്ന് അറിഞ്ഞാൽ മതി. എന്റെയച്ഛനുമമ്മയും.. മാപ്പപേക്ഷിക്കാൻ ഒരുപാട് സമയമുണ്ടല്ലോ.." അവൾ കണ്ണുകൾ തുടച്ചു. "ഈ യാത്ര

ഇങ്ങനെയായി.. നിങ്ങളെ കാണുമ്പോൾ ഒളിക്കാൻ ഒരിടം തേടുകയായിരുന്നു ഞാൻ.. കഴിയില്ലെന്നറിഞ്ഞുകൊണ്ടുതന്നെ.. സാരമില്ല.. എന്നെ രക്ഷിച്ചിട്ടുള്ള ആളല്ലെ നിങ്ങൾ. ആ നന്ദി എനിക്കെന്നുമുണ്ടാവും.. എന്നും..'' അവൾ വിതുമ്പി.

അടുത്തിരുന്ന മനുഷ്യൻ അപ്പോൾ ഞങ്ങളുടെ സംഭാഷണം ശ്രദ്ധിച്ചുവെന്ന് തോന്നി. ഒന്നും സംഭവിക്കാത്തതുപോലെ പുറത്തെങ്ങോ നോക്കി അലസത നടിച്ച് ഞാനിരുന്നു. അവളും.

"നിങ്ങളെങ്ങോട്ടാണ്..'' അവൾ ചോദിച്ചു.

"കണ്ണൂരിലേക്ക്..''

"അവിടെ..''

"കാണേണ്ട ഒരാളുണ്ട്... ഒരു വെറും സന്ദർശനം...''

"ഈ ട്രെയിനെപ്പോഴാണ് കണ്ണൂരെത്തുക..'' അവൾ ചോദിച്ചു.

"പുലരുമ്പോൾ..''

പിന്നെയും മിണ്ടാട്ടമില്ലാതായി.

രാത്രി ഒരുപാട് വൈകിയിരിക്കുന്നു.

പുറത്ത് കടന്നുപോയ പട്ടണങ്ങളിൽ അങ്ങിങ്ങ് വെളിച്ചം കെട്ടു. ശബ്ദങ്ങൾ നിലച്ചു. അടുത്ത കാബിനുകളിലുള്ളവർ ബെർത്തുകൾ ശരിയാക്കുന്ന ശബ്ദം. ഉറങ്ങാനുള്ള വട്ടമാണ്.

"നമുക്ക് ഈ ബെർത്തൊന്നുയർത്തിയാലോ..'' അടുത്തിരുന്ന മനുഷ്യൻ ചോദിച്ചു. "മുകളിലെത്തെ രണ്ടു ബെർത്തുകൾ ഞങ്ങൾക്കുള്ളതാ..'' അയാൾ പറഞ്ഞു.

"ആവട്ടെ..'' ഞാനുമെഴുന്നേറ്റു.

ഞാൻ കൂടി അയാളെ സഹായിച്ചു.

വശത്തുകൂടി നടുവിലുള്ള ബെർത്തിൽ കയറാൻ കൂടെയുള്ള സ്ത്രീ ബുദ്ധിമുട്ടി. താഴെയുള്ള തന്റെ ബെർത്ത് അവർക്ക് കൊടുക്കാൻ സന്നദ്ധമായിരുന്നു. അതിന് മുൻപ് അവർ കയറിക്കഴിഞ്ഞിരുന്നു.

ഇനി ഇരിക്കാൻ പറ്റില്ല. നടുക്കുള്ള ബെർത്തിൽ തല മുട്ടും. ഞാൻ ഇടനാഴിയിലൂടെ മെല്ലെ നടന്നു. അടുത്തുള്ള കാബിനുകളിൽ എല്ലാരും കിടന്നിരിക്കുന്നു. പലയിടത്തും വെളിച്ചവും കെടുത്തിയിട്ടുണ്ട്.

അടച്ചിട്ടിരിക്കുന്ന ഒരു വാതിൽതുറന്ന് വശത്തുള്ള കമ്പിയിൽ മുറുകെപിടിച്ച് നിന്നു. തണുത്ത കാറ്റ് ശരീരത്തെ ഇറുകെ തലോടി. ട്രെയിൻ കുതിച്ചുപാഞ്ഞു.

ശരീരം തണുത്തു.

ഞാൻ വാതിലടച്ച് തഴുതിട്ടു. എന്റെ കാബിനിലെ വെളിച്ചവും കെട്ടിരിക്കുന്നു. എല്ലാരും കിടന്നിരിക്കുന്നു. ഞാൻ മെല്ലെ എന്റെ ബെർത്തിലേക്ക് ചാഞ്ഞു. നേരെയുള്ള ബെർത്തിൽ അവൾ കിടക്കുന്നു. കൈത്തണ്ട കൊണ്ട് കണ്ണുകൾ മറച്ചിട്ടുണ്ട്. കാലുകൾ മൂടിയ കടുംനീലനിറമുള്ള ഷീറ്റ്. ചലനമില്ലാതെ അവൾ കിടന്നു. ഉറങ്ങാനാവുമോ അവൾക്ക്.

ഓർത്തു കിടന്നു.

എത്ര ഭാഗ്യഹീനയാണീ പെൺകുട്ടി.. ഏതിരുട്ടിലേക്കാണ് വെളിച്ചമില്ലാതെ അവൾ നടന്നുപോകുന്നത്. എത്ര ഭയാനകമായ ഗർത്തത്തിന്റെ വക്കിലാണ് ചുവടുതെറ്റാൻ പാകത്തിന് അവൾ നിൽക്കുന്നത്. ആരാണ് അവളെ തടുക്കുക. അരുതെന്ന് പറയുക. രക്ഷിക്കുക.

എന്തേ അവൾ ഭയക്കുന്നില്ല. എന്നെ രക്ഷപ്പെടുത്തൂ വെന്ന് ഇപ്പോൾ കേഴുന്നില്ല. എന്നെ മോചിപ്പിക്കൂ വെന്ന് വിളിച്ചപേക്ഷിക്കുന്നില്ല. ഒരുതരത്തിൽ സ്വയം നഷ്ടപ്പെടുത്താൻ തുനിയുകയല്ലെ. നശിക്കാൻ പുറപ്പെടുകയല്ലേ.

ഒരു നഗരത്തിൽനിന്ന് മറ്റൊരു വലിയ നഗരത്തിലേക്ക്. ഒരു ചെറിയ ഇരുട്ടിൽനിന്ന് കൂരിരുട്ടിലേക്ക്. കുറ്റിക്കാടുകളിൽനിന്ന് ഘോരവനങ്ങളിലേക്ക്. എവിടെയാണ് രക്ഷ. പിച്ചിച്ചീന്താൻ തയ്യാറെടുക്കുന്ന ഘോരദംഷ്ട്രകൾ അവളെക്കണ്ട് ആഹ്ലാദിക്കുകയല്ലേ. അട്ടഹസിക്കുകയല്ലേ. കഷ്ടം.

ഉറക്കം വന്നില്ല.

ഞാൻ തിരിഞ്ഞുകിടന്നു

ശാന്തമായി അവൾ കിടക്കുന്നു. ഉറങ്ങുന്നുണ്ടാവുമോ അവൾ.

ട്രെയിൻ ഒരേ താളത്തിൽ ചലിച്ചു. തെല്ലുമിഴ തെറ്റാതെ. ഉയർന്നു താഴുമ്പോൾ അതൊരു സുഖമുള്ള തൊട്ടിലായി. ഞാനതിലൊരു ഉറങ്ങാതെ കിടന്ന കുഞ്ഞായി.

കണ്ണുകളിൽ തെല്ലുമയക്കം.

ഇല്ല, ഉറക്കം വരുന്നില്ല.

എങ്ങോ ഒരു നോവ് ഉണർന്നിരിക്കുന്നു. ഒരു മുറിവിൽനിന്ന് നിണം ചോരുന്നു. ഒഴുകിപ്പരക്കുന്ന നിണം. അത് തളംകെട്ടിനിന്നു. കണ്ണാടിപോലെ അതിലൊരു മുഖം പ്രതിഫലിച്ചു. ചലനം വെച്ചു. കണ്ണുനീർ വാർക്കുന്ന ഒരു മുഖം.

ഞാനാ കണ്ണുനീരിൽ സ്പർശിച്ചു. കുനിഞ്ഞ ആ ശിരസ്സിൽ തലോടി.

ആ ശിരസ്സ് എന്റെ ഹൃദയത്തോട് ചേർന്നു. അഭയം.

പെട്ടെന്നെഴുന്നേറ്റു.

ഉള്ളിലൊരു ചിന്ത ഉണർന്നൊഴുകുന്നു. ഹൃദയം വല്ലാതെ വിങ്ങുന്നു. തൊണ്ടയിലെങ്ങോ ഒരുവാക്ക് തടയുന്നു. തലയ്ക്കുള്ളിൽ ഒരു പ്രകമ്പനം. ശരീരം വിറച്ചു.

വയ്യ...നിൽക്കാൻ വയ്യ.. പെൻഡുലം പോലെ എന്തോ ഒന്ന് മനസ്സിൽ നിന്നാടി. മനസ്സിൽ ഒരു കടലിളകി..

ഇടനാഴിയിലൂടെ നടന്നു. ഒരറ്റംമുതൽ മറ്റേയറ്റംവരെ.

ഒരുതവണ.. രണ്ടുതവണ.. പിന്നെയും..പിന്നെയും..

തോണി തീരമടുക്കുന്നു. മറുകര.. ഒരു മറുകര. ഒരു കണ്ടെത്തൽ.

ഉണർന്നു.

ഉറങ്ങിയതെപ്പോഴാണ്.

തണുപ്പ് അരിച്ചുകയറുന്നു. ശരീരം കിടുങ്ങി. പുതപ്പ് കഴുത്തറ്റം വലിച്ചിട്ടു.

ട്രെയിനിന്റെ വേഗത കുറഞ്ഞുവോ. ഉലച്ചിൽ നിന്നിരിക്കുന്നു. ഏതെങ്കിലും സ്റ്റേഷനടുക്കുകയാവും. നേരം വെളുക്കാൻ ഇനി എത്ര സമയമുണ്ടാവും.

ഓർത്തു കിടന്നു.

എപ്പോഴാണ് അവളോട് എല്ലാം പറയുക.

ഏത് മുഹൂർത്തമാണ് അതിന് തിരഞ്ഞെടുക്കുക. ഏതു വാക്കുകളാണ് അതിനുപയോഗിക്കുക.

നേരം വെളുക്കാൻ കാത്തുകിടന്നതാണ്. മയങ്ങിപ്പോയി. രാത്രിതന്നെ വിളിച്ചുണർത്തി ചോദിക്കണമെന്ന് വിചാരിച്ചു. മടിച്ചു. അപ്പോൾ പിന്നെയും സംശയങ്ങളായി. അതു തീർക്കാൻ സമയമെടുത്തു. അതിനിടയിലാണ് മയങ്ങിപ്പോയത്.

എഴുന്നേറ്റു.

ട്രെയിൻ ഏതോ സ്റ്റേഷനിൽ നിന്നിരിക്കുന്നു.

കാബിന്റെ വാതിൽ തുറന്നു.

പേരറിയാത്ത ഏതോ സ്റ്റേഷൻ. അത് വായിച്ചെടുക്കാൻ മെനക്കെട്ടില്ല. നേരം പുലരാൻ ഇനി അധികം വൈകില്ല. ട്രെയിൻ അനങ്ങിത്തുടങ്ങി.

ബെർത്തിലേക്ക് തിരികെച്ചെന്നു.

അവൾ ഉണർന്നിരിക്കുന്നു. ജനാല മുകളിലേക്ക് നീക്കി പുറത്തേക്ക് നോക്കുന്നു. കാല്പെരുമാറ്റം കേട്ട് അവൾ തിരിഞ്ഞുനോക്കി.

എന്നെക്കണ്ട് അവൾ ചിരിച്ചു. ഞാനും.

"ഇതേത് സ്റ്റേഷനാണ്." അവൾ ചോദിച്ചു.

"അറിയില്ല.."

"ഉറങ്ങിയില്ലെ"

"ഉറങ്ങി.."

"നേരം പുലരാറായി.. അല്ലേ.."

"ഉം.."

ജനാലയിൽ ചാരി അവൾ ചടഞ്ഞിരുന്നു. അതിലൂടെ വന്ന തണുത്ത കാറ്റിൽ അവളുടെ മുടിയിഴകൾ പാറി.

ഇതേത് മുഹൂർത്തമാണ്.

"നിർമ്മലേ.." ഞാൻ വിളിച്ചു. അവളുടെ പേര്..

ഞെട്ടലോടെ അവൾ മുഖം തിരിച്ചു. ഇരുളിൽ ആ മുഖം തെളിഞ്ഞുകണ്ടില്ല.

"നിർമ്മലേ" ഞാൻ വീണ്ടും വിളിച്ചു.

"എന്തേ..." അവളുടെ ശബ്ദം

"എനിക്ക് ചിലത് പറയാനുണ്ട്.."

"പറഞ്ഞോളൂ.."

"വരൂ.."

"എവിടെ"

"നമുക്കാ വാതിലിനടുത്തേക്ക് നീങ്ങിനിന്നാലോ.."

"എന്തേ.."

"വരൂ.."

"ഇരുട്ടാണ്.."

"നമുക്ക് വാതിൽ തുറന്നിടാം.."

എഴുന്നേറ്റു.

എനിക്കുപുറകിൽ ഒട്ടു സംശയത്തോടെ അവൾ വന്നു. വാതിൽ തുറന്നിട്ടു. നേർത്ത പുലർവെട്ടം.

"പറയൂ.." അവൾ പറഞ്ഞു.

"പറയാം.."

എവിടെയാണ് തുടങ്ങുക. എന്താണ് പറയുക. ഞാനോർത്തുനിന്നു.

"പറയൂ.." അവൾ അക്ഷമയായി.

"എന്നോടൊപ്പം പോരൂ.." എന്റെ ശബ്ദം. ഹൃദയം ഉച്ചത്തിൽ മിടിച്ചു.

"എവിടേക്ക്.."

"എന്റെ ജീവിതത്തിലേക്ക്..."

"വേണ്ട.." അവൾ പെട്ടെന്ന് പറഞ്ഞു.. "വേണ്ട.." അവൾ മുഖം തിരിച്ചു.

"കഴിഞ്ഞതൊക്കെ മറക്കുക.." ഞാൻ പറഞ്ഞു. "എല്ലാമറിഞ്ഞുതന്നെ ഞാൻ നിന്നെ ക്ഷണിക്കുകയാണ്.. നിറഞ്ഞ മനസ്സോടെ.."

"വേണ്ട.." അവൾ വിതുമ്പി.. "വേണ്ടാ.."

അവൾ തിരികെ ഓടിപ്പോയി. അവൾക്കു പിന്നിൽ ഒരു തേങ്ങലടർന്നു.

നിശ്ചലനായി ഞാൻ നിന്നു.

വാതിൽ ശബ്ദത്തോടെ അടഞ്ഞുതുറന്നു. തണുത്ത കാറ്റ് ശക്തിയോടെ കയറിവന്നു. ഞാൻ വിയർത്തു.

കണ്ണൂർ റെയിൽവേ സ്റ്റേഷൻ.

ബാഗെടുത്ത് വാതിൽക്കലെ തിരക്കിലേക്ക് നടക്കുമ്പോൾ അവളെ ശ്രദ്ധിച്ചില്ല. നേരം ഒരുപാട് വെളുത്തിരിക്കുന്നു. ഇറങ്ങാനും കയറാനുമായി നല്ല തിരക്ക്.

തിരക്കിനിടയിലൂടെ ഒരുവിധം തിങ്ങിഞെരുങ്ങിയിറങ്ങി. ഒന്നുരണ്ടു നിമിഷം ചുറ്റും വീക്ഷിച്ചു. ആദ്യം വരികയാണിവിടെ. എവിടെയാവും പുറത്തേക്കുള്ള വഴി. കൂടുതൽ ആളുകൾ നടന്ന ദിക്കിലേക്ക് നടന്നു. അതാവും പുറത്തേക്കുള്ള വഴി.

ഗേറ്റിനുമുന്നിൽ തിരക്കൊഴിയാൻ കാത്തു. ആൾക്കൂട്ടം നീങ്ങിയപ്പോൾ ചെറിയ അകലം സൂക്ഷിച്ച് പുറകെ ഇറങ്ങി.

പുറത്തിറങ്ങി നിന്നു.

ബാഗിൽ അഡ്രസ്സുണ്ട്. ആരോടാണ് തിരക്കുക. ടൗണിനുള്ളിൽ തന്നെയാവും വീട്. ആ വരുന്ന ആളോട് തിരക്കിയാലോ. ഞാൻ അയാൾക്കുവേണ്ടി കാത്തുനിന്നു.

ചുമലിൽ ഒരു സ്പർശം. തിരിഞ്ഞുനോക്കി.

അവൾ. ആ മുഖം.

ഞാൻ നിശ്ചലനായി.

ചുമലിൽ മുഖമമർത്തി അവൾ തേങ്ങി.

"കരയരുത്.." ഞാൻ പറഞ്ഞു.

അവൾ പിന്നെയും കരഞ്ഞു.

"നിർമ്മലേ"

അടുത്തുനിന്ന ആരൊക്കെയോ തിരിഞ്ഞുനോക്കി. നടന്നുവന്നവരും ആ ദൃശ്യം ഒന്നുനോക്കിക്കടന്നുപോയി.

"വരൂ.." ഞാൻ പറഞ്ഞു.

ഹൃദയത്തിലെന്തോ തിങ്ങിനിറഞ്ഞു. ഒരുറവ ഉണർന്നൊഴുകി. ഒരു മറപോലെ എല്ലാ കാഴ്ചകളും മങ്ങുന്നു. എല്ലാ ലോകവും ഒരുബിന്ദുവിൽ ചുരുങ്ങുന്നു.

"വരൂ.."

ഒരുവാക്ക് ഞാനെങ്ങോ പൂരിപ്പിക്കുംപോലെ.

"വരൂ.."

എവിടെയോ ഒരു നദി ഒഴുകിച്ചേരുന്നു. ഒരു മഴ പെയ്തു നിറയുന്നു.

www.ingramcontent.com/pod-product-compliance
Lightning Source LLC
LaVergne TN
LVHW102040051026
849518LV00014B/2199